விடுதலைப் புலிகள்

ஆசிரியரின் பிற நூல்கள்

உலகை மாற்றிய புரட்சியாளர்கள்

குஜராத் இந்துத்துவம் மோடி

சே குவேரா புரட்சியாளர் ஆனது எப்படி?

இந்தியப் பிரிவினை: உதிரத்தால் ஒரு கோடு

முதல் உலகப் போர்

இரண்டாம் உலகப் போர்

நெல்சன் மண்டேலா

மால்கம் எக்ஸ்

போபால்: அழிவின் அரசியல்

ஹுூ ஜிண்டாவ்

மாவோ: என் பின்னால் வா!

முதல் காம்ரேட் (லெனின் வாழ்க்கை)

சர்வம் ஸ்டாலின் மயம்

ஃபிடல் காஸ்ட்ரோ: சிம்ம சொப்பனம்

சே குவேரா: வேண்டும் விடுதலை!

ஹியூகோ சாவேஸ்: மோதிப் பார்!

சுபாஷ்: மர்மங்களின் பரமபிதா

திப்பு சுல்தான்: முதல் ‘விடுதலை’ப் புலி

திபெத்: அசுரப் பிடியில் அழகுக் கொடி

விடுதலைப் புலிகள்

மருதன்

கிழக்கு

விடுதலைப் புலிகள்
Viduthalai Puligal
Marudhan ©

First Edition: December 2007
208 Pages

ISBN: 978-81-8368-638-9
Title No: Kizhakku 301

Kizhakku Pathippagam
177/103, First Floor,
Ambal's Building, Lloyds Road
Royapettah, Chennai 600 014.
Ph: +91-44-4200-9601
Email : support@nhm.in
Website : www.nhm.in

Author's Email : marudhan@gmail.com

Kizhakku Pathippagam is an imprint of New Horizon Media Private Limited

இலங்கையின் வரைபடம்

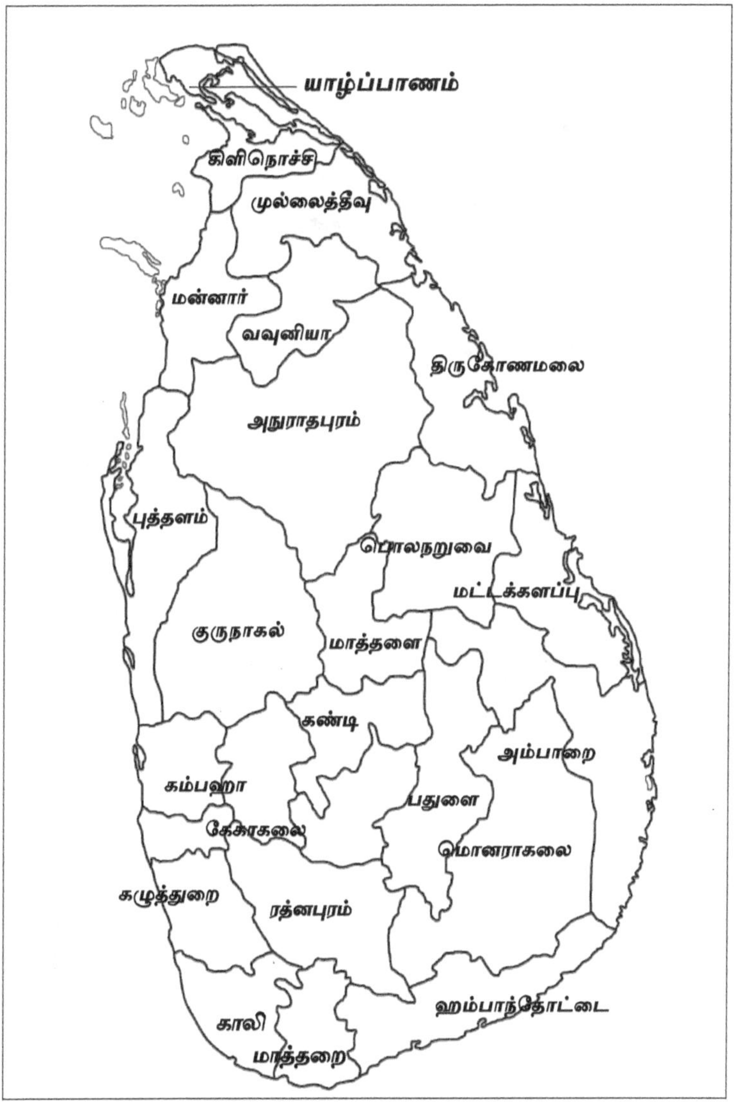

விடுதலைப் புலிகள் முன்வைக்கும் தமிழ் ஈழம்

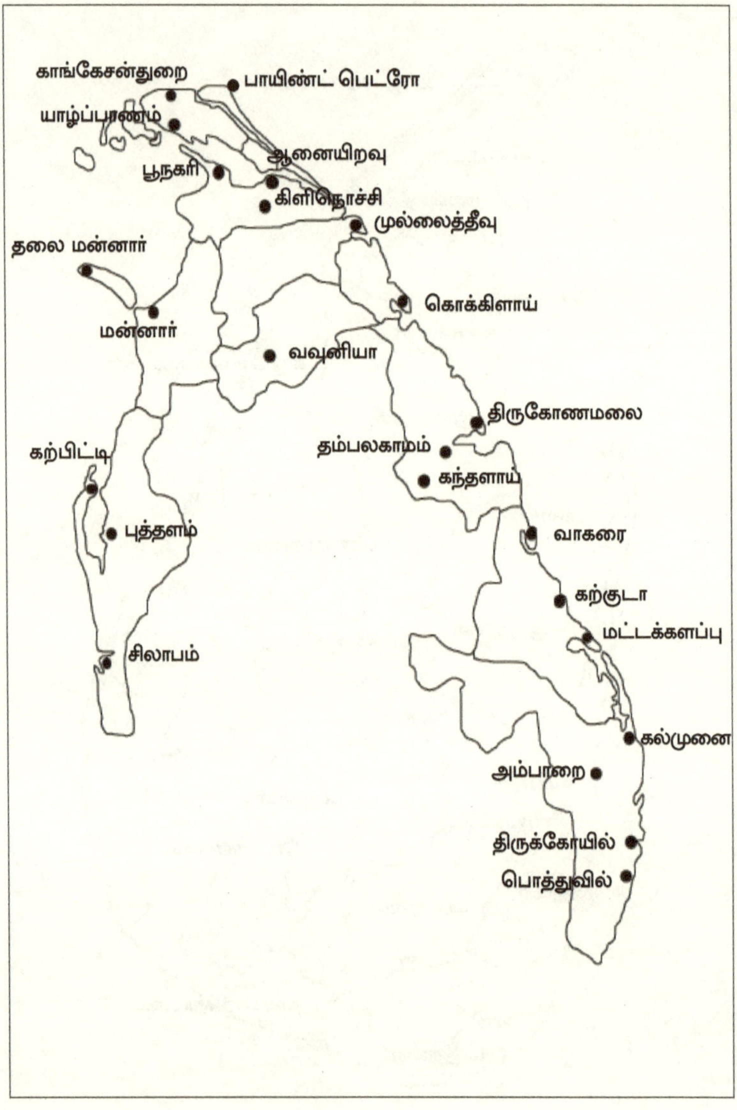

உள்ளே

1. சந்தன மாலை

கையில் சந்தன மாலையுடன் நின்றுகொண்டிருந்த பெண்ணை ஒருவரும் கண்டுகொண்டதாகத் தெரியவில்லை. அவர்கள் காத்திருந்தது ராஜீவ் காந்திக்காக. டெல்லியில் அவர் விமானம் ஏறு வதற்கு முன்பாகவே ஸ்ரீபெரும்புதூரில் காத்திருக்கத் தொடங்கியவர்கள்.

இரவு 8.20-க்கு விமானம் வழுக்கியபடி மீனம் பாக்கத்தில் தரையிறங்கியது. ராஜீவ் இறங்கி வந்தார். கூடவே அவரது புன்னகை. எதிரே வரவேற்க மரகதம் சந்திரசேகர். ஸ்ரீபெரும்புதூர் தொகுதி காங்கிரஸ் வேட்பாளர். ராஜீவ் காந்தி பிரசாரம் செய்ய இருப்பது அவருக்காகத்தான். சற்றுத்தள்ளி, தமிழ்நாடு காங்கிரஸ் கமிட்டி தலைவர் வாழப்பாடி ராமமூர்த்தியும் காங்கிரஸ் கட்சியின் முக்கியத் தலைவர்களில் ஒருவரான கருப்பையா மூப்பனாரும். மற்றும் பலராகத் தொண்டர்கள். தவிரவும், பாதுகாப்பு அதிகாரிகள். குண்டு துளைக்காத கார். பாதுகாப்பு. அது முக்கியம் அல்லவா?

தேதி இருபத்தி ஒன்று. மே மாதம். 1991 என்கிற தேர்தல் வருடம்.

முந்தைய 1989-ம் ஆண்டு தேர்தலில் ராஜீவால் வெற்றி பெற இயலவில்லை. போபர்ஸ் பூதம் படுத்தி எடுத்ததால் வந்த வினை. ஆட்சியில் அமர்ந்த வி.பி. சிங்கால் இரண்டு ஆண்டுகள் கூட தாக்குப்பிடிக்க முடியவில்லை. தொடர்ந்து பிரதமர் பதவியை ஏற்ற சந்திரசேகரால் சில மாதங்களைக்கூடத் தாண்ட முடியவில்லை. இந்த முறை ராஜீவ் நம்பிக்கையுடன் இருந்தார். மக்களே, காங்கிரஸுக்கு வாக்களியுங்கள். நிலையான ஆட்சி தருவோம். நிச்சயமாக.

வானத்தில் பறப்பது சுகமானது. மிதக்கலாம். வளையலாம். சுற்றிச் சுற்றி வரலாம். திடீரென்று கீழே தாழப் பறந்து பிறகு மேலே எழும்பலாம். வித்தை காட்டலாம். ஆபத்து? உண்டு. ஆனால் நிச்சயம் அடுத்தவர்களால் அல்ல. விமானத்தின் கண்ட்ரோல் முழுவதையும் கை விரல்களில் கொண்டுவந்துவிட்டால் பிரச்னை இல்லை. ஒரு விமானியாக இருந்தவரை ஒட்டுமொத்த கண்ட்ரோலும் கை விரல் நுனியில் இருந்தது ராஜீவுக்கு.

தரையில் அது சாத்தியமில்லை என்று தோன்றியது. வானம் போல் இல்லை பூமி. குறிப்பாக, அரசியல் தளம் மிகவும் வழுவழுப்பானது. நீங்களாகவே விழாது போனால், உங்களைப் பிடித்துத் தள்ளிவிடுவார்கள்.

இருட்டியிருந்தது. கரடு முரடான அந்தச் சாலையில் ஜன்னல் அருகே கைகளை முட்டுக்கொடுத்தபடி சென்றுகொண்டிருந்தார் ராஜீவ். போரூரிலும் பூந்தமல்லியிலும் பிரசாரம் முடிந்து விட்டது. அடுத்து ஸ்ரீபெரும்புதூர். திரண்டிருக்கும் மக்களைப் பார்த்தால் உற்சாகம் அதிகரிக்கவே செய்கிறது. ராஜீவ், ராஜீவ் என்று அவர்கள் குரல் கொடுக்கும்போது, கைகளை உயர்த்தி அசைக்கும்போது, உனக்கு எனக்கு என்று போட்டி போட்டுக் கொண்டு கைகுலுக்கும்போது, சால்வை போர்த்தும்போது, ஜிவ்வென்று பறக்கும் உணர்வு தோன்றுகிறது.

எப்படியாவது இந்த முறை ஜெயித்துவிடவேண்டும்.

காரின் வேகம் குறைந்தது. இந்திரா காந்தியின் சிலைக்கு முன்னால் வந்து நின்றது. இறங்கினார் ராஜீவ். பறந்துகொண்டிருந்த ராஜீவை, கீழே வா என்று தரைக்குக் கொண்டு வந்த தாயார். அவருக்கொரு வணக்கமும் மாலையும். மைதானத்தை நோக்கி நடக்க ஆரம்பித்தார்.

ராஜீவ், ராஜீவ், ராஜீவ். புன்னகை செய்தபடி கைகளை அசைத்தார் ராஜீவ். தமிழகக் காவல் துறை ஐ.ஜி. ஆர்.கே.ராகவனின் தலைமையில் 300 காவலர்கள் தயாராக இருந்தார்கள்.

மரகதம் சந்திரசேகரின் மகள் லதா பிரியகுமார், அவர் உதவியாளர் லதா கண்ணன், அவர் மகள் கோகிலா மூவரும் சிவப்புக் கம்பளம் விரிக்கப்பட்டிருந்த பகுதிக்கு அருகே காத்திருந்தார்கள். கோகிலா கையில் ஒரு காகிதம். ராஜீவைப் புகழ்ந்து இந்தியில் எழுதப்பட்ட கவிதை அது. ராஜீவுக்கு அதை படித்துக் காட்டியாகவேண்டும். நிகழ்ச்சி பொறுப்பாளர் ஏ.ஜே. தாஸிடம் (மரகதம் சந்திரசேகரின் உதவியாளர்) அனுமதி வாங்கியாகி விட்டது. படித்துக்காட்டியதும் என்ன செய்வார் ராஜீவ்? தட்டிக் கொடுப்பாரா? பாராட்டுவாரா? ஏதாவது பேசுவாரா? அவருடன் சேர்ந்து புகைப்படம் எடுத்துக்கொள்ளமுடியும்தானே?

இவர்களுடன்தான் காத்துக்கொண்டிருந்தார் அந்தப் பெண். சந்தன மாலைப் பெண். சற்றுத் தள்ளி பைஜாமா குர்தாவில் ஒரு நபர். அசப்பில் பத்திரிகையாளர் தோற்றம். கையில் ஒரு குறிப்பேடு, பேனா. அவரையும் யாரும் விசேஷமாகக் கவனிக்கவில்லை.

ராஜீவ் புன்னகையுடன் சால்வைகளை வாங்கிக்கொண்டார். துடிப்புடன் பாய்ந்து வரும் கரங்களை அதே துடிப்புடன் பிடித்துக் குலுக்கினார். ராஜீவ், ராஜீவ், ராஜீவ்!

படபடப்புடன் காத்துக்கொண்டிருந்த கோகிலாவை நெருங்கினார் ராஜீவ். நடுங்கும் விரல்களுடன் கோகிலா அந்தக் கவிதையைப் படித்து முடித்தார். நன்றாக இருந்தது பெண்ணே! நான் அதை ரசித்தேன்.முதுகில் ஒரு செல்லத் தட்டு.

சந்தன மாலைப் பெண் நகர்ந்து நகர்ந்து லதா கண்ணனுக்கு அருகில் நின்றுகொண்டார். ராஜீவை நோக்கி அவர் மேலும் நகர்ந்தபோது, அந்தப் பிரிவில் இருந்த சப்-இன்ஸ்பெக்டர் அனுசூயா அவரைத் தடுத்து நிறுத்தினார். என்ன அங்கே சலசலப்பு என்பதாக ராஜீவ் அந்தப் பக்கம் திரும்பினார். அனுசூயாவைப் பார்த்து மெலிதாகப் புன்முறுவல் பூத்தார். வேண்டாம், தடுக்காதீர்கள்.

அந்தப் பெண் ராஜீவை நெருங்கினார்.

வெடிக்கும் சத்தம். அலறும் சத்தம். துடிக்கும் சத்தம். அழுகைச் சத்தம். திரும்பும் பக்கமெல்லாம் புகை. ஒன்றுமே தெரிய வில்லை. ஒன்றுமே புரியவில்லை.

மேடைக்கு மேலே இருந்த மூப்பனாரும் வாழப்பாடி ராம மூர்த்தியும் குதித்து ஓடிவந்தார்கள். ராஜீவ்! தரையில்தான் தேடினார்கள் அவரை. இங்கே ராஜீவ் இருக்கக்கூடாது. நிச்சயம் இருக்கக்கூடாது. தாவிச் சென்று எங்காவது அவர் விழுந்திருக்க வேண்டும். ஏய், அங்கே போய்த் தேடுங்கள்.

லோட்டோ ஷூ காட்டிக்கொடுத்தது. புதிய வெள்ளை ஷூ. புழுதி படர்ந்த வெள்ளை.

கம்பளத்தின் ஒரு பகுதியில் தீ இன்னமும் எரிந்து கொண்டிருந்தது.

•

கூப்பிடு சி.பி.ஐ.யை!

அப்போது தமிழ் நாட்டில் கவர்னர் ஆட்சி. சட்டம், ஒழுங்கு சீர்கெட்டுவிட்டது என்று தி.மு.க. ஆட்சியை சில மாதங்களுக்கு முன்னர்தான் சந்திரசேகர் அரசு டிஸ்மிஸ் செய்திருந்தது. ஆகவே, கவர்னர் பீஷ்ம நாராயண் சிங் சி.பி.ஐ.யை அழைத்தார்.

டெல்லியில் இருந்து தடய அறிவியல் துறை நிபுணர்களும் தேசியப் பாதுகாப்புப் படையின் வெடிகுண்டு நிபுணர்களும் அவசர அவசரமாக ஓடிவந்தார்கள். குண்டு வெடித்தபோது ராஜீவ் காந்திக்கு அருகில் இருந்தவர்கள் மொத்தம் பதினேழு பேர். அந்தப் பதினேழு பேரும் ராஜீவுடன் சேர்ந்து சிதறிப் போயிருந்தார்கள். சாட்சி சொல்ல ஒருவரும் இல்லை.

மைதானத்தை முற்றிலுமாகப் பெருக்கி எடுத்து முக்கியத் தடயங்களை மட்டும் பிரித்தெடுத்தார்கள். முக்கியம் என்று அவர்கள் முதலில் கருதியது ரத்தத்துக்கும் சதைத் துணுக்கு களுக்கும் இடையே விழுந்துகிடந்த அந்தக் கறுப்பு கேமராவை. கேமராவுக்கு இன்னமும் உயிர் மிச்சமிருந்தது. ஆனால் படம் எடுத்த புகைப்படக்காரர்தான் இறந்துபோயிருந்தார்.

அடுத்த முக்கியத் தடயம், சிதறிக் கிடந்த ஒரு துண்டுத் துணி. மூன்று வெவ்வேறு துணிகளை இணைத்து உருவாக்கப்பட்ட

டெனிம் வகைத் துணி அது. அந்தத் துணியுடன் ஒயர் துண்டுகள் இணைக்கப்பட்டிருந்தன. சதையின் திசுக்களும் ஒட்டிக்கொண் டிருந்தன. சந்தேகம் தோன்றியதும் மற்ற பகுதிகளை தேடிப் பிடித்து அதற்கு ஒரு வடிவம் கொடுத்தார்கள். கிடைத்த வடிவம், உடைக்குள் அணியும் வெஸ்ட் ஜாக்கெட். உடலை இறுக்கிப் பிடிப்பதற்கு வசதியாக துணி பெல்ட் ஒன்றும் தைக்கப் பட்டிருக்கவேண்டும்.

புரிந்தது. அந்த பெல்ட்டை அளவு எடுத்தார்கள். 8 செ.மீ. அகலம். 65 செ.மீ. உயரம். வெடிகுண்டுக்கான ஒயர்கள் வெளி யில் தெரியாமல் இருக்க பிரத்தியேக 'பைப்பிங்' கொடுத்துத் தயாரித்திருக்கிறார்கள். புகைப்படங்களை மீண்டும் எடுத்து வைத்துக்கொண்டு அலசினார்கள். இதோ. ஒரு பெண்ணின் உடல். தனியாக. கை, கால்கள் துண்டாகக் கிடந்தன. சிதறிக் கிடந்த உடல் பகுதிகளில் ஆரஞ்சு மற்றும் மஞ்சள் நிறத் துணிப்பிசிறுகள்.

சரி, பொட்டலத்தைப் பிரி. வேறு என்னென்ன இருக்கிறது பார். நூற்றுக்கணக்கான சின்னச் சின்ன இரும்பு குண்டுகள் (Pellets). பிறகு, 9 வோல்ட் கோல்டன் பவர் பேட்டரி ஒன்று. எலக்ட்ரானிக் டெடனேட்டர் ஒயர்கள். கனெக்டர். இரண்டு ஸ்விட்ச்கள். தலைமுடி.

போஸ்ட்மார்ட்டம் ரிப்போர்ட் வந்து சேர்ந்தது. இறந்து போனவர்கள், காயமடைந்தவர்கள் அத்தனை பேர் உடலிலும் சின்னச் சின்ன குண்டுகள் கண்டெடுக்கப்பட்டுள்ளன. பொட்ட லத்தில் இருந்த அதே குண்டுகள்.

தடய அறிவியல் பரிசோதனையின் ரிப்போர்ட்டும் வந்தது.

நிச்சயம், ஆர்.டி.எக்ஸ்.தான். சுமார் அரைக் கிலோ எடை கொண்ட பத்தாயிரம் உலோகக் குண்டுகளை ஆர்.டி.எக்ஸ். வெடிமருந்துடன் கலந்திருக்கிறார்கள். அந்தக் கலவையை, கொலையாளி தனது உள் ஆடையில் மறைத்துவைத்திருக்க வேண்டும். இருப்பதிலேயே வசதியானது இடுப்பு பெல்ட் பகுதியில்தான். இதற்குள் ஒயர்களைப் பொருத்தி அதனை ஒன்பது வோல்ட் கோல்டன் பவர் பேட்டரியுடன் இணைத் திருக்கவேண்டும். மொத்தம் இரண்டு சுவிட்சுகள். எங்கள் அனுமானம் இதுதான். முதல் சுவிட்ச் வெடிப்பதற்காக

இயக்கப்படவேண்டியது. இரண்டாவது, எதிர்பாராத விதமாக விபத்து ஏற்படுவதைத் தடுக்க.

ஆர்.டி.எக்ஸ் வெடிமருந்துடன் எதற்கு உலோகக் குண்டுகளை கலக்கவேண்டும்? கூடுதல் சேதத்தை விளைவிக்கத்தான் என்றார்கள். வெடிகுண்டு வெடிக்கும்போது ஆயிரக்கணக்கான சிறு குண்டுகள் நாலாபுறமும் சீறிப் பாய்ந்து கண்ணில் தென்படும் அனைத்தையும் அழிக்கும்.

கொலையாளி என்ன செய்திருக்கவேண்டும் என்பதையும் அவர்கள் கணித்திருந்தார்கள். ராஜீவை நெருங்கியதும் முதல் சுவிட்ச் ஆன் செய்யப்பட்டிருக்கவேண்டும். அதுவும், சரியான தருணத்தில் இயக்கப்பட்டிருக்கவேண்டும். அதாவது கொலையாளி, ராஜீவின் முகத்துக்கு அருகே இருக்கும்போது. அப்போதுதான் விளைவு படுபயங்கரமாக இருக்கும்.

இறுதியாக, தடய அறிவியல் நிபுணர்கள் சொன்னது இதைத் தான். நாங்கள் எத்தனையோ கேஸ்களைப் பார்த்திருக்கிறோம். வகை வகையான வெடிகுண்டுகளை ஆராய்ந்திருக்கிறோம். ஆனால், எங்கள் சர்வீஸில் இப்படி ஒரு பெல்ட் வெடிகுண்டை நாங்கள் பார்த்தது கிடையாது. மிக மிகக் கவனமாக, நுணுக்க மாக உருவாக்கியிருக்கிறார்கள். நிச்சயம் தேர்ந்த கைகள்தாம்.

ராஜீவின் போஸ்ட்மார்ட்டம் ரிப்போர்ட் வந்தது. மொத்தம் 22 காயங்கள். கபாலப் பகுதியில் உள்ள எலும்புகள் நொறுக்கப் பட்டிருந்தன. மூளை சிதறிவிட்டது. முகம், உதடுகள், மூக்கு, கண்கள் எல்லாமே சிதைந்துவிட்டன. முகவாய்க்கட்டை எலும்புகள் பொடிப்பொடியாக உதிர்ந்துகிடந்தன. குடல்கள், கல்லீரல் வெளியில் கிடந்தன. இடது நுரையீரல் சிதைந்து விட்டது. வலது கைப் பெருவிரலும், ஆள்காட்டி விரலும் சேதமாகியிருந்தன. தவிரவும், உடலில் உள்ள அத்தனை எலும்புகளும் உள்ளுக்குள் உதிர்ந்திருந்தன. ஏராளமாக குட்டி குண்டுகள் உடல் முழுவதும் பரவித் துளையிட்டிருந்தன.

•

சி.பி.ஐ.யின் சிறப்பு இயக்குனர் டி.ஆர்.கார்த்திகேயனின் தலைமையில் ஒரு சிறப்புப் புலனாய்வுக் குழு (Special Investigation Team - SIT) அமைக்கப்பட்டது. விசாரணையும் உடனடியாக ஆரம்பித்தது.

சல்வார் கமீஸ் பெண்ணின் சிதறிய தலை, இடது கை, தொடை, கால்களில் இருந்து எடுக்கப்பட்ட திசுக்கள், மைதானத்தில் கண்டெடுக்கப்பட்ட சிதறிய டெனிம் துணிப் பிசிறுகளில் ஒட்டிக்கொண்டிருந்த திசுக்கள் இரண்டையும் ஹைதராபாத்தில் இருந்த சென்டர் ஃபார் செல்லுலர் அண்டு மாலிகுலர் பயாலஜிக்கு அனுப்பிவைத்தார்கள். அவர்கள் ரிப்போர்ட் அனுப்பினார்கள். ஆம், இரண்டும் ஒன்றே.

விபத்து நடந்த இடத்தில் கண்டெடுக்கப்பட்ட கேமராவில் ஃபிலிம் பத்திரமாக இருந்திருக்கிறது. மொத்தம் பத்து புகைப் படங்கள் கிடைத்தன. அவற்றுள் மூன்று இறுதியாக எடுக்கப் பட்டவை. குண்டு வெடிப்பதற்குச் சற்று முன்னால். ஆகவே, அந்தக் கேமராவில் இருந்து ஆரம்பித்தார்கள்.

முதல் புகைப்படம். கையில் சந்தன மாலையுடன் அந்தப் பெண். பச்சையும் ஆரஞ்சும் கலந்த நிறத்தில் சல்வார் கமீஸ். கண்களில் கண்ணாடி. லதா கண்ணன், கோகிலா இருவருக்கும் மத்தியில் நின்றுகொண்டிருந்தார் அவர். அவர்களுக்கும் எனக்கும் சம்பந்த மில்லை என்பதுபோல் சற்றுத் தள்ளி கையில் ஒரு குறிப் பேட்டுடன், குர்தா பைஜாமாவுடன், கண்ணாடி அணிந்து கொண்டு ஒருவர்.

இரண்டாவது புகைப்படத்தில், இரண்டு பெண்கள் பட்டுப் புடைவையில்.

மூன்றாவது புகைப்படத்தில், கோகிலாவைத் தட்டிக்கொடுக் கிறார் ராஜீவ் காந்தி. அவருக்குப் பின்னால், சந்தன மாலையுடன் அந்தப் பெண்.

புரிந்துவிட்டது. அந்தச் சந்தன மாலை பெண்தான்.

சரி, அந்த குர்தா பைஜாமா நபர் யார்? பார்த்துக்கொள்ளலாம். அத்தனை புகைப்படங்களையும் எடுத்துக்கொண்டு மருத்துவ மனையில் சிகிச்சை எடுத்துக்கொண்டிருக்கும் சப்-இன்ஸ் பெக்டர் அனுசூயாவிடம் ஓடினார்கள். புகைப்படத்தை வாங்கிப் பார்த்தார் அனுசூயா. திக்கித் திக்கித்தான் பேசினார். ஆம், குர்தா பைஜாமா நபர், சல்வார் கமீஸ் பெண், கண்ணாடி அணிந்த பெண், புகைப்படக்காரர் - அத்தனை பேரையும் அங்கே பார்த்தது நினைவில் இருக்கிறது.

விசாரணை நடந்துகொண்டிருந்தபோதே புகைப்படக்காரரது படமும் அவரது கேமராவில் பதிவாகியிருந்த அத்தனை புகைப் படங்களும் தி ஹிந்து பத்திரிகையில் அச்சாகிவிட்டிருந்தது. உடனே தி ஹிந்து அலுவலகத்தை தொலைபேசி அழைத்தது. அழைத்தவர் ஒரு பத்திரிகையாளர். தன்னை அறிமுகம் செய்துகொண்டார். புகைப்படம் எடுத்தவர் பெயர் ஹரிபாபு. ஹரிபாபுவை எனக்குத் தெரியும். என்னிடம்தான் கேமராவைக் கடன் வாங்கிச்சென்றார். மற்றபடி, ஹரிபாபு மிகச் சிறந்த கலைஞர். பேசி முடிப்பதற்கு முன்னால் அவர் சொன்ன தகவல் இது. சுபா சுந்தரம் என்று ஒரு புகைப்படக் கலைஞர் இருக்கிறார். விடுதலைப் புலிகளின் ஆஸ்தானப் புகைப்படக்காரர். ஹரிபாபு அவரது சீடர்.

சுபா சுந்தரம் குறித்து சி.பி.ஐ. பின்னர் அறிந்துகொண்ட தகவல்கள் இவை. விடுதலைப் புலிகள் பிரசாரகர் பேபி சுப்ரமணியத்துக்கு மிகவும் வேண்டப்பட்டவர் சுபா சுந்தரம். 1990-ம் ஆண்டு யாழ்ப்பாணம் போயிருக்கிறார்.

•

விடுதலைப் புலிகளின் நம்பர் டூ என்று அறியப்பட்ட கிட்டு அப்போது லண்டனில் இருந்தார். சென்னையில் இருந்து தி ஹிந்து அவரைத் தொடர்புகொண்டபோது, கிட்டு திட்டவட்ட மாகச் சொல்லிவிட்டார். எங்களுக்கும் ராஜீவ் காந்தி கொலைக் கும் சம்பந்தமில்லை.

இரண்டு வாரங்கள் கழிந்துவிட்டன. தங்களிடம் இருந்த ஒரே ஆதாரமான சல்வார் கமீஸ் பெண்ணின் புகைப்படத்தைப் பிரதி எடுத்து இலங்கை முழுவதும் பரப்பினார்கள். இந்தப் பெண்ணைப் பற்றிய தகவல் அறிந்தால் தொடர்புகொள்ள வேண்டிய முகவரி இதோ. அவ்வளவுதான். தொலைபேசி, தந்தி, கடிதம் என்று குவிந்துவிட்டது. ஐயோ, இவர் விடுதலைப் புலிகள் இயக்கத்தைச் சேர்ந்த பெண்தான் என்று பலர் கற்பூரம் அடித்துச் சத்தியம் செய்தனர். சரி, பெயர் என்ன? ஒருவர் சுமதி என்றார். மற்றொருவர் மாலதி என்றார். இல்லை, இல்லை அகிலேஸ்வரி என்றார் மற்றொருவர். விசாரணையைத் தீவிர மாக்கியபோது அவரது பெயர் தனு என்றும், கொழும்பைச் சேர்ந்தவர், வேதியியல் ஆசிரியர், சென்னை கிறிஸ்துவக் கல்லூரியில் படித்தவர் என்றும் தகவல்கள் கிடைத்தன.

இதற்கிடையில், குர்தா பைஜாமா மர்ம மனிதனின் புகைப் படத்தை தூர்தர்ஷன் உள்ளிட்ட அத்தனை மீடியாவிலும் ஒலிபரப்பினார்கள். சி.பி.ஐ.க்குக் கால் மேல் கால். இவரை நிச்சயம் பார்த்திருக்கிறோம். இங்கே, அங்கே, பல இடங்களில்.

1991, ஜூன் 8-ம் தேதி ராய்டர்ஸுக்கு அளித்த பேட்டியில் பிரதம மந்திரி சந்திரசேகர் தன் சந்தேகத்தைப் பதிவு செய்தார். செய்தது விடுதலைப் புலிகள்தான் (எல்.டி.டி.ஈ). ஆனால், சர்வதேச அளவில் யாராவது சொல்லி அவர்கள் இதனைச் செய்திருக்கலாம்.

●

புகைப்படக்காரர் ஹரிபாபுவின் உறவினர் ஒருவரின் வீட்டை உடைத்து உள்ளே நுழைந்தபோது கத்தை கத்தையாக ஆவணங்கள் பிடிபட்டன. வேலூரில் அடைபட்டிருக்கும் விடு தலைப் புலிகள் குறித்த விவரங்கள். சிறைச்சாலையின் புகைப் படங்கள். ஹரிபாபுவின் கடிதங்கள். என்னென்னவோ வரை படங்கள். பிறகு, விடுதலைப் புலிகள் குறித்த பிரசுரங்கள். அந்த இயக்கத்தின் பெருமைகளை விவரிக்கும் கட்டுரைகள். ஏன் தமிழ் ஈழம் அமையவேண்டும் என்பதை விளக்கும் பல்வேறு உரைகள். எடுத்துப் புரட்டியபோது முகத்தில் அறைந்த ஒரு விஷயம் இது. எல்லாமே, எல்லாமே இந்திய அரசாங்கத்துக்கு விரோதமான எழுத்துகள். குறிப்பாக, ராஜீவுக்கு எதிரானவை.

எங்கே அச்சடிக்கப்பட்ட பிரசுரங்கள் இவை? விடுதலைப் புலிகளுக்கு ஆதரவாக இயங்கும் பதிப்பகங்கள் எங்கெல்லாம் இருக்கின்றன? தேடிக்கொண்டு போனபோது, பாக்கியநாதன் சிக்கினார். ஒப்புக்கொண்டார் பாக்கியநாதன். ஆம், விடுதலைப் புலிகளுடன் தொடர்பு உண்டு. புகைப்படத்தில் அதோ அங்கே உட்கார்ந்திருக்கிறாரே அவர்தான் நளினி. என் தங்கை. ஹரிபாபு எடுத்த ஒரு படத்தில் பட்டுப்புடவையுடன் காட்சி அளிக்கும் இருவரில் ஒருவர். மற்றொருவர் சுபா, அவரும் என் தங்கை.

போ. நளினியைப் பிடி. சென்னையில் ஒரு தனியார் நிறுவனத் தில் சுருக்கெழுத்தாளராகப் பணியாற்றிக்கொண்டிருந்தார் நளினி. பிறகு, நளினியின் தாயார் பத்மாவைப் பிடித்தார்கள். பிறகு, நளினியின் காதலர் முருகனை. விடுதலைப் புலிகளின் உளவுத்துறையில் இருப்பவர் முருகன். பாக்கியநாதனுக்குத் தெரிந்தவர். 1991 பிப்ரவரியில் வீட்டில் வந்து தங்கியிருக்கிறார்.

நளினியுடன் அப்போது ஆரம்பித்த பழக்கம். ஓய்வு கிடைக்கும் போதெல்லாம் நளினியை உட்காரவைத்துப் பேசியிருக்கிறார். இலங்கைத் தமிழர்கள் பற்றி. சிங்கள அரசாங்கத்திடம் சிக்கிச் சீரழியும் அவர்கள் வாழ்க்கை பற்றி. இந்தியாவின் தலையீடு பற்றி. ராஜீவ் காந்தி பற்றி. இந்திய அமைதிப்படையின் அராஜகங்கள் பற்றி.

குர்தா பைஜாமா நபர் பற்றியும் சில துப்புகள் கிடைத்தன. பெயர் சிவராசன். ஒற்றைக் கண். 1983-ம் ஆண்டு TELO (Tamil Eelam Liberation Organisation) என்னும் தமிழ் ஈழத்துக்காகப் போராடும் அமைப்பு ஒன்றில் சேர்ந்துகொண்டவர். பின்னர், மனக்கசப்பு ஏற்பட்டு விடுதலைப் புலிகள் அமைப்புக்குத் தாவினார்.

ஒவ்வொரு புதிராக அவிழத் தொடங்கியது. கர்நாடகாவில் உள்ள கோனகுண்டே என்னும் பகுதியில் சிவராசன், சுபா இருவரும் தங்கியிருந்தது கண்டுபிடிக்கப்பட்டது. உடனே கிளம்பினார்கள். கருப்புப் பூனைப்படை தயார் செய்யப்பட்டது. 1991, ஆகஸ்ட் 18. இரவு முழுவதும் அந்த வீட்டைக் கண்காணித்துக் கொண்டிருந் தார்கள்.

கதவை உடைக்க ஒரு நொடி போதும். ஆனால், காத்திருக்க முடிவு செய்தார்கள். விடியட்டும். எப்படியும் வெளியில் வந்தே தீரவேண்டும். மடக்கிவிடலாம். மிகச் சரியாக அதே இடத்தில், அதே வீட்டுக்கு முன்னாலா ஒரு டிரக் பிரேக்டவுன் ஆகி நின்றது. ஜன்னலைத் திறந்து யாராவது பார்த்திருக்கவேண்டும். போலீஸ் வந்துவிட்டது என்று நினைத்திருக்கவேண்டும். உள்ளிருந்து துப்பாக்கிகள் வெடிக்க ஆரம்பித்தன.

கருப்புப் பூனைப் படைக்கு வேறு வழி தெரியவில்லை. பதிலுக்குச் சுட ஆரம்பித்தார்கள். சில கமாண்டோக்கள் தனியாகப் பிரிந்து வீட்டுக்குள் நுழைந்தார்கள். பூனை பாதம் பொருத்தித்தான் நடந்தார்கள். மெல்ல, மெல்ல. தயார் நிலையில் இருந்தபடி கதவைத் திறந்தார்கள். உள்ளே ஏழு உடல்கள் கிடைத்தன. சுபா உள்ளிட்ட ஆறு பேருக்கு சயனைடு உதவியிருக்கிறது. சிவராசன் தன் நெற்றிப்பொட்டில் துப்பாக்கியைப் பிடித்து அழுத்தியிருக் கிறார்.

இரண்டு விசாரணை கமிஷன்கள் நியமிக்கப்பட்டன. அப்போதைய பிரதமர் சந்திரசேகர் நியமித்த ஜஸ்டிஸ் வர்மா

கமிஷன். பிறகு, அடுத்த பிரதமர் நரசிம்ம ராவ் நியமித்த ஜஸ்டிஸ் ஜெயின் கமிஷன்.

ஜெயின் கமிஷன் பகிரங்கமாகவே அரசாங்கத்தின் மீது குற்றச் சாட்டு வைத்தது. எங்களுக்கு அரசாங்கத்திடம் இருந்து போதிய ஆதரவு கிடைக்கவில்லை. நரசிம்ம ராவ் சரிவர ஒத்துழைக்க வில்லை.

•

வழக்கு சென்னையில் சிறப்பு நீதிமன்றம் ஒன்றில் நடந்தது. எல்லாவற்றையும் தொகுத்து குற்றப்பத்திரிகை தாக்கல் செய்ய சி.பி.ஐக்கு ஒரு வருடம் பிடித்தது. அதன் சாராம்சம் இது.

ராஜீவ் காந்தியைக் கொல்வதற்கு பிரபாகரன் 1986-ம் ஆண்டே திட்டமிட்டிருந்தார். பிரபாகரன், ஆன்டன் பாலசிங்கம் இரு வரும் இது பற்றி உரையாடியிருக்கிறார்கள். ராஜீவ் காந்திமீது பிரபாகரன் கடும் கோபத்தில் இருந்தார். அவரை முடித்து விடவேண்டும் என்று சொன்னாராம். ரேடியோ சிக்னல்கள் சிலவற்றை வழிமறித்து, உடைத்துப் பார்த்து இந்த விஷயங் களை உளவுத்துறை தெரிந்துகொண்டது. இதோ, ஆதாரம்.

ராஜீவ் கொலை வழக்கில் முதன்மைக் குற்றவாளி பிரபாகரன். பிறகு, விடுதலைப் புலிகளின் உளவுத்துறைத் தலைவர் பொட்டு அம்மான். இருவரையும் இந்திய அரசாங்கம் இலங்கையிலிருந்து அழைத்து வந்து விசாரிக்கவேண்டும்.

குற்றவாளிகள் என்று நாங்கள் அடையாளம் கண்டவர்கள் மொத்தம் 41 பேர். பிரபாகரன், பொட்டு அம்மான், அகிலா (பெண்புலி உளவுத்துறையைச் சேர்ந்தவர்). மூவரும் தலை மறைவாக உள்ளனர். 12 பேர் தற்கொலை செய்துகொண்டு இறந்துவிட்டார்கள். 26 குற்றவாளிகள் மீது வழக்கு பதிவு செய்துள்ளோம் (251 தனித்தனி வழக்குகள்). அந்த 26 பேரில் 13 பேர் இந்தியர்கள். மிச்சமுள்ள 13 பேர் இலங்கைத் தமிழர்கள். குற்றவாளிகளுள் மூத்தவர், கனகசபாபதி. கைது செய்யப் பட்டபோது அவர் வயது 72. இளையவர் ஆதிரை. வயது 17.

மொத்தம் 1,044 சாட்சிகள்.

தட்ஸ் ஆல் யுவர் ஆனர்.

ராஜீவ் படுகொலை நடந்து ஆறரை ஆண்டுகளுக்குப் பிறகு, ஜனவரி 28, 1998-ம் ஆண்டு சிறப்பு நீதிமன்ற நீதிபதி வி. நவநீதம் தீர்ப்பு அளித்தார். பூட்டிய கதவுகளுக்கு உள்ளே தீர்ப்பு வாசிக்கப்பட்டது. பத்திரிகையாளர்கள் உள்ளிட்ட ஒருவருக்கும் உள்ளே அனுமதியில்லை. மாலை 5.45-க்கு தீர்ப்பு வாசிக்கப் பட்டது. குற்றம் சாட்டப்பட்ட 26 பேருக்கும் மரண தண்டனை.

•

அவ்வளவுதானா?

எல்லாப் புதிர்களுக்கும் விடை கிடைத்துவிட்டது என்றுதான் எல்லோரும் நினைத்தார்கள். சந்தேகங்கள் ஒவ்வொன்றாக வெளிவர ஆரம்பித்தன.

குற்றம் சாட்டப்பட்டவர்களுக்கு ஆதரவான சாட்சியங்கள் எதுவும் விசாரிக்கப்படவில்லை. விடுதலைப் புலிகள் ஆதரவாளர்கள் சிலர் ராஜீவ் காந்திக்கு எதிராகவும் இந்திய அமைதிப்படைக்கு எதிராகவும் பேசியபோது எடுக்கப்பட்ட வீடியோ காட்சிகள் ஆதாரங்களாகச் சமர்ப்பிக்கப்பட்டன. விடுதலைப் புலிகளுக்கு ராஜீவ் மீதான வெறுப்பு நிரூபிக்கப் பட்டது. சரி. விடுதலைப் புலிகள்தான் இந்தக் கொலையைச் செய்தனர் என்பதற்கு இந்த வீடியோ காட்சிகள் மட்டும் போதுமா? ராஜீவை வெறுத்த ஒரே இயக்கம் விடுதலைப் புலிகள் மட்டும்தானா?

எல்லாம் கிடக்க ஸ்ரீபெரும்புதூர் தேர்ந்தெடுக்கப்பட்டது ஏன்? ராஜீவ் காந்தியின் அன்றைய தினத்துக்கான செயல்திட்டத்தில் ஸ்ரீபெரும்புதூர் நிச்சயம் இல்லை. தில்லியில் யாரோ சொல்லி அதைச் சேர்த்திருக்கிறார்கள். ஸ்ரீபெரும்புதூரை நேரில் சென்று பார்த்த விசாரணைக் குழு அதிர்ந்து போனது. பொட்டல் வெளி. சுற்றிலும் முள்புதர்கள். அருகில் நெடுஞ்சாலை. யார் வேண்டு மானாலும் நுழையலாம். ரகசியமாக. யார் போட்ட திட்டம் இது?

பாலஸ்தீன விடுதலை இயக்கத்தின் (PLO) தலைவர் அப் போதைய பிரதமர் சந்திரசேகரைப் பிரத்தியேகமாக அழைத்து எச்சரித்திருக்கிறார். ராஜீவ் காந்தி பத்திரம். அவரைக் கொல்ல சதிவேலைகள் நடந்துகொண்டிருக்கின்றன. சந்திரசேகர் இந்த எச்சரிக்கையை அசட்டை செய்தது ஏன்?

தனு விடுதலைப் புலிகள் இயக்கத்தைச் சேர்ந்தவர் என்பதற்குப் போதுமான சாட்சியங்கள் அளிக்கப்படவில்லை. விடுதலைப் புலிகள் இயக்கத்தைச் சேர்ந்த பெண் போராளிகளின் புகைப் படங்களை எடுத்துவைத்துக்கொண்டு வரிசையாக ஒப்பிட்டிருக் கிறார்கள். தனு போன்ற ஒருவரின் புகைப்படம் கிடைத் திருக்கிறது. இவர்தான் அவர் என்று சொல்லி முடித்துக்கொண்டு விட்டார்கள்.

சிறப்பு நீதி மன்றத்தின் தீர்ப்பை எதிர்த்து உச்ச நீதிமன்றத்தில் வழக்கு தொடுக்கப்பட்டது. விசாரணையின் முடிவில், நான்கு பேரைத் தவிர அனைவரும் விடுதலை செய்யப்பட்டனர்.

1992-ம் ஆண்டு இந்தியா, விடுதலைப் புலிகள் அமைப்பைத் தடை செய்தது. இன்றுவரை இந்தத் தடை நீடிக்கிறது.

•

ஏப்ரல் 10, 2002. பதினைந்து ஆண்டுகளுக்குப் பிறகு முதன் முறையாகக் கிளிநொச்சியில் பத்திரிகையாளர்களைச் சந்தித்தார் பிரபாகரன். ராஜீவ் காந்தி படுகொலைக்கும் விடுதலைப் புலிகளுக்கும் தொடர்பு உண்டா?

அது ஒரு துன்பியல் சம்பவம் என்றார் பிரபாகரன்.

அதற்கு மேல் சொல்வதற்கு எதுவுமில்லை என்பது போல் அடுத்த காரியத்தைப் பார்க்க ஆரம்பித்துவிட்டார்.

2. திரியைக் கொளுத்து

'ஐயோ, நாம் தொலைந்தோம். இலங்கையின் அரசாங்க மொழியாகச் சிங்களத்தை அறிவிக்கப் போகிறார்கள். எந்த நிமிடமும் அரசாணையை எதிர்பார்க்கலாம். தீர்ந்தது கதை.'

ஒரு நொடி கூட யோசிக்கவில்லை செல்வநாயகம். உதடுகள் படபடக்க உத்தரவிட்டார்.

'இனி நாம் தாமதிக்கக்கூடாது. சத்தியாகிரகப் போராட்டத்தைத் தொடங்குவோம்.'

அரக்கப் பரக்க ஓடிவந்தவர்கள் ஒரு நிமிடம் அப்படியே நின்றார்கள். என்ன பேசிக்கொண் டிருக்கிறார் இவர்? நாம் சொன்னதை இவர் புரிந்து கொண்டாரா, இல்லையா? சத்தியாகிரகம் நடத்தும் நேரமா இது? ஐயா, நம்மை மிதித்துத் துவைத்துக் காயப்போடப் பார்க்கிறார்கள். துரோகிகள். கதர் அணிந்து, கைகூப்பி எதிர்ப்பு தெரிவிக்கவேண்டும் என்கிறீர்களே. இது நியாயமா?

பிறகு? செல்வநாயகம் குரலை உயர்த்தினார். சிங்களர்கள் செய்வது தவறுதான். தமிழர்களை ஒழிப்பதற்காகவே இப்படி ஒரு யுக்தியை அவர்கள் கண்டுபிடித்திருக்கலாம். தமிழர்களின் வளர்ச்சியை

மட்டுப்படுத்தவே இப்படி ஓர் அரசாணையை அவர்கள் கொண்டுவரத் திட்டமிடலாம். அக்கிரமம். அநீதி. ஒப்புக்கொள் கிறேன். நம் எதிர்ப்பைப் பதிவு செய்யவேண்டிய தருணம் இது. ஆனால், நம் எதிர்ப்பின் மொழி சத்தியாகிரகமாக மட்டுமே இருக்கவேண்டும். புரிகிறதா?

ஏதோ சொல்ல வாயெடுத்த அவர்களைச் சைகையால் அடக்கினார் செல்வநாயகம். என்ன செய்யவேண்டும் என்று எதிர்பார்க்கிறீர்கள்? கட்டை, கம்பு, கத்தியை எடுத்துக்கொண்டு போய் குஸ்தி போடவேண்டும் என்றா? கையில் கிடைக்கும் சிங்களர்களின் மண்டையைப் பிளக்கவேண்டும் என்றா? வேண்டாம், மகனே. வன்முறை கலாசாரம் நமக்கு உதவாது. நீண்டகால நோக்கில் அது பலன் தராது. வெட்டி, சாய்த்து, ரத்தத்தைத் தெறிக்கவிட்டு விடுதலை பெற முடியாது. அமைதியாகப் போராடுவோம். வேண்டியதைச் சாதிப்போம்.

நம்பிக்கை இல்லையா? கொஞ்சம் தலையைத் திருப்பிப் பக்கத்து தேசத்தைப் பார். ஆனானப்பட்ட பிரிட்டிஷாரிடம் இருந்தே சுதந்தரத்தை வாங்கிவிட்டார்கள் அவர்கள். எப்படி? பீரங்கி களை உருட்டிக்கொண்டுபோய் நிறுத்தி பயமுறுத்தியா? குண்டு வீசியா? பிரிட்டிஷ் அதிகாரிகளைக் கொன்று குவித்தா? கிடை யாது. சத்தியாகிரகத்தை மட்டுமே போதித்தார் அந்தக் கிழவர். அதைவிட வலிமையான ஆயுதம் வேறு உண்டா? அங்கே அவரால் செய்ய முடிந்ததை, இங்கே நம்மால் செய்து காட்ட முடியாதா?

சரி, ஆகட்டும் என்று கிளம்பினார்கள் அவர்கள். உருண்டு திரண்டு வந்த கோபத்தை அப்படியே மென்று கடித்து முழுங்கி னார்கள். இருக்கும் ஒரே ஆதரவு செல்வநாயகம் மட்டுமே. தந்தை செல்வா! எங்கள் தலைவரே, உங்கள் சொல்பேச்சு கேட்காமல் இருந்துவிடுவோமா?

ஜூன் 5, 1956.

அவர்கள் கிளம்பினார்கள். தந்தை செல்வாவின் தலைமையில் அறவழிப் போராட்டம். தமிழர்களே, வெள்ளமெனத் திரண்டு வாரீர். தெருவில் இறங்கி நடக்க ஆரம்பிக்கும்போதே பலர் ஓடி வந்து இணைந்துகொண்டார்கள். கொழும்பில் காலே ஃபேஸ் ஓட்டல் (Galle Face hotel) அமைந்திருந்த சாலை வழியாகப் புறப்பட்டது அந்தக் குழு. அங்கிருந்து நாடாளுமன்றம் பக்கம்.

தந்தை செல்வா, முஷ்டியை மடக்கிக் கைகளை உயர்த்தலாமா? கொஞ்சம் போல் குரல் எடுத்து கோஷம் எழுப்பலாமா? கையோடு சில எதிர்ப்பு வாசகங்களை தயாரித்து எடுத்து வந்திருக்கிறோம். இதற்கு அனுமதி உண்டுதானே? இவை யெல்லாம் சத்தியாகிரகத்தில் அடங்கிவிடும்தானே? ஓ, தாராளமாக என்றார் செல்வநாயகம்.

அருகேதான் கொழும்புத் துறைமுகம். அன்றைய வேலையை முடித்துக்கொண்டு, அப்போதுதான் வெளியேறிக்கொண்டிருந் தார்கள் சிங்களப் பணியாளர்கள். கோஷம் போட்டபடி எதிர்ப்பட்ட கூட்டத்தைக் கண்டு ஒரு கணம் அப்படியே நின்றுவிட்டார்கள். தமிழர்கள் பங்குபெறும் கூட்டம். என்ன சங்கதி? என்ன எழுதியிருக்கிறார்கள் அந்த பேனரில்? தமிழ் தெரிந்தவர்கள் யாராவது படித்துச் சொல்லுங்களப்பா.

படித்துக் காட்டியதும் அதிர்ந்துபோனார்கள். என்ன திமிர்? சிங்கள தேசத்தில் சிங்களத்தை அரசாங்க மொழியாக அறிவித் தால் இவர்களுக்கு என்ன போச்சு? எல்லாவற்றிலுமா மூக்கை நுழைப்பது? ஒண்ட வந்த பிடாரிகள். இலங்கையை இதுவரை சுரண்டியது போதாதா? வேலை, வீடு, இடம், கௌரவம். எல்லாவற்றையும் அபகரித்தாகிவிட்டது. இன்னமும் என்ன வேண்டுமாம்?

தமிழர்களைப் புறக்கணிக்கும் சிங்கள அரசைக் கண்டிக்கிறோம்! சட்டென்று ஒரு குரல் உயர்ந்தது. அடுத்த கணம், ஒரு சிங்களனின் குரல் உச்சஸ்தாயியில் எதிரொலித்தது. இந்தப் பாழாய்ப்போன தமிழர்களை அடித்து விரட்டுங்கள்! ம், உடனே.

சிங்களர்களின் கையில் முதலில் அகப்பட்ட ஆயுதம், கற்கள். குனிந்து பொறுக்கியெடுத்து, சரமாரியாக வீச ஆரம்பித்தார்கள். அதற்குள் செய்தி பரவ ஆரம்பித்துவிட்டது. நமக்குச் சாதகமான அரசாணையை எதிர்க்கத் தமிழர்கள் கூட்டமாகத் திரண்டு வந்துகொண்டிருக்கிறார்கள். சிங்களர்களே, விரைந்து வாருங் கள். நாம் யார் என்பதை அவர்களுக்கு உணர்த்தியாகவேண்டும்.

மதியத்துக்குள் காலே ஃபேஸ் செண்டர் சாலையில் பத்தாயிரத் துக்கும் அதிகமான சிங்களர்கள் திரண்டுவிட்டார்கள். நாடாளு மன்ற வளாகத்தின் முன்னால் இன்னொரு கூட்டம் தயாராக நின்றது. இங்கேதானே வரப்போகிறாய்? வா அப்பனே வா.

செல்வநாயகம் கைகளைக் குவித்துக் கத்தினார். என்ன ஆனாலும் சரி. உயிரே போனாலும் எதிர்ப்பு காட்டக்கூடாது. புத்தர், இயேசு, காந்தி. மூன்று மகான்களையும் நினைவில் வையுங்கள். அவர் சொன்னாலும் சொல்லாவிட்டாலும் சத்தியா கிரகிகளுக்கு வேறு வழி இருக்கவில்லை. கத்தினார்கள். வசை மொழிந்தார்கள். கைகளைக் கொண்டு தடுத்தார்கள். வலி தாங்காத சிலர் சிதறி ஓடினார்கள். திருப்பித் தாக்கக்கூடாது என்பதல்ல. எதைக் கொண்டு தாக்குவது?

சிங்களர்களுக்கு அந்தப் பிரச்னையே இல்லை. புத்தரும் இயேசு வும் காந்தியும் தமிழர்கள்தான் என்று யாராவது சொல்லியிருந் தால் அவர்களையும் தேடிப்பிடித்து நான்கு போடு போடத் தயாராக இருந்தார்கள் அவர்கள். சளைக்காமல் கல்லை எடுத்து வீசினார்கள். கட்டையைத் தூக்கிக்கொண்டு வந்து தாக்கி னார்கள். பேனரா வைத்திருக்கிறாய் பேனர்? பிடுங்கி, துணியைக் கிழத்து எறிந்துவிட்டு அதே மூங்கில் கம்பால் அடிக்க ஆரம்பித்தார்கள். மனோகரன், வசீகரன். செல்வநாயகத்தின் இரண்டு மகன்கள். இருவருமே தூக்கி எறியப்பட்டார்கள்.

இப்படி ஒரு தாக்குதலை நடத்தவேண்டும் என்று சிங்களர்கள் திட்டமிடவில்லை.ஆனால் ஆயிரம் ஆயிரமாகத் திரண்ட அத்தனை பேரையும் ஒருங்கிணைக்க ஒரு பொறி போது மானதாக இருந்தது. சத்தியாகிரகிகளைத் தாக்குவதோடு நின்றுவிடவில்லை அவர்கள். தமிழனா? பிடி அவனை. அவன் உடைகளைக் களைந்துபோடு. அடி. எங்கே வேண்டுமானாலும் அடி. இவனை விட்டுவைத்தால் இவன் நம்மை விட்டுவைக்க மாட்டான்.

அடுத்தடுத்த கட்டத்தை நோக்கி முன்னேறினார்கள் சிங்களர்கள். வீடு புகுந்து அடிக்க ஆரம்பித்தார்கள். திறந்திருந்த கடைகள் நொறுக்கப்பட்டன. திறக்கப்படாத கடைகள் உடைத்துத் திறக்கப்பட்டு சேதப்படுத்தப்பட்டன. பஸ், ஆட்டோ, வண்டி களில் போவோர் வருவோரை எல்லாம் பிடித்து இறக்கி ஏறி மிதித்தார்கள்.

கொஞ்சம் கவனமாக ஆராய்ந்தால் புரியும். சிங்களம் அரசாங்க மொழியாவதைத் தமிழர்கள் எதிர்க்கிறார்கள். ஆகவே தமிழர் களை எதிர்க்கவேண்டும் என்பது மட்டுமல்ல இங்கே விஷயம். தமிழர்களின் மண்டையைத் தேடிப்பிடித்து உடைக்கும் வெறி

சிங்களர்களுக்குத் திடீரென்று அப்போது தோன்றியிருக்க வாய்ப்பில்லை. உள்ளுக்குள்ளே புகைந்துகொண்டிருந்த பெரும் நெருப்பு அது. வாகாக ஒரு சந்தர்ப்பம் அமைந்ததால் வெளியே கசிந்து வெடித்திருக்கிறது. தமிழன் எங்கெங்கே வசிக்கிறான் என்று அவர்கள் மூளையில் அழுத்தம் திருத்தமாக முன்னரே பதிவாகி இருக்கவேண்டும். எந்தத் தெரு? என்ன நம்பர்? எத்தனை பேர்? பரந்து விரிந்திருக்கும் கடைத்தெருக்களில், தமிழர்களின் கடைகள் எங்கெங்கே என்று அவர்களால் சுலப மாகக் கண்டுபிடிக்க முடிந்திருக்கிறது.

அடி உதைகளுக்கு மத்தியிலும் அந்த சத்தியாகிரகக் கூட்டம் நாடாளுமன்ற வளாகத்தை நோக்கி நகர்ந்துகொண்டுதான் இருந்தது. கூடுதலாக, நல்ல மழை. மதியம் இரண்டு மணிக்கு பிரதமர் பண்டாரநாயகாவுக்கு விஷயம் போய்ச் சேர்ந்தது. அசிரத்தையாகக் கேட்டுக்கொண்டார். ஓ, அப்படியா? சரி. ரத்தம் சொட்டச் சொட்ட உள்ளே நுழைந்தார் அமிர்தலிங்கம். அவருக்குப் பின்னால் சுந்தரலிங்கம். தமிழர் கட்சித் தலை வர்கள். அவர் தலையிலும் ரத்தம். வெளியில் நல்ல மழையோ என்றார் பண்டாரநாயகா. ஏதோ கலகமாமே. எல்லோரையும் கலைந்து போகச்சொல்லுங்கள். பிரச்னை முடிந்துவிடும்.

முடிவு அல்ல; அது ஓர் ஆரம்பம் என்று பண்டாரநாயகாவுக்கு நன்றாகத் தெரியும். ஆரம்பித்து வைத்தவர் அல்லவா?

அன்று மாலை ஐந்து மணிக்கு சத்தியாகிரகப் போராட்டத்தை திரும்பப் பெற்றுக்கொண்டார் செல்வநாயகம். அடுத்த கலகம் அம்பாரையில் வெடித்தது. கொழும்பில் இருந்து 200 கி.மீ. தள்ளி அமைந்துள்ள நகரம். கல் ஓயா (Gal Oya) பள்ளத்தாக்கு என்று ஒரு பகுதி உண்டு அங்கே. தமிழர்கள் இங்கே அதிகம் வசிக்கிறார் களாம். ஒரு நடை போய்ப் பார்க்கலாமா?

அடுத்த பத்து நாள்களுக்கு கல் ஓயா பள்ளத்தாக்கு முழுவதும் தேடுதல் வேட்டை மட்டுமே நடந்தது. தமிழர்களைக் கண்டு பிடிப்பது அப்படியொன்றும் சிரமமான சங்கதியாக இருக்க வில்லை. அங்குள்ள சிங்களப் பங்காளிகளிடமே கேட்டார்கள். ஆள் காட்டி விரலை நீட்டி, 'அதோ அந்த வீடு' என்று ஒருவர் சொல்லி முடிப்பதற்குள் அந்த வீட்டுக்குள் பத்து பேர் நுழைந்திருந்தார்கள். நுழைந்ததுமே அடி, உதைதான். உடைமை களை அபகரிக்க, அவசியம் இல்லாததைத் தீயிலிட்டுக்

கொளுத்த இன்னொரு கும்பல். அந்தப் பத்து தினங்களில் மட்டும் மொத்தம் 150 தமிழர்கள் கொல்லப்பட்டனர்.

•

'சீனா, சோவியத் யூனியன் இரண்டையும் எடுத்துக்கொள்ளுங்கள். பெரிய தேசங்கள். மாபெரும் நிலப்பரப்பு, மக்கள் தொகை. சீனாவில் பல இனக்குழுக்கள் வசிக்கின்றன. சோவியத் யூனியன், ரஷ்யர்கள் மட்டுமே வாழும் பிரதேசம் அல்ல. வெவ்வேறு இனக்குழுக்கள், வெவ்வேறு மொழி பேசுபவர்கள் அங்கே பரவியிருக்கிறார்கள். சீனாவின் அரசாங்க மொழி என்ன தெரியுமா? மண்டாரின் மாத்திரமல்ல. சோவியத் யூனியனில்? நிச்சயம் ரஷ்ய மொழி மட்டும் அல்ல. மொத்தம் பதினாறு மொழிகளை அந்த அரசாங்கங்கள் அங்கீகரித்துள்ளன. இத்தனைக்கும், சீனாவில் மண்டாரின் மொழி பேசுபவர்களே பெரும்பான்மையினர். அதே போல்தான் சோவியத் யூனியனிலும் ரஷ்ய மொழி பேசுபவர்கள். இவர்களிடமிருந்து நாம் பாடம் கற்றுக்கொள்ளக்கூடாதா? சிங்களத்தோடு தமிழையும் இணைப்பதில் அப்படி என்ன அபாயம் வந்துவிடப்போகிறது?'

கம்யூனிஸ்ட் கட்சித் தலைவர் டாக்டர் விக்கிரமசிங்கே பேசி முடிக்கும் வரைகூடக் காத்திராமல், உணவு மற்றும் விவசாயத் துறை அமைச்சர் பிலிப் குணவர்த்தனே தொண்டையைக் கனைத்தபடி எழுந்துகொண்டார்.

'நமது காம்ரேடுக்கு சீனாவும் சோவியத் யூனியனும் மாத்திரமே கண்ணில் சிக்கியிருக்கின்றன. அமெரிக்கா? விஸ்கான்ஸின் தெரியும்தானே? அங்கே 80 சதவிகித மக்கள் ஜெர்மானியர்கள். என்ன செய்துகொண்டிருக்கிறார்கள் அவர்கள்? 'அமெரிக்க அரசாங்கமே, ஜெர்மனை அரசாங்க மொழியாக மாற்று' என்று தர்ணா செய்கிறார்களா? கிடையாதே. நியூ யார்க்? இஸ்ரேலைக் காட்டிலும் அங்கே உள்ள யூதர்களின் எண்ணிக்கை அதிகம். அதற்காக? ஹீப்ரூவை அரசாங்க மொழியாக அறிவித்துவிட முடியுமா? என்ன பேசிக்கொண்டிருக்கிறீர்கள் நீங்கள்? பெரும்பான்மையாக இருந்தும் அந்தச் சலுகையை அவர்கள் எதிர்பார்க்கவில்லை. இங்கே?'

ஜூன் 15, 1956 அன்று அரசாணை அதிகாரபூர்வமாக வெளியிடப்பட்டது. ஆணையில் கூறப்பட்ட சங்கதி இது. சிங்கள

மொழி மட்டுமே அரசாங்க மொழி. சொல்லாமல் விட்ட செய்தி இது. சிங்கள பூமி சிங்களர்களுக்கு மாத்திரமே. இலங்கையில் உள்ள அத்தனை தமிழர்களையும் ஒரே நாளில் ஊமையாக்கிய அரசாணை அது.

பிரச்னை, மொழி தொடர்பானது மாத்திரமல்ல. ஒட்டுமொத்தத் தமிழர்களின் இருப்பியல், அடையாளம், உரிமை மூன்றையுமே கேள்விக்கு உள்ளாக்கும் அடிப்படைப் பிரச்னை அது. ஏற்கெனவே நாடாளுமன்றத்தில் போதிய பிரதிநிதித்துவம் இல்லை. தமிழர்களின் பிரச்னையை விவாதிக்கவோ காது கொடுத்துக் கேட்கவோ ஒருவருக்கும் பொறுமை இல்லை. இருந்தால் இரு. செத்தால் சாவு. தமிழர்களைப் பற்றிய அரசாங்கத்தின் பார்வை இதுதான். ஏன்?

அதிகாரம் முழுமையாகக் குவிந்திருப்பது சிங்களர்களின் கைகளில்தான். நாடாளுமன்றத்தில் முழுக்க முழுக்க அவர்களே நிறைந்திருக்கிறார்கள். நாடாளுமன்றத்தில் மட்டுமா? நீதி மன்றத்தில். அரசாங்க அலுவலகங்களில். காவல் நிலையங் களில். இன்னபிற முக்கியத் துறைகளில்.

சந்தேகமே வேண்டாம். தமிழர்கள் அங்கே சிறுபான்மையினர். சிங்கள அரசாங்கத்தை முற்றிலும் சார்ந்தே இயங்குகிறது அவர்கள் வாழ்க்கை. அடிப்படை உரிமைகள் மறுக்கப்படும் போதுகூட, 'ஐயா, ஏன் இப்படி செய்கிறீர்கள்' என்று குழைந்து குழைந்துதான் கேட்க முடிந்தது அவர்களால்.

செல்வநாயகம்? ஃபெடரல் கட்சித் தலைவர். அறவழிப் போராட்டத்தைத் தவிர வேறு ஒரு மாற்றுப் பாதை இருக்கமுடியும் என்று கூட யோசிக்க முடியவில்லை அவரால். வேறு வழி? உலகம் முழுவதுமுள்ள சிறுபான்மையினர் சந்தித்துவரும் அதே பிரச்னைதான். மிஞ்சி மிஞ்சிப் போனால் கொடி உயர்த்தலாம். கோஷம் போடலாம். மைக் செட் வைத்து பயந்து பயந்து பேசலாம். அவ்வளவுதான். அவ்வளவேதான். அதற்கு மேல் ஓர் அடி எடுத்து வைத்தாலும், காலி செய்துவிடுவார்கள். அடுத்த அடி எடுத்து வைக்கவேண்டும் என்று அவர்களுக்கே தோன்றாது.

•

சிங்களத்தை அரசாங்க மொழியாக அறிவித்தது தவறு என்று சொல்வதற்கில்லை. இன்னும் சொல்லப்போனால், அது

அவசியமும்கூட. சிங்களம் மட்டுமே அரசு மொழி என்று அறிவித்ததுதான் தவறு. யோசித்துப்பாருங்கள். 150 ஆண்டு கால பிரிட்டன் ஆட்சிக்குப் பிறகும்கூட, ஐந்து சதவிகிதச் சிங்களர் களுக்கு மட்டுமே ஆங்கிலம் தெரிந்திருந்தது. அதிகாரபூர்வமான அரசு மொழி ஆங்கிலம் மட்டுமே. தஸ்ஸு, புஸ்ஸு என்று மகாபிரபுக்களும் ஜெனரல்களும் செகரெட்ரிகளும் தங்களுக்குள் உரையாடிக்கொண்டபோது சிங்களர்களால் வாயைப் பிளந்து கொண்டு வேடிக்கை பார்க்க மட்டுமே முடிந்தது.

அவர்கள் கோபத்துக்கு காரணம் ஆங்கிலம் தெரியாது என்பது மட்டுமல்ல. தமிழர்கள் பலருக்கும் ஆங்கிலம் தெரியும் என்பதும் தான். துரைமார்களிடம் தமிழர்கள் சரமாரியாக உரையாடுவது அவர்களுக்கு ஆத்திரமூட்டியிருக்கவேண்டும்.

பிரிட்டிஷ்காரர்கள் கொண்டுவந்த மாற்றங்களைச் சமயோசித மாகப் பயன்படுத்திக்கொண்டவர்கள் தமிழர்கள்தாம். இந்தியா வில் கொண்டுவந்த அதே மாற்றங்களை இலங்கையிலும் கொண்டு வந்தார்கள் ஆங்கிலேயர்கள். கல்விக்கூடங்கள் திறக்கப்பட்டன. அரசாங்க அலுவலகங்கள் ஏற்படுத்தப்பட்டன. பிறகு, ரயில்வே பாதைகள், சாலைகள். இன்னபிற முன்னேற்றத் திட்டங்கள். கிறித்துவ மிஷனரிகள் முதல் பள்ளிக்கூடத்தைத் திறந்த உடனே, க்யூவில் நின்று சேர்ந்துகொண்டவர்கள் தமிழர் கள் மட்டுமே. தொழில்நுட்பமாக இருந்தாலும் சரி. மருத்துவ மாக இருந்தாலும் சரி. வாய்ப்புகளைச் சரியாகப் பயன்படுத்திக் கொண்டார்கள் அவர்கள்.

எண்ணிக்கையில் பெரும்பான்மையினராக இருந்தபோதிலும், ஒரு கட்டத்தில், சிங்களர்களின் எதிர்காலம் கேள்விக்குறி யாகவே மாறிப்போனது. கூடுதலாக, தமிழர்களின் வளர்ச்சி கண்ணை உறுத்தியது.

பிரிட்டன் உலகம் முழுவதும் தன் கிளைகளைப் பரப்பியிருந்த காலகட்டம் அது. இந்தியா, இலங்கை, தென் ஆப்பிரிக்கா, ஃபிஜி, மலேசியா என்று நீள்கிறது அந்தப் பட்டியல். ஆனால், இந்தியாவில் நடைபெற்றதைப் போன்ற சுதந்தரப் போராட்டம் வேறு நாடுகளில் அப்போது நடைபெறவில்லை. குறிப்பாக, இலங்கையில். கிட்டத்தட்ட மறுவார்த்தை பேசாமல் பிரிட்டனை சிங்களர்களும் தமிழர்களும் ஏற்றுக்கொண்டார்கள். 1947-ல் இந்தியாவுக்குச் சுதந்தரம் கிடைத்தது. பிரிட்டன் மாற

ஆரம்பித்தது. காலனி நாடுகளைக் கொஞ்சம் கொஞ்சமாக விடுவித்துவிட பிரிட்டன் முடிவு செய்தது.

'சரி, நாங்கள் கிளம்பட்டுமா?' என்று பிரிட்டன் கையசைத்த போது உண்மையிலேயே திகைத்துவிட்டது இலங்கை. 'இந்தா வாங்கிக்கொள்' என்று அவர்கள் கையை விரித்து சுதந்தரப் பத்திரத்தை வைத்து அழுத்திவிட்டு வெளியேறியது பிரிட்டன். இது நடந்தது பிப்ரவரி *4, 1948*-ல்.

அதிகாரம். முழு முற்றான அதிகாரம் கிடைத்துவிட்டது. ஆனால், அப்போதும்கூட, சிங்களர்களால் திருப்தியடைய முடியவில்லை. காரணம், அறிவுசார் விஷயங்களில் அவர்களால் தமிழர்களோடு போட்டிபோட முடியவில்லை.

இயலாமை கோபமாக மாறியது. கோபம், வெறுப்பாக. வெறுப்பு, வெறியாக. இனவெறியாக.

•

ஆகவே, மொழியில் இருந்து ஆரம்பித்தார்கள்.

ஆரம்பித்து வைத்தவர் பண்டாரநாயகா. நோக்கம் இதுதான். சிங்களர்களை ஒன்றிணைக்கவேண்டும். ஏன்? எல்லாம் அரசியல் காரணங்களுக்காகத்தான். மிக சாமர்த்தியமாகத் திட்டமிட்டு ஒவ்வொரு காயாக நகர்த்தினார் பண்டாரநாயகா. சிங்கள மகா சபை என்னும் அமைப்பை தொடங்கினார். பிறகு, இலங்கை சுதந்தரக் கட்சி. (Sri Lanka Freedom Party - SLFP). சிங்களர்களே, உங்களைக் காக்க வந்த ரட்சகன் நானே. என்னிடம் அடைக்கலம் புகுவீர். நமது புனிதமான சிங்கள கலாசாரத்தை நான் மீட்டெடுப்பேன். எதிரிகளைத் துடைத்தொழிப்பேன். பவுத்த மதம் தழைக்கப் பாடுபடுவேன். ஆலைப் போல், வேலைப் போல், ஆலம் விழுதுபோல் உங்கள் நெஞ்சில் நானிருப்பேனே!

ஆமென் என்று மட்டும்தான் சொல்லவில்லை அவர். சாலமன் பண்டாரநாயகா. கிறித்துவர். சிங்களம் முழுமையாகத் தெரியும் என்று சொல்லமுடியாது. ஆக்ஸ்ஃபோர்ட் படிப்பு. இங்கிலாந்தில் பாரிஸ்டர் பட்டம். பிரிட்டிஷ் அரசுக்கு வேண்டப்பட்ட குடும்பம். எல்லாம் சரிதான். ஆனால், பிரதமர் ஆகவேண்டுமானால் பெரும்பான்மையினரான சிங்களர்களை ஈர்த்தாக வேண்டும். எனில், பவுத்தத்தை உயர்த்திப் பிடித்தாக வேண்டும்.

காசா, பணமா? செய்துவிட்டால் போயிற்று. இயேசுவுக்கும் புத்தருக்கும் அப்படி ஒன்றும் பெரிதாக வித்தியாசம் இருப்பதாகத் தெரியவில்லை. அப்படியே இருந்தால்தான் என்ன? பவுத் தத்தைத் தழுவிக்கொண்டார்.

1956 தேர்தலில் கிடைத்த வெற்றி பண்டாரநாயகாவின் தீவிரத்தை அதிகப்படுத்தியது. சிங்களர்களின் ஒரே பிரதிநிதி என்னும் பெயரை அடைவதற்கான அத்தனை பிரயத்தனங்களையும் எடுத்துக்கொள்ள ஆரம்பித்தார். வாகாக, ஒரு சந்தர்ப்பம் கிடைத்தது. புத்தர் மறைந்து 2,500 ஆண்டுகள் பூர்த்தியானதை நினைவுபடுத்தும் தினம் (புத்த ஜெயந்தி) நெருங்கிக் கொண்டிருந்தது. இந்தச் சமயத்தில், எல்லோர் மனத்திலும் தங்குவதுபோல் ஏதாவது செய்தால் என்ன?

சிங்களம் மட்டுமே சட்டம். எதிர்பார்த்ததைப் போலவே சிங்களர்கள் பேரானந்தம் அடைந்தனர். ஆஹா, இனி எங்கள் மொழியிலேயே அரசாங்கம் பேசுமா? நாங்கள் அரசாங்கத்தை நெருங்கிவிட்டோமா? வந்தனம், பிரதமரே. வந்தனம் ஆயிரம்.

சிங்களர்களை ஒன்றிணைத்ததோடு நிறுத்திக்கொண்டால் பிரச்னை இருந்திருக்காது. ஆனால், தமிழர்களைப் பலிபீடத்தில் நிறுத்தி அந்த ஒருங்கிணைப்பை அவர் தொடங்கிவைத்தார். மூடியிருந்த சீசாவை எப்படியோ திறந்து இனவெறி பூதத்தை வெளியே கொண்டுவந்துவிட்டார். ஆனால், மீண்டும் அதை சீசாவில் அடக்குவது எப்படி என்று அவருக்குத் தெரியவில்லை. மற்றவர்களுக்கும்.

அதன் விளைவுகளை முழுமையாக அனுபவித்தவர்கள் தமிழர்கள்.

பண்டாரநாயகா வளர்த்து விட்ட அதே பவுத்த பாசிசம் அவர் உயிரைக் குடித்தது. செப்டம்பர் 25, 1959 அன்று ஒரு புத்த பிக்குவால் அவர் சுட்டுக்கொல்லப்பட்டார்.

•

இலங்கைத் தமிழர்களின் சரித்திரத்தில் 1956 முதல் 1960 வரையிலான காலகட்டம் மிகவும் முக்கியமானது. நம்பிக்கை, ஏமாற்றம் இரண்டும் மாறி மாறி அவர்களைப் புரட்டிப்போட்ட ஆண்டுகள் இவை.

அவர்கள் எதிர்பார்த்துக் கிடந்தது ஒரு தலைவரை. வலிமையான ஒரு தலைமையை. கைப்பிடித்து அழைத்துக்கொண்டுபோய் கரை சேர்க்க. சொர்க்கத்தின் கதவைத் திறந்துவிட.

செல்வநாயகத்துக்கு முன்னால், அவர்களுக்குக் கிடைத்தவர் ஜி.ஜி. பொன்னம்பலம். கிரிமினல் சட்டம் படித்தவர். *1934* தொடங்கி மாவட்ட கவுன்சிலர். பேச ஆரம்பித்தால் கையைக் கட்டிக்கொண்டு காலடியில் உட்கார்ந்துவிடத் தோன்றும். ஒரு நம்பிக்கை நட்சத்திரமாக ஜிஜிபி உயர்ந்தது *1944*-ம் ஆண்டில்.

அதே ஆண்டில்தான் லார்ட் சோல்பரி (Lord Soulbury) என்பவரின் தலைமையில் பிரிட்டன் ஒரு கமிஷனை நியமித்தது. இலங்கையின் அரசியலமைப்புச் சட்டத்தை மாற்றுவதற்காக அமைக்கப்பட்ட கமிஷன் அது. சிங்களர்கள் அப்போதே ஒரு முடிவுக்கு வந்திருந்தார்கள். பிரிட்டன் அளிக்கும் இந்த வாய்ப்பை நமக்குச் சாதகமாக அமைத்துக்கொள்ளவேண்டும். தமிழர்களை ஓரங்கட்டிவிட்டு, அதிகாரத்தைக் கைப்பற்றியாக வேண்டும். முழுமையாக.

தமிழர்கள் சார்பாக, நான்கு வார்த்தை எடுத்து பேச சரியான பிரதிநிதித்துவம் இல்லாமல் இருந்தது. ஜிஜிபி அந்த வெற்றிடத்தை நிரப்பினார். All Ceylon Tamil Congress என்னும் அமைப்பை ஆரம்பித்தார். ஜிஜிபி தொடங்கி வைத்த அதே அமைப்பில்தான் செல்வநாயகமும் இணைந்துகொண்டார்.

ஜிஜிபி முன்வைத்த தீர்மானம் இதுதான். சிங்களர்களுக்கு *50* சதவிகிதப் பிரதிநிதித்துவம். மீதம் *50* சதவிகிதம் இலங்கையின் பூர்வகுடித் தமிழர்களுக்கு, முஸ்லிம்களுக்கு, இந்தியாவில் இருந்து வந்து தேயிலைத் தோட்டத்தில் உழைக்கும் தமிழர் களுக்கு, பிறருக்கு.

ஜிஜிபியின் தீர்மானத்தை பிரிட்டன் ஏற்றுக்கொள்ளவில்லை. ஆனால், சிலோன் முழுவதும் அவர் புகழ் பரவ ஆரம்பித் திருந்தது. தமிழர்கள் அவரைக் கிட்டத்தட்ட வழிபட ஆரம்பித் திருந்தார்கள். வெற்றியோ தோல்வியோ, நமக்காக நாலு வார்த்தை பேச வேறு யார் இருக்கிறார்கள்?

இலங்கையின் முதல் பிரதம மந்திரியாக டான் ஸ்டீபன் 'டட்லி' சேனாநாயகா, அக்டோபர் *1947*-ம் ஆண்டு பதவியேற்றார். இன்றளவும், சிங்களர்களுக்கு இவரே தேசப்பிதா. கவனிக்கவும்,

சிங்களர்களுக்கு மட்டும். அவர் கொண்டு வந்த சில தடாலடி மாற்றங்கள் மற்றவர்களது வாழ்க்கையைத் தலைகீழாகப் புரட்டிப்போட்டது. குறிப்பாக, இந்தியாவிலிருந்து கொத் தடிமைகளாகக் கூட்டிவரப்பட்டிருந்த மலையகத் தமிழர்களை. பத்து லட்சத்துக்கும் அதிகமான தேயிலைத் தோட்டத் தொழிலாளர்களுக்குக் குடியுரிமை மறுக்கப்பட்டது.

காபி தோட்டத்தில் பணியாற்றுவதற்காக இந்தியாவில் இருந்து அழைத்துவரப்பட்டவர்கள் இவர்கள். காபிக்குப் பதிலாக, பின்னர் தேயிலை பயிரிட்டார்கள். அது சரி, ஏன் குறிப்பாக இந்தியத் தமிழர்கள்? தோட்டத்தில் வேலை செய்ய சிங்களர்கள் தயாராக இல்லை. முதுகை வளைக்க வேண்டிவரும். ராப்பகல் பாராமல் வேலை, வேலை, வேலை என்று ஓர் இயந்திரம் போல் மாறியாகவேண்டும். மிக மிகக் கடுமையான பணிகள் அளிக்கப் பட்டாலும் சுணக்கம் காட்டாமல் பம்பரம் போல் சுழல வேண்டும்.

கண்டி மலைப்பகுதியில் வளம் கொஞ்சிக்கொண்டிருந்தது. வா, வா என்று பிரிட்டிஷ்காரர்களைச் சுண்டி இழுத்தது அந்த வளம். தோட்டத்தைத் திருத்திச் சீரமைத்தால் வண்டி வண்டியாகக் காசு பார்க்கலாம் என்று அவர்களுக்குத் தெரிந்திருந்தது. சிங்களர்கள் வராவிட்டால் என்ன? வேறு யாரையாவது கூப்பிடலாமே. தேடத் தொடங்கியபோது இந்தியத் தமிழர்களே அகப் பட்டார்கள்.

வறுமை. யார் அழைத்தாலும் மூட்டையைக் கக்கத்தில் இடுக்கிக் கொண்டு ஓடிவரத் தயாராக இருந்தார்கள் தமிழர்கள். தென்னாப்பிரிக்கா, ஃபிஜி, மேற்கிந்தியத் தீவுகள், மொரீஷியஸ் என்று இந்தியத் தமிழர்கள் போகாத நிலப்பரப்புதான் உள்ளதா என்ன? கடல் கடப்பாயா என்று பிரிட்டன் கேட்டதும் மலையையே பிளப்போம் ஐயா என்று மார்பை நிமிர்த்தி னார்கள். உங்களைத்தான் தேடிக்கொண்டிருந்தோம் என்று அப்படியே அள்ளிப்போட்டுக்கொண்டார்கள் ஆங்கிலேயர்கள்.

எதிர்பார்த்ததைப் போலவே வேலை கடினமாகத்தான் இருந்தது. ஆனாலும் இலங்கையோடு ஒட்டிக்கொண்டுவிட்டார்கள் அவர்கள். ஒரு வேற்று தேசம் போலவே இல்லை இலங்கை. ஊருக்கும் கடிதம் எழுதிப்போட்டார்கள். சித்தப்பாவுக்கு. தம்பிக்கு. மச்சானுக்கு. நண்பர்களுக்கு. அறிந்தவர், தெரிந்தவர்

களுக்கு. இங்கே வாருங்கள். சம்பாதிக்கலாம். இப்படி வந்து குவிந்தவர்கள் லட்சக்கணக்கில் பெருகினார்கள். தங்கள் குழந்தைகளை வளர்த்து, படிக்க வைத்து இங்கேயே நிரந்தமாகக் குடியேறினார்கள்.

இலங்கையின் பூர்வகுடித் தமிழர்களால் எங்களுக்கு பாதிப்பு என்று முன்னரே முனகிக்கொண்டிருந்த சிங்களர்களுக்கு இந்தியத் தமிழர்கள் இலங்கையில் குடியேறிக்கொண்டிருப்பது மேலும் கொதிப்பை ஏற்படுத்தியது. 1948-ம் ஆண்டு குடியுரிமைச் சட்டம் கொண்டுவரப்பட்டது.

ஒரே வரியில் சொல்வதானால் இந்தச் சட்டத்தின் சாரம் இதுதான். அத்தனை லட்சம் இந்தியத் தமிழர்களையும் அடித்துத் துரத்து.

இந்தியத் தமிழர்களுக்கு ஆதரவாக இலங்கைத் தமிழர்கள் வாய் திறக்கவில்லை.

●

ஜிஜிபியைப் பின்னுக்கு நகர்த்திவிட்டு செல்வநாயகம் தன் முழு ஆளுமையை வெளிப்படுத்திய தருணம் இது. டிசம்பர் 10, 1948. செல்வநாயகம் அன்று நாடாளுமன்றத்தில் நிகழ்த்திய உரை, அவரது செல்வாக்கை மளமளவென்று உயர்த்தியது.

'இலங்கைத் தமிழர்களின் வாழ்வியல் அடையாளத்தை முற்றிலுமாக நிராகரிக்கும் சட்டம் இது. நமக்கென்ன போச்சு என்று நாம் இருந்துவிடமுடியாது. இன்று, மலையகத் தமிழர்கள். நாளை இலங்கையின் பூர்வகுடித் தமிழர்களுக்கும் இந்த நிலை ஏற்படலாம். குறிப்பாக, மொழிப் பிரச்னை பூதாகாரமாக வெடிக்கும் என்று அஞ்சுகிறேன். தமிழர்களை ஒடுக்குவதற்கான அத்தனை வழிமுறைகளையும் சிங்கள அரசு மேற்கொள்ளும். இதை நாம் தடுத்தாகவேண்டும்.'

ஒருவராலும் தடுக்கமுடியவில்லை. செல்வநாயகத்தின் வாக்கு எட்டு ஆண்டுகளில் பலித்துவிட்டது.

3. திருப்பி அடி!

'தவறு அந்த அர்ச்சகரின் மீதுதான்' என்றான் பிரபாகரன்.

திருவேங்கிடம் வேலுப்பிள்ளை தன் மகனை விநோதமாகப் பார்த்தார். அவர் முகத்தில் கோபம் வெளிப்படையாகத் தெரிந்தது. கத்தியேவிட்டார்.

'பெரியவர்கள் பேசிக்கொண்டிருக்கும்போது இடையில் புகுந்ததே தவறு. இதில் கருத்து வேறு சொல்கிறாய். அதுவும் எங்களைச் சீண்டிவிடுவது போல.'

இருப்பதிலேயே மூத்தவர் போல் தோற்றமளித்த ஒருவர் பிரபாகரனை அருகில் அழைத்தார்.

'தம்பி, இப்படி உட்கார். உனக்கு இன்னும் விவரம் போதவில்லை என்று தோன்றுகிறது. தினமும் நாங்கள் பேசிக்கொண்டிருக்கும்போது வந்து கேட்டுக்கொண்டிருக்கிறாய்தானே? இத்தனை காலம் நீ வளர்ந்திருக்கவேண்டுமே. இதோ பாரப்பா, அந்தப் பொல்லாத சிங்களர்கள் நம்மைப் போட்டு அடி அடி என்று அடித்துக்கொண் டிருக்கிறார்கள். ஏன் தெரியுமா? நாம் தமிழர்கள். அந்த அர்ச்சகரை என்ன செய்தார்கள் தெரியுமா?'

‘தெரியும். கொளுத்திவிட்டார்கள்.’

‘பிறகு ஏன் அர்ச்சகரைக் குற்றம் சொல்கிறாய்? அவர் பாவம் இல்லையா?’

பிரபாகரன் தன் தந்தையிடம் திரும்பினான்.

‘அப்பா, மன்னிக்கவேண்டும். நான் சொல்ல வந்ததை இங்கே ஒருவரும் சரியாகப் புரிந்துகொண்டதாகத் தெரியவில்லை. அந்த அர்ச்சகர் ஏன் அவர்களைத் திருப்பி அடிக்கவில்லை?’

வேலுப்பிள்ளையின் முகம் சட்டென்று மாறியது. ஒரு கணம். ஒரே கணம். மேகம் போல் அச்சம் படர்ந்து உடனே மறைந்தும் போனது.

‘அந்த சிங்களர்களை அவர் திருப்பி அடித்திருக்கவேண்டும் அப்பா. தவறு செய்துவிட்டார்.’

சொல்லிவிட்டு உள்ளே போய்விட்டான் பிரபாகரன்.

‘வேலுப்பிள்ளை, தந்தை செல்வாவின் போராட்ட முறையைப் பற்றி உங்கள் மகனுக்கு சொல்லிக்கொடுக்கவேண்டிய நேரம் வந்துவிட்டது என்று நினைக்கிறேன்.’

நீண்ட நேரத்துக்கு ஏதேதோ பேசிக்கொண்டிருந்துவிட்டு அவர்கள் கிளம்பிப்போனார்கள். திருவேங்கிடம் வேலுப் பிள்ளை அப்படியே உட்கார்ந்திருந்தார். யோசித்துக்கொண் டிருந்தார். ‘பெரியவர்கள் பேசுகிறார்கள், உனக்கென்ன வேலை? போ இங்கிருந்து’ என்று சொல்லியிருக்கவேண்டுமோ? ‘திருப்பி அடிக்கவில்லையே, அப்பா!’ என்கிறானே. பகீர் என்றது அவருக்கு.

ஆனால், அந்த வழியிலும் யோசித்துப் பார்த்தார். முடிந் திருக்குமா?

எத்தனை முயன்றாலும் அந்த அர்ச்சகரால் அவர்களைத் திருப்பித் தாக்கியிருக்க முடியாது என்றே அவருக்குத் தோன்றியது. திடீரென்று கோவிலுக்குள் புகுந்திருக்கிறார்கள். கோவில் நகைகளைக் கொள்ளையடிப்பதற்காக நுழைந்த கூட்டம் அல்ல அது என்று அந்த அர்ச்சகருக்குப் புரிந்திருக்கவேண்டும். ஓடிச்சென்று மரக் கட்டிலுக்கு அடியில் பதுங்கியிருக்கிறார்.

ஓஹோ, உள்ளே இருக்கிறாயா? கொண்டா அந்த கெரஸின் டின்னை. தீக்குச்சி எங்கே? கொளுத்து. தமிழனைக் கொளுத்து வதற்காகவே தீக்குச்சிகள் அவதாரம் எடுத்திருக்கின்றன.

சிவ, சிவா. சாமி படத்துக்கு முன்னால் நின்றபடி, கைகளைக் குவித்துக் கும்பிட்டார். சிவபெருமான், விநாயகர், முருகர். கைகளை உயர்த்தி அருள்பாலித்துக் கொண்டிருந்தார்கள். சற்றுத் தள்ளி, காந்தி, நேரு. சட்டென்று அவர் பார்வை அருகில் இருந்த படங்களின் மீது பதிந்தது. அப்பா, இங்கே மாட்டிக்கொள்ள லாமா என்று கேட்டு பிரபாகரன் மாட்டி வைத்த இரு படங்கள். சுபாஷ் சந்திர போஸ். பகத் சிங்.

சுபாஷ் சந்திர போஸ், பகத் சிங். திருப்பி அடித்திருக்கலாமே அப்பா! பிரபாகரனின் குரல் அவரை உலுக்கியது.

திருவேங்கிடம் வேலுப்பிள்ளை மட்டுமல்ல, பொதுவாகத் தமிழர்கள் அத்தனை பேருமே அப்போது செல்வநாயகத்தின் பின்னால் பதுங்கியிருந்தார்கள். தந்தை செல்வா, எங்களை நீ வழி நடத்திச் செல்வாயாக. இறைவன் அருளால் ஏதாவது அற்புதம் நிகழும். எத்தனை துயரம் வந்தாலும், இன்னும் எத்தனை பேர் மறைந்தாலும், அறவழியில் மட்டுமே நடப்போம்.

•

பண்டாரநாயகா-செல்வநாயகம் ஒப்பந்தம் கையெழுத்தாகி விட்டது என்று தெரிந்ததுமே துள்ளிக் குதிக்க ஆரம்பித்து விட்டார்கள் தமிழர்கள். நான் சொன்னேனா, இல்லையா? இறைவன் கண்ணைத் திறந்துவிட்டார். சிங்கள அரசு ஒரு வழியாகத் திருந்திவிட்டது. வடக்கு, கிழக்கு மாகாணங்களில் இனி, தமிழும்கூட ஆட்சிமொழிதான். தவிரவும், மலையகத் தொழிலாளர்களுக்குக் குடியுரிமை வழங்கப்போகிறார்களாம். தப்பு, தப்பு, வழங்குவதற்கான ஆயத்தப் பணிகளைச் செய்யப்போகிறார்களாம். அப்படித்தானே? ஓ, அதுவும் இல்லையா? பரிசீலனை செய்யப்போகிறார்களா? பாதக மில்லை. அந்த மட்டிலும் ஒப்புக்கொண்டதே பெரிய விஷயம் தான். நன்றி, தந்தை செல்வா. உங்களால்தான் இது சாத்தியமாகி இருக்கிறது.

சிங்களர்கள் சீறினார்கள். தமிழ் ஆட்சி மொழியா? சிங்களத் தோடு கைகோர்த்தபடி தமிழா? எனில், இரண்டுக்கும் ஒரே

அந்தஸ்தா? இந்த பண்டாரநாயகாவுக்குப் புத்தி பேதலித்து விட்டதா? தேர்தலில் வெற்றிபெற்றவுடன் நிலை தடுமாறி விட்டாரா? இவர் ஏன் தமிழர்களுக்கு வக்காலத்து வாங்குகிறார்? செல்வநாயகம் கேட்டால் தலையாட்டிவிடுவதா? அதற்காகவா பண்டாரநாயகா, உன்னைப் பதவியில் அமர வைத்தோம்?

மே 1958.

சட்டையை மடித்துவிட்டுக்கொண்டு வீதியில் இறங்கினார்கள். வாய் வழியாகவே உத்தரவு பரவியது. முதல் உத்தரவை யார் பிறப்பித்தார்கள் என்று தெரியவில்லை. ஆனால், எல்லோரும் அதைக் கடைபிடிக்க ஆரம்பித்திருந்தார்கள். தமிழர்களை அடித்து விரட்டிக் கொல்லுங்கள்!

யாழ்ப்பாணத்துக்குப் போகும் பேருந்துகளை நிறுத்தி, எண் பலகையில், 'ஸ்ரீ' என்னும் சிங்கள எழுத்தைப் பொறித்தார்கள். ஸ்ரீலங்கா என்பதன் முதல் எழுத்து. ஏன் குறிப்பாக யாழ்ப்பாணப் பேருந்துகள்? தமிழர்கள் அங்கே அதிகம். சிங்கள எழுத்தைப் பார்த்து அவர்கள் ரத்தம் கொதிக்கவேண்டும். கொதிக்கவிட்டு, கொல்லவேண்டும்.

சிங்களர்கள் ஆத்திரப்பட்டால் நம்மீதுதான் பாய்வார்கள் என்று தமிழர்களுக்கு நன்றாகத் தெரிந்திருந்தது. ஆகவே, அவர்கள் பதுங்கிக்கொண்டார்கள். 'ஸ்ரீ' எழுத்துடன் பேருந்துகள் நடமாடத் தொடங்கும்போதே அவர்களுக்கு சர்வ நிச்சயமாகத் தெரிந்துவிட்டது. பெரும் அபாயம். சர்வ நாசம்.

துடிப்புள்ள தமிழ் இளைஞர்கள் சிலர், பேருந்துகளை வழி மறித்து சிங்கள 'ஸ்ரீ'யை மை கொண்டு அகற்றினார்கள். ஒரு பொறி போதாது? கதவைப் பூட்டிவிட்டு, செருப்பு மாட்டிக் கொண்டு சிங்களர்கள் கிளம்பினார்கள்.

ஒரு குழு தமிழை அழிக்க. இன்னொரு குழு தமிழர்களை அழிக்க. கண்ணில் தென்படும் அத்தனை பெயர்ப் பலகைகளை யும் தார் கொண்டு அழித்தார்கள். தமிழர்களை? அதற்கு வேறு ஒரு திட்டம் வைத்திருந்தார்கள். முதலில் வீடுகளைக் கொளுத்தி னார்கள். தயக்கமில்லாமல் கொள்ளையடித்தார்கள். பெண்கள்? எப்படியும் கருகி அழியப் போகும் உடல்? அதற்கு முன் ஒரே ஒரு முறை? பாதகமில்லை.

ஆயுதங்கள் அவ்வளவாகப் புழங்காத காலகட்டம் அது. ஆனால் என்ன? கட்டை, கம்பு, கத்தி போதாது? இறைச்சி வெட்டும் வெட்டுக்கத்தியைக் கூர்மையாக்கிக் கொண்டுபோனார்கள். ஆண்கள், பெண்கள், குழந்தைகள், வயதானவர்கள் என்றெல் லாம் பிரித்துப் பார்க்க அவகாசமில்லை. தமிழர்கள். அந்த ஓர் அடையாளம் போதும். துடைத்து அழிக்கவேண்டிய அடை யாளம்.

கைதிகளாகப் பிடிபட்ட தமிழர்களை அப்படியே அடித்துக் கொல்வதற்கு மனமில்லாமல் சிலர் சித்திரவதைகள் செய்தனர். உடைகளைக் களைந்து தெருவில் இழுத்துச்சென்றார்கள். சங்கிலியால் கட்டி, பாகம் பாகமாகச் சிதைத்தார்கள். வலி, ரத்தம், சதைத் துணுக்குகள், அழுகுரல், மரண ஓலம். எதுவும் அவர்களைத் தடுத்து நிறுத்தவில்லை.

மே *25, 1958* அன்று மட்டும், பொலன்னருவா (Polonnaruwa) பகுதியில் நூறு தமிழர்கள் கொல்லப்பட்டனர். பிறகு, ஹிங்குர கோடா (Hingurajgoda). பிறகு, கொழும்பு. பேருந்துகளில், லாரி களில் ஏறி ஊர் விட்டு ஊர் சென்று கொன்றார்கள் சிங்களர்கள். காவல்துறை அந்த தினங்களில் என்ன செய்துகொண்டிருந்தது என்று ஒருவருக்கும் தெரியவில்லை.

1958. இலங்கைத் தமிழர்கள் ஒவ்வொருவரின் உடலிலும், ஒவ்வோர் அணுவிலும் மிக அழுத்தமாகப் பதிந்து போன ஆண்டு அது. கறுப்பு தினங்கள். கருஞ்சிவப்பு தினங்கள். செல்வநாயகத் துடன் போட்டுக்கொண்ட ஒப்பந்தத்தைக் கிழித்து எறிந்தார் பண்டாரநாயகா. அதற்கு அவர் சொன்ன காரணம் இது. தமிழர் களுக்கு ஏதாவது செய்யவேண்டும் என்று நினைத்துத்தான் செல்வாவுடன் ஒப்பந்தம் போட்டுக்கொண்டேன். அனால், தமிழர்கள் தாங்களாகவே அதைக் கெடுத்துக்கொண்டு விட்டார்கள். இந்தப் பத்து தினங்களில் அவர்கள் செய்த அட்டூழியங்கள் மிருகத்தனமானவை. அரசாங்கப் பேருந்து களில் பொறிக்கப்பட்ட சிங்கள எழுத்தை ஆணவத்துடன் அழித்திருக்கிறார்கள்.

●

தலையைத் தொங்கப்போட்டபடி அமர்ந்திருந்தான் பிரபாகரன். அத்தனை கதையையும் மூச்சு வாங்க வாங்கச் சொல்லிக் கொண்டிருந்தார் அத்தை. விசும்பிக்கொண்டே விவரித்தார்.

அவர் வசித்த தெரு முழுவதும் பற்றி எறிந்ததை. மழையில் நனைந்த நாய்குட்டிபோல் குழந்தைகள் கட்டிலுக்கு அடியில் புகுந்துகொண்டதை. பக்கத்து வீட்டில் வசித்தவர்கள் வீட்டு வாசலில் கருகிக்கிடந்ததை. வீடுகள் சிதறிக்கிடந்ததை. திடீர் திடீர் என்று எழும் அலறல்களை. அழுகுரல்களை. புகை மண்டலத்தை. சத்தத்தை. ரத்தத்தை. சாக்கடையில் அடித்துச் செல்லப்பட்ட சதைத் துணுக்குகளை.

பிரபாகரன் அத்தையின் முகத்தை மீண்டும் ஒரு முறை நிமிர்ந்து பார்த்தான். முகம் முழுவதும் தீப்புண்கள். கைகள் இன்னமும் நடுங்கிக்கொண்டிருந்தன. ஜகதீஸ்வரி, விநோதினி இருவரும் காதுகளைப் பொத்திக்கொண்டார்கள். பிரபாகரனின் சகோதரிகள்.

வெறியுடன் ஓடிவரும் கூட்டத்திடமிருந்து தப்பிக்க வீட்டைத் திறந்துபோட்டுவிட்டு பாத்ரூமுக்குள் புகுந்திருக்கிறார்கள் அத்தையும் அவர் கணவரும். குழந்தைகளை அணைத்தபடி, வெடவெடப்புடன் அமர்ந்திருக்கிறார்கள். படீர் என்று ஒரு சத்தம். கதவு பிளந்திருக்கிறது. உள்ளே ஒளிந்திருக்கிறாயா? வா, வெளியே. அத்தை அலற அலற அவர் கணவரை இழுத்து கீழே தள்ளி அடித்தே கொன்றிருக்கிறார்கள். நானும் என் குழந்தை களும் பிழைச்சதே ஏதோ லாபம் என்றார் அத்தை. எறியும் நெருப்பில் குழந்தைகளை தூக்கிப்போட்டுவிட்டு அங்கேயே உட்கார்ந்து பார்த்திருக்கிறார்களாம்.

விநோதினி வெடித்து அழ ஆரம்பித்துவிட்டாள். ஐயோ, போதும். தயவு செய்து எதுவும் பேசாதீர்கள். வேண்டாமே!

அழுகையும் கோபமும் பொங்கி வந்தது பிரபாகரனுக்கு. அர்ச்சகரை பெட்ரோல் ஊற்றிக்கொன்ற அதே சிங்களர்கள். அத்தையின் கணவரை அடித்தே கொன்ற சிங்களர்கள். நூற்றுக் கணக்கான குழந்தைகள். நூற்றுக்கணக்கான குடும்பங்கள். தரைமட்டமாக்கப்பட்ட வீடுகள்.

திருவேங்கிடம் வேலுப்பிள்ளை தன் நண்பர்களுடன் வருத்தம் தோய்ந்த குரலில் சொல்லிக்கெண்டிருந்தார்.

‘தந்தை செல்வாவின் ஃபெடரல் கட்சியைத் தடை செய்து விட்டார்களாமே? என்னதான் நடக்கிறது இங்கே?’

பிரபாகரனும் அதே கேள்வியைத்தான் கேட்டுக்கொண்டான். என்னதான் நடக்கிறது இங்கே? இன்னும் எத்தனை எத்தனை தமிழர்களை அவர்கள் கொல்லப்போகிறார்கள்? பச்சிளங் குழந்தைகளை நெருப்பில் வாட்டி வதைக்கும் அளவுக்கு மூர்க்கத்தனம் எங்கிருந்து வந்தது? சிங்களர்கள். சிங்கத்திடமிருந்து தோன்றிய வம்சம் என்று சொல்லிக்கொள்கிறார்கள். சிங்கமும் ஒரு பெண்ணும் புணர்ந்ததால் பிறந்த குழந்தைகளாம். சிங்கத்துக்குப் பிறந்த அத்தனையும் சிங்கக் குட்டிகள். சிங்கம், காட்டு ராஜா. சிங்களன் இலங்கை ராஜா. அதனால்தான் வேட்டியாடிக் கொண்டிருக்கிறார்கள் போலும்.

தம்பி, நடக்கும்போது கவனமாக நட. கீழே உள்ள புற்கள் உன் பாதம் பட்டு மடங்கிவிடக்கூடாது என்கிறார் அப்பா. கருணை யின் மொத்த உருவம். காந்தியை, நேருவை, விவேகானந்தரை நித்தம் நித்தம் வழிபடும் ஆன்மிகப் பெருங்கடல். வல்வெட்டித் துறையில் யாரைக் கேட்டாலும் வியந்து சொல்வார்கள். திருவேங்கிடம் வேலுப்பிள்ளையா? தங்கமானவர். மனத்தால் கூட ஒருவருக்கும் தீங்கு செய்யமாட்டாரே.

தேவாரம் படி, தம்பி. திருவாசகத்துக்கு உருகார் ஒரு வாசகத்துக்கும் உருகார். படி, தம்பி. நல்ல கருத்துக்களை மனத்தில் பதிய வைத்துக்கொள். நீ ஈர மரம். சீறிய சிந்தனைகளைத் தேர்ந்தெடுத்து உள்ளத்தில் தைத்துக்கொள். பக்திப் பரவசமூட்டும் சுலோகங் களை, கண்களை மூடி, கம்பீரமான குரலில் சொல்லிக்கொடுத்த அப்பா. அன்பே சிவம் என்று முணுமுணுக்கும் அப்பா.

அப்பா, மூடியிருக்கும் கண்களைப் பிரித்து எப்போது பார்க்கப் போகிறீர்கள்? ஆக்கப்பூர்வமான சங்கதிகளை உங்கள் தோழர் களிடம் எப்போது விவாதிக்கப்போகிறீர்கள்? அப்படி ஆகி விட்டதே, இப்படி ஆகிவிட்டதோ, அச்சச்சோ, உச்சச்சோ என்று அங்கலாய்த்துக்கொள்வதை எப்போது நிறுத்தப்போகிறீர்கள்? அப்பா, அப்பா. நான் உங்களைக் குற்றம் சொல்வதாக நினைத்து விடாதீர்கள். உங்கள் தோழர்களையும் நான் குறைவாக மதிப்பிட வில்லை. அன்று அத்தனை பேர் முன்னிலையில் நான் ஆத்திரப் பட்டு அப்படிக் கேட்டது தவறுதான். அப்படிப் பேசச்சொல்லி நீங்கள் எனக்குக் கற்றுக்கொடுத்தது இல்லை.

ஒழுக்கம், கீழ்ப்படிதல். இரண்டையும் உங்களிடமிருந்து நான் கற்றுக்கொண்டிருக்கிறேன் அப்பா. இன்னும் நிறைய உயர்

பண்புகளை. உங்களைப் போலவே எனக்கும் தமிழர்கள் மீது அக்கறை உண்டு. எமது இனம். எமது மக்கள். எமது மொழி. எமது சமூகத்தின் மீது எனக்கு வெறி கலந்த காதல் உண்டு, அப்பா.

நீங்கள் மிகவும் பொறுமை காக்கிறீர்களோ என்று அஞ்சுகிறேன். நீங்கள் என்றால் நீங்கள் மட்டுமில்லை. உங்கள் தோழர்கள். நீங்கள் சார்ந்துள்ள, நீங்கள் வழிபடும் கட்சி. உங்கள் கொள்கை. உங்கள் கனவு. பிறகு, உங்கள் தலைவர். தந்தை செல்வாவை நான் மதிக்கிறேன். வரலாற்றில் அவர் வகித்த பாத்திரத்தை நான் மறுதலிக்கவில்லை.

நெஞ்சைத் தொட்டுச் சொல்லுங்கள் அப்பா. உருப்படியாக என்ன சாதிக்க முடிந்தது உங்கள் கட்சியால்? உங்கள் கொள்கை களால்? உங்கள் தலைவரால்? உங்கள் சத்தியாகிரகத் தோழர் களால்? பேப்பர் படித்துப் படித்து அஞ்சி நடுங்கும் உங்கள் சுற்றத்தால்?

போராட்டம் நடத்துகிறோமே என்கிறீர்கள். அது போராட்டமா? நீங்கள் விரும்பி வாசிக்கும் அத்தனை புத்தகங்களையும் நான் வாசித்திருக்கிறேன் அப்பா. ஆனால், நான் வாசிக்கும் புத்தகங்களை நீங்கள் இதுவரை புரட்டிக்கூடப் பார்த்ததில்லை. வாருங்கள். என் நூலகத்துக்கு வாருங்கள். இதோ, தேடித் தேடி நான் சேகரித்து வைத்திருக்கும் புதையல்கள். போராட்டம் என்றால் என்ன என்று சொல்லித்தரத் துடித்துக்கொண்டிருக்கும் புத்தகங்கள்.

இதோ பகத்சிங். அந்தத் தொப்பியும் துடிக்கும் மீசையும் சொல்லும் சேதியைக் காது கொடுத்துக் கேட்டுப் பாருங்கள். சுபாஷ்! காந்தியும் வேண்டாம், சாத்வீகமும் வேண்டாம் என்று படை திரட்டி, தன் பலத்தைக் காட்டிய பெருமகன். ஃபிடல் காஸ்ட்ரோ, இதோ. பக்கத்தில் சே குவேரா. க்யூபப் புரட்சி தொடர்பான நூல்கள் இங்கேதான் இருக்கின்றன. சீனப் புரட்சி எப்படி நிகழ்ந்தது தெரியுமா? மா சே துங் தெரியுமா? வியத்நாமின் விடிவெள்ளி, ஹோ சி மின்?

இவர்கள் அத்தனை பேருமே போராளிகள், அப்பா. இவர்கள் சந்தித்திராத எந்தப் பிரச்னையையும் நாம் சந்தித்துவிடவில்லை. ஒடுக்கப்பட்ட சீனர்களை, வியத்நாமியர்களை, க்யூபர்களை,

இந்தியர்களை விடுவிக்க இந்தத் தலைவர்கள் நடத்திய போராட்டம் மெய்யானது, வீரம் செறிந்தது. உயிரைக் கொடுத்துப் போராடியிருக்கிறார்கள். அவர்களில் யாருமே சத்தியாகிரகிகள் அல்லர். புத்தர், இயேசு, காந்தி என்று மூச்சுக்கு மூச்சு முணுமுணுத்தவர்கள் அல்லர். அகிம்சைப் பதாகைகள் தாங்கியவர்கள் அல்லர். அமைதிப்பேரணி நடத்தியவர்கள் அல்லர். புல், பூண்டு, செடி, கொடி, தழைகளுக்குப் பயந்து மென்மையாக நடந்து சென்றவர்கள் அல்லர்.

அப்பா, நீங்கள் செய்யும் தவறு என்ன தெரியுமா? யார் ஒடுக்குகிறார்களோ அவர்களிடமே தஞ்சம் அடைகிறீர்கள். எஜமானரே அடிமைகளை விடுவிப்பார் என்று எதிர் பார்க்கிறீர்கள். ஓநாய், மானை மன்னித்து விட்டுவிடும் என்று நம்புகிறீர்கள். அவர்களிடம் மல்லுக்கட்ட முடியாது என்று ஒதுங்கிக்கொள்கிறீர்கள். அந்தப் பூசாரி பதுங்கிக்கொண்டாரே. கட்டிலுக்கு அடியில். அது போல. அகிம்சை என்னும் கட்டிலுக்குள், அறவழி என்னும் கட்டிலுக்குள், தந்தை செல்வா என்னும் கட்டிலுக்குள் நீங்கள், நீங்கள் அத்தனை பேரும் பதுங்கிக்கொள்கிறீர்கள். ஆகவே அவர்கள் கொளுத்துகிறார்கள். உங்களுக்குப் பதுங்க மட்டுமே தெரியும். அவர்களுக்குக் கொளுத்த மட்டுமே.

கொளுத்த வரும் கையைப் பிடித்துத் திருகினால்? வெறுப்பை உமிழும் அந்த முகத்தில் முஷ்டியை இறக்கினால்? மன்னிக்க வேண்டும், அப்பா. அதுதான் சரி என்று எனக்குத் தோன்றுகிறது.

●

'திருப்பி அடிப்பதுதான் சரி என்று எனக்குத் தோன்றுகிறது. அரசியல் கட்சிகளால் என்ன சாதிக்க முடிந்தது?' என்றார் வேணுகோபால்.

'ஐயா, நான் ஒப்புக்கொள்கிறேன்' என்றான் பிரபாகரன்.

வேணுகோபால் தன் மாணவனைத் திருப்தியுடன் பார்த்தார். நான் நினைத்தது சரிதான். இவனுக்குள் நெருப்பு இருக்கிறது. உரசவேண்டாம். தடவினாலே பற்றிக்கொள்வான்.

'பிரபாகரா, உன் வயதில் நான் ஃபெடரல் கட்சியின் இளைஞர் அணியில் பணியாற்றியிருக்கிறேன். மூத்த தலைவர்களை சிரம்

தாழ்த்தி வணங்கி அவர்கள் அருளும் உபதேசங்களை மூலை முடுக்குகளில் எல்லாம் விதைத்திருக்கிறேன். மாற்றம் வரும், மாற்றம் வரும் என்று கண்களை அகல விரித்துக் காத்துக்கொண் டிருந்தவன்தான் நான். ஒரு கட்டத்தில் எல்லாமே வெறுத்து விட்டது எனக்கு. வறட்டுச் சித்தாந்தங்களை உதறித்தள்ளி விட்டபிறகுதான் இலகுவாக உணர முடிகிறது.'

பிரபாகரன் புன்னகை செய்தான்.

'ஏன் எல்லோரும் அறவழியில் செல்லத் துடிக்கிறார்கள் தெரியுமா?'

'காந்தியை அவர்களுக்குப் பிடித்திருக்கிறது. ஆகவே, காந்தியைத் தூக்கிப்பிடிக்கும் தந்தை செல்வாவை அவர்கள் தூக்கிப் பிடிக்கிறார்கள்.'

'அது ஒரு காரணம் மட்டுமே. உண்மையில், இவர்கள் பயந்த வர்கள். அற வழிப் போராட்டம் அவர்களுக்கு எளிமையாக, அவர்களுக்கு ஏற்றாற்போல் இருக்கிறது. இதன் பொருள் என்ன தெரியுமா? வெளியில் சிங்களர்கள் கத்தியைத் தூக்கிக்கொண்டு வருகிறார்களா? ஓடிச்சென்று கதவை இறுக மூடி, தாழ்ப்பாள் போட்டுக்கொள். முடிந்தால் இறைவனின் திருநாமத்தை ஜபி.'

'புரிகிறது.'

'எதுவுமே செய்யவேண்டாம் என்னும் நிலை. அல்லது செய்ய மறுக்கிற நிலை. அவர்களாகவும் எதுவும் செய்யமாட்டார்கள். துடிப்புள்ள நம்மையும் தடுத்து நிறுத்துவார்கள்.'

நம்மையும் என்ற வார்த்தை பிரபாகரனைக் கவர்ந்தது. நம்மை. வேணுகோபால் என்னை ஏற்றுக்கொண்டுவிட்டார் என்பது தானே அதன் பொருள்.

'சிறுபான்மையினர்தானே. உங்களுக்கு எதற்குத் தனி தேசம் என்று கேட்கிறவர்களை என்ன செய்வது?'

'ஹா, எத்தனை மோசமான, குயுக்தியான வாதம். தமிழர்கள் இங்கே சிறுபான்மையினர். ஒப்புக்கொள்கிறேன். ஆனால், தமிழர்களின் கலாசாரம், மொழி, உணர்வுகள், வரலாறு அனைத் துமே சிங்களர்களிடம் இருந்து மாறுபட்டவை. சிங்களர்களால் இதை ஏற்றுக்கொள்ளமுடியவில்லை. சிங்களத்துக்குப்

பக்கத்தில் தமிழா என்று கொதித்துப்போகிறார்கள். தவிரவும், நம்மை எதிரிகளாக மட்டுமே பார்க்கிறார்கள். அவர்கள் படைக்கும் இலக்கியத்தில் தமிழர்கள் எதிர்ப்புணர்வுதான் தூக்கலாக இருக்கிறது. அவர்கள் பேச்சில், செயல்களில், அவர்கள் வெளியிடும் சுவாசத்திலும்கூட இனவெறி கலந்திருக் கிறது. அதை நீ நேரடியாகவே உணரலாம். கூடுதலாக, ஒட்டு மொத்த அதிகாரமும் சிங்களர்களிடம் குவிந்து கிடக்கிறது. நம்மைத் துடைத்தொழிக்கும் வரை அவர்கள் ஓயமாட்டார்கள். நமக்கென்று ஓர் இடம். நமக்கென்று ஒரு தேசம். இது அவசியம், பிரபாகரா.'

'வேறு எந்த வகையிலும் அதிகாரத்தைக் கைப்பற்ற முடியாது அல்லவா?'

'கைப்பற்றுவதா? பகிர்ந்துகொள்ளக்கூட முடியாது. ஆரம்பத் தில் கேட்ட அதே கேள்வியை மீண்டும் கேட்கிறேன். அரசியல் கட்சிகளால் என்ன சாதிக்க முடிந்தது?'

ஏதோ நினைத்துக்கொண்டவர் போல் வேணுகோபால் திடீ ரென்று கேட்டார்.

'உனக்கு இப்போது என்ன வயதாகிறது?'

'பதினான்கு.'

●

ராணுவ வீரர்களைக் கண்டாலே பற்றிக்கொண்டு வரும் பிரபாகரனுக்கு. வல்வெட்டித்துறையில் பலமுறை அவர் களைப் பார்த்திருக்கிறான். பூட்ஸ் தடதடக்க ஓடிவருவார்கள். பெரும்பாலும் நள்ளிரவு நேரங்களில்தான் ரோந்து வருவார்கள். உடைத்துவிடுவதுபோல் கதவைத் தட்டுவார்கள். சோதனை செய்கிறார்களாம். எதற்குச் சோதனை? ஏன் குறிப்பாக நள்ளிர வில்? சோதனை செய்ய வருபவர்கள் ஏன் வீட்டைப் பார்க்காமல் பெண்களை நோட்டம் விடவேண்டும்? தனியாக ஏன் அவர் களை இழுத்துப் போகவேண்டும்? ஏன் குறிப்பாகத் தமிழர் களின் வீடுகளை? ஏன் குறிப்பாகத் தமிழ்ப் பெண்களை?

கேள்வி கேட்டால் அடி, உதை. சித்திரவதைகள் சர்வ சாதாரணம். சிங்களர்களின் ராணுவம். தமிழர்களுக்கு எதிரான ராணுவம்.

சிறு வயதிலிருந்தே அவர்களைக் கவனித்து வருகிறான் பிரபாகரன். அப்போதெல்லாம் பல சிறுவர்கள் கையில் கிடைக்கும் கற்களை எடுத்து ராணுவ வீரர்கள் மீது எறிவதுண்டு. அதைக்கூடப் பொறுத்துக்கொள்ள முடியாத ஆத்திரத்துடன் வீரர்கள் சிறுவர்களை நோக்கித் துப்பாக்கியைத் திருப்பிய சம்பவங்கள் பற்பல. துப்பாக்கிச் சூட்டில் காயமடைந்த நண்பர்களை நேரில் சென்று பார்த்திருக்கிறான் பிரபாகரன்.

கல்லால் கலைத்துவிடக்கூடிய கும்பலா அது? அப்போது முடியவில்லை. இப்போது ஓரளவுக்கு வளர்ந்துவிட்டேன். மீண்டும் யாராவது வாலாட்டினால் தகர்த்து எறிந்துவிட வேண்டியதுதான். 'துப்பாக்கியால் சுடுவது எப்படி?' பிரபாகரன் அடிக்கடி ஆர்வத்துடன் எடுத்துப் பார்க்கும் புத்தகம் அது. அந்தப் புத்தகத்தை கையில் வைத்திருக்கும்போது, நிஜத்தில் ஒரு துப்பாக்கியை பிடித்திருப்பதாக நினைத்துக்கொள்வான்.

ஒரு நண்பர் வட்டம் உண்டு. ஒத்த சிந்தனை கொண்ட தோழர்கள். வெட்டலாமா என்று கேட்டால், வேண்டாம் வேரோடு சாய்க்கலாம் என்று சொல்லும் கூட்டம். சொல்லும் கூட்டம் மட்டுமே. ஆனால், அவர்களிடம் நிறைய கனவு இருந்தது. ஆயுதங்களை உருவாக்கவேண்டும். ராணுவத்தின ரோடு நேருக்கு நேர் நின்று போர் புரியவேண்டும். இப்போது புரிந்ததா, இனி எங்களிடம் வாலாட்டினால் அவ்வளவுதான் என்று சொல்லி புகை வழியும் துப்பாக்கியை ஊதியபடி பாக்கெட்டில் போட்டுக்கொள்ளவேண்டும்.

டைம் பாம் தயாரிக்கலாமா என்றான் பிரபாகரன். எல்லோ ருக்கும் மகிழ்ச்சி. மளமளவென்று வேலையை ஆரம்பித்தார்கள். பட்டாசுக்குப் பயன்படுத்தப்படும் வெடி மருந்தை வாங்கிக் கொண்டார்கள். பழைய பாட்டில் ஒன்றில் வெடி மருந்துகள் நிரப்பப்பட்டன. மூடிக்குப் பதிலாக கார்க். வெளியில் நீட்டியிருக்கும்படி ஒரு திரி.

அடுத்த கட்டம். பட்டாசு வெடிக்குப் பதிலாகப் பள்ளியின் பரிசோதனைச் சாலையிலிருந்து திருடப்பட்ட ரசாயனம். வீரியம் கூடுதல். எங்கே வைத்து வெடிப்பது? எப்படிப் பரிசோதிப்பது? பள்ளியின் கழிப்பறையைத் தேர்ந்தெடுத்தார்கள். மதிய இடை வேளையின்போது வெடிப்பதாக ஏற்பாடு. ஒருவரும் இருக்க மாட்டார்கள்.

படபடக்கும் இதயத்துடன் திரி பற்றவைக்கப்பட்டது. டமார்! ஆனந்தமான ஒலி. இதுவரை தமிழர்கள் அஞ்சி நடுங்கிய இந்த ஒலி இனி சிங்களர்களை விரட்டியடிக்கப்போகிறது. பிரபாகரன் கனவில் மிதந்துகொண்டிருந்தான். ஆஹா, எத்தனை துல்லிய மாகத் தன் பணியைச் செய்து முடித்திருக்கிறது அந்த வெடி.

தலைமை ஆசிரியர் நேராக பிரபாகரனின் வகுப்பறைக்குத்தான் வந்தார். குண்டு வெடித்தது என்றதுமே அங்கே வரவேண்டும் என்றுதான் அவருக்குத் தோன்றியது. வேணுகோபால் வகுப் பெடுக்கும் அறை. விஷமிகள் நிறைந்த அறை. மையமாக எல்லோரையும் பார்த்தபடி சத்தம் போட்டுவிட்டுப் போனார் அவர்.

'உங்களை எச்சரிக்கிறேன். இனிமேல் பள்ளிக்கூடத்துக்குள் இதுபோல் விளையாடவேண்டாம். எல்லாவற்றையும் வெளி யில் வைத்துக்கொள்ளுங்கள்.'

பிரபாகரன் சிரித்துக்கொண்டான். விளையாட்டே வெளியில் தான்.

4. துப்பாக்கி துணை

நம் இயக்கத்துக்கு என்ன பெயர் வைக்கலாம்? அந்த நண்பரின் தோள் மீது கை போட்டபடி பதிலளித்தார் பிரபாகரன். பெயர் முக்கியமல்ல தோழரே. முதலில் நாம் தயார் ஆவோம்.

சரி, அடுத்து என்ன செய்யவேண்டும் என்றார்கள் அவர்கள். பிரபாகரன் உத்தரவிட்டார். மிளகாய் அடைக்கப்பட்ட பையின் மீது படுத்துக்கொள்ள வேண்டும். ஏன் என்று அவர்கள் கேட்கவில்லை. சரி என்றார்கள். பிரபாகரன் காரணம் இல்லாமல் எதையும் சொல்லமாட்டார். தவிரவும், அவரிடம் வாக்குக் கொடுத்துவிட்டோம். எதிர் வரும் சுதந்தரப் போராட்டத்துக்கு நாங்கள் நிச்சயம் எங்களைத் தயார் செய்துகொள்வோம். நீ அளிக்கும் பயிற்சிகளை மேற்கொள்வோம்.

பிரபாகரனுக்குப் பெருமிதமாக இருந்தது. அவர் சொல் கேட்டு நடக்கும் ஒரு கூட்டம். கூட்டம்கூட அல்ல. ஒரு குழு. கைவிரல் எண்ணிக்கையில் அடங்கிவிடக்கூடிய குழுதான். ஆனால் என்ன? எதையும் எங்கிருந்தாவது ஆரம்பித்தாகவேண்டி இருக்கிறது. நான், இங்கிருந்து தொடங்கிவிட்டுப் போகிறேன். இல்லை, நான் அல்ல. நாம். நமது,

எமது. எதையும் நான் செய்துமுடித்தபிறகே, மற்றவர்களுக்குச் சொல்வேன். அல்லது, அவர்களுடன் சேர்ந்து செய்வேன்.

மூட்டையைப் பிரித்து செவசெவ என்று சிவந்திருக்கும் மிளகாய் உடலில் படும்படி, தலையை வானத்தை நோக்கி உயர்த்தியபடி அப்படியே படுத்துக்கிடந்தார்கள். நகக்கண்களில் ஊசி ஏற்றிக் கொண்டார்கள். கராத்தே, ஜூடோ. இரண்டையும் கற்றுக் கொண்டார்கள். வியர்க்க விறுவிறுக்க ஓடினார்கள். சாக்குத் துணிகளை உடலில் சுற்றிக்கொண்டு பொசுக்கும் சூரிய ஒளியில் மதியம் முழுக்க ஆடாமல் அசையாமல் சாய்ந்திருந்தார்கள்.

சிங்கள ராணுவம் என்னென்ன பயிற்சிகளை மேற்கொள்கிறது என்பதை கேட்டுத் தெரிந்துகொண்டார் பிரபாகரன். புத்தகங் களில் கிடைத்த சில குறிப்புகளையும் தனியாக எழுதி வைத்துக் கொண்டார். அவர் புரிந்துகொண்டது இதைத்தான். நடக்கப் போகும் யுத்தத்துக்குத் தயார் ஆகவேண்டுமானால், மனவலிமை யோடு சேர்த்து உடல்வலிமையும் அத்தியாவசியம். ஆகவே, இயன்றவரை உடலை வருத்திக்கொள்ளவேண்டும். மிக மிகக் கடுமையான பயிற்சிகள் அனைத்தையும் எடுத்தாகவேண்டும்.

துப்பாக்கியைத் தொடாமல் பயிற்சிகள் எப்படிப் பூர்த்தியாகும்? ஒரு தகவல் கிடைத்தது. பாயிண்ட் பெட்ரோ பகுதியில் சம்பந்தம் என்னும் உள்ளூர் ரௌடியிடம் ஒரு துப்பாக்கி இருக் கிறது. அவன் அதை விற்கப்போகிறான். விலை ரூபாய் 150. சரி, கையில் இருப்பதைப் போடு. பெரிய அக்கா ஜெகதீஸ்வரியின் திருமணப் பரிசாக வந்த மோதிரத்தை கழற்றிக்கொடுத்தார் பிரபாகரன். ஆனாலும் போதவில்லை. நாற்பது ரூபாய் குறைந்தது.

சரி, பேரம் பேசிக் குறைக்கலாம் என்று பஸ் பிடித்து பாயிண்ட் பெட்ரோ போனார்கள். சம்பந்தத்தையும் பார்த்தார்கள். ஆனால், சம்பந்தம் அவர்களுடன் வியாபாரம் பேச விரும்பவில்லை. முழு பாண்ட் அணிந்த சிறுவர்கள். போங்க, மைதானத்துக்குப் போய் விளையாடுங்க. துப்பாக்கி எல்லாம் தரமுடியாது. பிரபாகரன் அவனிடம் மன்றாடினார்.

'ஒரு பெரிய காரியத்துக்காகத்தான் இதைக் கேட்கிறோம். கொஞ்சம் விலை குறைத்துத் தரக்கூடாதா?'

'அதென்ன அவ்வளவு பெரிய காரியம்?'

பிரபாகரன் விளக்கினார். மிகப் பொறுமையாக. இது நீங்கள் செய்யும் பெரும் உதவி. தயவு செய்து உதவுங்கள். பாக்கித் தொகையை எப்படியாவது தந்து விடுகிறோம்.

துப்பாக்கி கிடைக்கவில்லை.

•

ஃபெடரல் கட்சியின் பதினொன்றாவது ஆண்டுக் கூட்டம். தந்தை செல்வா உரையாற்றுகிறார். அனைவரும் வாரீர்.

போய்ப் பார்க்கலாம் என்றார் பிரபாகரன். ஏப்ரல் 7, 1969 தொடங்கி மூன்று நாள்கள் நடைபெறுவதாக உத்தேசம். தமிழினத் தலைவர்கள் என்னவெல்லாம் பேசுகிறார்கள், எப்படித் திட்டமிடுகிறார்கள் என்று தெரிந்துகொள்ள விரும்பினார் பிரபாகரன். கூட்டம் திரண்டிருந்தது. அறவழி ஆர்வலர்கள். யார் வேண்டுமானாலும் கருத்து சொல்லலாம் என்பதால் கிட்டத்தட்ட எல்லோருமே பேசுவதற்கு ஆர்வமாக இருந்தது போல் தோன்றியது பிரபாகரனுக்கு.

செல்வநாயகம் பேசினார். தமிழர்களே, 1960 முதல் நாங்கள் பல்வேறு முறைகளில் முயன்று பார்த்துவிட்டோம். சிங்கள அரசு கேட்பதாக இல்லை. இப்போது செய்கிறோம், அப்போது செய்கிறோம் என்று இழுத்தடித்து இறுதியில் ஏமாற்றி விட்டார்கள். ஆனால், நாங்கள் இன்னமும் எங்கள் முயற்சியை கைவிடவில்லை. இன்றில்லாவிட்டாலும் என்றாவது ஒரு நாள்...

சரி கிளம்புவோம், என்றார் பிரபாகரன்.

•

பிரபாகரனைப் போலவே வெறுத்துப்போய் அங்கிருந்து கிளம்பிய இன்னொரு குழு, குட்டிமணி-தங்கதுரையுடையது. இருவருமே வல்வெட்டித்துறையைச் சேர்ந்தவர்கள். இயக்கத்தின் தலைவர்கள் அவர்கள்தான். தமிழ் விடுதலை இயக்கம். மொத்தம் 25 பேர் கொண்ட குழு. ஆயுதம் தாங்கிய போராட்டம் மட்டுமே சரியான மார்க்கம் என்று திடமாக நம்புபவர்கள். பாயிண்ட் பெட்ரோவில் ஒரு ரகசிய இடத்தில் ஒன்று கூடி விவாதிப்பவர்கள்.

பிரபாகரனை இணைத்துக்கொள்வதில் அவர்களுக்குச் சிக்கல் எதுவும் இல்லை. துடிப்பான இளைஞன். கூடமாட ஒத்தாசைக்கு வைத்துக்கொள்ளலாம். பிரபாகரனுக்கு அளிக்கப்பட்ட முதல் பணி துப்பாக்கியை தனித்தனியாகப் பிரித்துப்போட்டு, பிறகு, பழையபடி ஒருங்கிணைப்பது.

அந்த முதல் ஸ்பரிசம். கனமான ரிவால்வர்கள். பாயிண்ட் 22 மற்றும் பாயிண்ட் 38 காலிபர் மாடல்கள். பயிற்சிக்கும் அதே. பார்த்து வேறு உற்பத்தி செய்வதற்கும் அதே. துப்பாக்கி, தோட்டா, வெடி பொருள்கள், வெடி குண்டுகள் என்று எல்லா வற்றிலும் ஒன்றை வாங்கி வந்துவிடுவார்கள். பிறகு, அக்கு அக்காகக் கழற்றி அதன் இயக்கத்தைப் படித்து, படம் வரைந்து, குறிப்பெடுத்து, அந்தக் குறிப்புகளின் அடிப்படையில் புதிதாகப் பிரதியெடுக்கவேண்டும்.

ஒரு மெக்கானிக்குக்கு உதவியாளராக பிரபாகரன் நியமிக்கப் பட்டார். ஆர்வம் அதிகம் இருந்ததால், பிரபாகரனால் வேக மாகக் கற்றுக்கொள்ள முடிந்தது. துப்பாக்கிக்கு அடுத்தது வெடிகுண்டு. ஆபத்தான விவகாரம். கொஞ்சம் அசந்தாலும் சிதறிவிடும் அபாயம் உள்ள பணி. கவனமாகத்தான் இருந்தார் பிரபாகரன். ஆனால், 1970-ல் ஏற்பட்ட ஒரு விபத்தில் பிரபாகரனின் வலது காலில் காயம் ஏற்பட்டது.

முதல் காயம். கண்களை மூடி ஆனந்தப்பட்டார் பிரபாகரன். காயம் ஆறுவதற்குச் சில காலம் பிடித்தது. காலில் கறுப்பாக ஓர் அடையாளம். பிரபாகரன் தடவிப் பார்த்து சுகமடைந்தார். இனி என்னை கரிகாலன் என்றே அழைக்கலாம் நண்பர்களே.

•

தனி ஈழம் வேண்டும் என்னும் கோரிக்கையை முதன் முதலில் வலுவாக எழுப்பியவர் சுந்தரலிங்கம். 1958 வன்முறைக்குப் பிறகு, அவர் இந்தத் தீர்மானத்தை முன்வைத்தார். சிங்கள-பவுத்த நாடாக இலங்கையை மாற்றுவதுதான் இந்த அரசாங் கத்தின் திட்டம். எனில், சிங்களர்கள் அல்லாத, பவுத்தர்கள் அல்லாத பிறரை என்ன செய்யப்போவதாக உத்தேசம்? இது சரிப்பட்டு வராது. தமிழர்களுக்கான தனிப் பிரதேசம் அவசியம். தனி ஈழம் நிச்சயம் வேண்டும். கிழக்கு, வடக்குப் பிரதேசங்களை ஒன்றிணைத்து ஒரு புதிய ஈழத்தை உருவாக்கவேண்டும்.

தனி ஈழத்தை உயர்த்திப் பிடித்த மற்றொரு பிரமுகர், நவரத்தினம். சுந்தரலிங்கம், நவரத்தினம் இருவருக்கும் இளைஞர்களிடையே ஓரளவுக்கு ஆதரவு இருந்தது. அட, இவர்கள் புதிதாகச் சிந்திக்கிறார்களே என்று இளைஞர்கள் பரவசமடைந்தார்கள்.

ஆனால், மூத்த தலைவர்கள் இவர்களை ஏற்றுக்கொள்ளவில்லை. ஏப்ரல் 4, 1970 அன்று ஃபெடரல் கட்சி வெளியிட்ட அறிக்கையின் ஒரு பகுதி இது. 'தனி தேசம் கேட்டு சிலர் இங்கே போராடிக்கொண்டிருக்கிறார்கள். அது தவறான கோரிக்கை. இதனால் தேசத்துக்கும் நன்மையில்லை, தமிழர்களுக்கும் நன்மையில்லை. ஆகவே, தமிழர்கள் யாரும் இவர்களுக்கு ஆதரவு தரக்கூடாது என்று கேட்டுக்கொள்கிறோம்.'

ஃபெடரல் கட்சி எதைச் சொன்னாலும் அதற்கு ஆமாம் சாமி போடும் கும்பல் இதற்கும் ஆமாம் போட்டது. அச்சச்சோ, தேசத்தைத் துண்டாட அல்லவா இவர்கள் பார்க்கிறார்கள் என்று அங்கலாய்த்தது. நீதி, நேர்மையுடன் போராடினாலே இடது கையால் தள்ளிவிட்டு, போடா என்கிறது அரசாங்கம். கலகக்காரர்களைச் சும்மாவா விடுவார்கள்? கடவுளே, இவர்களுக்கெல்லாம் நல்ல புத்தியைக் கொடேன்.

மே 27, 1970-ல் தேர்தல் நடந்தது. சுந்தரலிங்கம், நவரத்தினம் இருவரும் தேர்தலில் படுதோல்வியடைந்தனர். சுட்டுக் கொல்லப்பட்ட சாலமன் பண்டாரநாயகாவின் மனைவி சிரிமாவோ பண்டாரநாயகா பிரதமராகத் தேர்ந்தெடுக்கப்பட்டார். ஐம்பத்து நான்கு வயது அம்மையார். இரண்டாவது முறையாகப் பதவியேற்பு.

•

நீண்ட புகார்ப் பட்டியலைத் தூக்கிக்கொண்டு சிரிமாவோவைச் சந்தித்தனர் சிலர் புத்த பிக்குகள். அம்மையாரே, ஆவன செய்யுமாறு கேட்டுக்கொள்கிறோம். ஆவன செய்யாவிட்டால் அவர்கள் பதிலுக்கு என்ன செய்வார்கள் என்று சிரிமாவோவுக்குத் தெரியும்.

விண்ணப்பம் இதுதான். அறிவியல் மற்றும் தொழில்நுட்பத் தேர்வுகளில் வெற்றிபெறும் தமிழர்களின் விழுக்காடு 37.2. மருத்துவத்தில் 40.5 விழுக்காடு. விலங்கு மருத்துவத்திலும்

வேளாண் துறைகளிலும் 41.9 விழுக்காடு. எங்கும் தமிழர்கள். எதிலும் தமிழர்கள். எங்களுக்கெல்லாம் பற்றிக்கொண்டு வருகிறது. இதே நிலை நீடித்தால், சிங்களர்கள் சிங்கிள் டீக்கு லாட்டரி அடிக்கவேண்டியிருக்கும். தமிழர்கள் அழகு காரில் பவனி வருவார்கள். அவர்களுக்குக் கீழே நாம் வேலை செய்ய வேண்டிவரும்.

சிரிமாவோ சீறினார். அநியாயம். அக்கிரமம். வரலாறு காணாத துரோகம். ஆரம்பத்திலேயே அவர்களை வடிகட்டுவோம். மெரிட், மார்க் அடிப்படையில்தான் இடம் போன்ற புண்ணாக்கு விதிகளெல்லாம் வேண்டாம். இனியொரு விதி செய்வோம். இனி சிங்களர்களுக்குத் தனி நுழைவுத்தேர்வு. தமிழர்களுக்குத் தனி.

அநீதிதான். அக்கிரமம்தான். ஆனால் யாரால்தான் என்ன செய்து விடமுடியும்? மாணவர்கள் ஃபெடரல் கட்சித் தலைவர்களை நாடிச் சென்றார்கள். தலைவர்கள் கைவிரித்தார்கள். தம்பிகளா, நாங்கள் வேறு பல பிரச்னைகளில் ஏற்கெனவே மாட்டிக் கொண்டிருக்கிறோம். இப்போதைக்கு எங்களைத் தொந்தரவு செய்யவேண்டாம்.

தேவை ஓர் இயக்கம். மாணவர்களை ஒன்றிணைக்க. மாணவர்களின் வலிமையை வெளிப்படுத்த. தமிழ் மாணவர் பேரவை (Tamil Students Union - TSU) உருவானது. அதில் இணைந்து கொண்ட மாணவர்களுள் ஒருவர் சிவகுமரன்.

●

வல்வெட்டித்துறையிலிருந்து பாயிண்ட் பெட்ரோவுக்குச் செல்லும் கடைசிப் பேருந்து. பயணிகள் இருக்க மாட்டார்கள். ஷெட்டுக்குள் புகுந்து முடங்கவேண்டியதுதான். பிரபாகரன் குறி வைத்தது அந்தப் பேருந்தை. முன்னரே தயாராக நின்றுகொண்டிருந்தார்கள். நள்ளிரவு. பாதையில் செயற்கைத் தடைகளை உருவாக்கியிருந்தார்கள்.

வண்டி நின்றது. என்ன ஏது என்று பார்க்கக் கீழே இறங்கினார் டிரைவர். பிரபாகரன் பாய்ந்தார். டிரைவர், கண்டக்டர் இருவரையும் விரட்டிவிட்டார். சுற்றிலும் யாருமில்லை. பெட்ரோலை ஊற்றினார்கள். தீக்குச்சியைக் கிழித்து பேருந்தின்மீது வீசியெறிந்தார் பிரபாகரன்.

அதே 1970-ம் ஆண்டில்தான் சிவகுமரனும் தன் பணியை ஆரம்பித்திருந்தார். சிவகுமரனின் இலக்கு கலாசாரத் துறைத் துணையமைச்சர் சோமவீர சந்திராசிரியின் கார். என்ன பெரிய புடலங்காய் கலாசாரம்? சிங்கள வெறித்துறைத் துணையமைச்சர் என்று அழைத்திருக்கலாம். மிகப் பொருத்தமாக இருந்திருக்கும். அவரே தகர்க்கப்படவேண்டியவர்தான் என்றாலும் அவர் காரில் இருந்து ஆரம்பிக்கலாம் என்று நினைத்துக்கொண்டார் சிவ குமரன். அவர் காருக்குக் கீழே டைம் பாமைப் பொருத்தினார். அது வெடித்துச் சிதறுவதைத் தொலைவில் நின்றபடி பார்த்து ரசித்தார்.

பிரபாகரன். சிவகுமரன். இருவரும் ஒருவரை ஒருவர் சந்தித்துக் கொள்ளவில்லை. இறுதிவரை.

●

ஒரு கட்டத்தில் சுந்தரலிங்கம் வெடித்துவிட்டார்.

'எதற்காக இன்னமும் நாடாளுமன்றத்துக்குப் போய்க்கொண் டிருக்கிறீர்கள்? உங்களை யாராவது அங்கே மதிக்கிறார்களா? பக்கம் பக்கமாக டைப் அடித்து எடுத்துச் செல்கிறீர்களே. ஏதாவது ஒரு மாற்றத்தையாவது உங்களால் கொண்டு வர முடிந்ததா? சிங்களம் மட்டுமே அரசாங்க மொழி என்று திட்டவட்டமாக அறிவித்துவிட்டார் சிரிமாவோ. நீதிமன்றங் களில்கூடச் சிங்களம்தான் அதிகாரபூர்வமான மொழியாம். சட்டம் சிங்களத்தில் மட்டுமே இயற்றப்படும். சிங்களர்களுக்கு மட்டுமே சாதகமாக இருக்கும். என்ன செய்ய முடிந்தது உங்க ளால்? உண்மையில் சொல்லப்போனால், தமிழர் விடுதலைப் போராட்டம் உங்களைப் போன்ற நபர்களால் சுணக்கம் அடைந் திருக்கிறது.'

மறுத்து ஒரு வார்த்தை பேசமுடியவில்லை ஃபெடரல் கட்சியால்.

ஏப்ரல் 5, 1971, ஜனதா விமுக்தி பெரமுனா - ஜேவிபி (Janata Vimukthi Peramuna) என்னும் பெயரில் சிங்கள இளைஞர் இயக்கம் உருப்பெற்றபோது அதை எப்படி எடுத்துக்கொள்வது என்று தமிழர்களுக்குத் தெரியவில்லை. இலங்கை அரசை எதிர்க்கும் குழு. சிரிமாவோ மீது கொலை வெறியுடன் இருக்கும் குழு. ஆனால் சிங்களக் குழு. இவர்களுக்கும் தமிழர்

விடுதலைக்கும் எந்தத் தொடர்பும் இருப்பதாகத் தெரியவில்லை. ஆனால், ஆக்கிரோஷமாக கோஷங்கள் எழுப்புகிறார்கள். அரசாங்க அலுவலகங்களைக் கைப்பற்றித் தாக்குகிறார்கள். பேருந்துகளை உடைக்கிறார்கள். சிங்கள அமைச்சர்களைத் தாக்குகிறார்கள். பத்தாயிரத்துக்கும் அதிகமான ஜேவிபி இயக்கத்தினரைச் சிறையில் அடைத்துவிட்டார்களாமே!

தமிழர்களை வெகுவாகக் குழப்பிய மற்றொரு நிகழ்ச்சி பங்களாதேசப் பிரிவினை. பாகிஸ்தானிலிருந்து தனி தேசமாகப் பிரிந்துபோக, பங்களாதேசத்துக்கு இந்தியா உதவியிருக்கிறது. நமக்கு? அங்கும், நம் போன்ற தமிழர்கள் இருக்கிறார்கள். அவர்கள் ஒரு கை கொடுத்தால் நன்றாக இருக்குமே? சிங்கள அரசை எதிர்த்து ஒரே ஒரு யுத்தம்? இந்திய ராணுவத்தை எதிர்கொள்ள முடியுமா இலங்கையால்? ஆஹா, அற்புதமாக இருக்குமே. தனி ஈழம் அமைக்க இந்தியா நமக்கு உதவுமா?

ஃபெடரல் கட்சியின் கனவும் இதுவே. அவர்கள் பரவசத்தில் இருந்தார்கள். ஆயிரம் சொன்னாலும் அம்மையார் இந்திரா காந்திக்கு ஈடாகுமா? அடடா, உதவி என்று கேட்டு முடிப் பதற்குள் துருப்புகளை அனுப்பிவைத்தாரா இல்லையா? நம்பிக்கையைத் தளரவிடவேண்டாம் தமிழர்களே. நமக்கென்று ஒரு வழி பிறக்கும். இறைவன் நமக்கான வழியை வகுத்துக் கொடுப்பார். இந்தியா உதவலாம். அல்லது ஏதாவதொரு சக்தி. தமிழர்களின் வாழ்க்கையை மீட்டெடுக்கும் சக்தி. நாம் செய்ய வேண்டியதெல்லாம் ஒன்றுதான். ஈழத்து காந்தி செல்வாவின் அடிச்சுவட்டில் தொடர்ந்து பயணம் செய்வோம். வெற்றி நமதே.

இவர்களைத் திருத்தவே முடியாது என்று நினைத்துக்கொண்டார் பிரபாகரன்.

5. ஆடு புலி ஆட்டம்

புலிச் சின்னத்தை வைப்போம் என்றார் பிரபாகரன். நண்பர்களுக்கும் அந்த யோசனை பிடித்திருந்தது. சோழப் பேரரசின் சின்னம். தோழர்களே, இயக்கத்தின் பெயரிலும் புலி வரவேண்டும். நமக்குள் எரிந்துகொண்டிருக்கும் கனல் அந்தப் பெயரில் பிரதிபலிக்கவேண்டும். இயக்கத்துக்கு ஏற்ற ஒரு பெயர். பெயருக்கேற்ற ஒரு இயக்கம். இரவு முழுவதும் விவாதித்தார்கள். பிறகு, ஒரு பெயர் முடிவானது. புதிய தமிழ்ப் புலிகள் (Tamil New Tigers). சுருக்கமாக TNT. விரிவாக்கினால், Tri Nitro Toluene என்ற வெடிமருந்து என்றும் அர்த்தம் வரும். பிரபாகரன் புன்னகை செய்தார். சிங்களப் பேரினவாதத்தை எதிர்த்துத் தகர்க்கப்போகும் புலிகளின் கூட்டம். சிங்கத்துக்கு எதிராகப் புலிகள்.

இயக்கம் ஆரம்பிக்கப்பட்ட தேதியைக் குறிப் பிட்டுச் சொல்லமுடியாது. மிக மிக ரகசியமாகத் தொடங்கினார்கள். இரவு நேரங்களில் ரகசிய இடங்களில் கூடுவார்கள். கிசுகிசுப்பான குரலில் விவாதிப்பார்கள். திட்டம் தீட்டுவார்கள். இயக்கத் தின் நோக்கம் என்ன? என்னவெல்லாம் செய்யப் போகிறோம்? என்னவெல்லாம் செய்யப் போவதில்லை? நமது அரசியல் நிலைப்பாடு

என்ன? தமிழர்கள் குறித்த பிரச்னைகளுக்கு நாம் முன்வைக்கும் தீர்வு என்ன? அடிப்படை விதிகள் என்னென்ன?

எல்லாவற்றுக்கும் மேலாக, ஒழுக்கத்தைப் பிரதானமாக முன் நிறுத்தினார் பிரபாகரன். அது முக்கியம். அப்பா சொல்லிக் கொடுத்த பாடம். புத்தகங்கள் சொல்லிக்கொடுத்த பாடமும் கூட. அடிப்படை ஒழுங்கு விதிகள் இல்லாவிட்டால் அது எத்தனை பெரிய அமைப்பாக இருந்தாலும் சிதறித்தான் போகும்.

தன் பெற்றோருடன்தான் வசித்துவந்தார் பிரபாகரன். அப்பா வின் கண்களை சந்திக்கும்போதெல்லாம் மனத்துக்குள் மானசீக மாக மன்னிப்பு கேட்டுக்கொள்வார். உங்கள் மகன் வேறு ஒரு பாதையைத் தேர்ந்தெடுத்துவிட்டான் அப்பா.

மார்ச் 1973 வீட்டு வாசலில் போலீஸ் வண்டி கிறீச்சிட்டு நிற்கும் வரை, திருவேங்கடம் வேலுப்பிள்ளை தன் மகனைப் பரிபூரண மாக நம்பினார். என்ன சொல்லுங்கள், என்றுதான் காவலர்களை வரவேற்றார். உடன் மனைவி பார்வதி. அவர்களுக்குப் பின் னால் பதுங்கியபடி இரு மகள்கள்.

எங்கே பிரபாகரன்? அந்த அதட்டலின் தொனியை வைத்துக்கூட அவர்களால் கண்டுபிடிக்கமுடியவில்லை. இதோ இங்கேதான் தூங்கிக்கொண்டிருக்கிறான். எழுப்பவா? பாவம், தூங்குபவனை எழுப்பவேண்டுமே என்று வருத்தத்துடன்தான் உள்ளே நுழைந் தார் பார்வதி. திக்கென்றது. பிரபாகரனைக் காணவில்லை.

•

மீண்டும், குட்டிமணி-தங்கதுரையிடம் இணைந்துகொண்டார் பிரபாகரன். அவர்களையும் காவல்துறையினர் தேடிக்கொண் டிருந்தார்கள் என்பதால் மூவரின் இருப்பிடமும் ரகசியமாக வைக்கப்பட்டது. பாதுகாப்பான இருப்பிடம்தான் என்றாலும் கையைக் கட்டிக்கொண்டு ஓர் இருட்டு அறைக்குள் பதுங்கி இருப்பது கடினமாக இருந்தது. சுதந்தரம் இல்லை. நண்பர்கள் இல்லை. புதிதாகச் செய்வதற்கு எதுவும் இல்லை.

எப்படிக் கண்டுபிடித்தார், யாரிடம் கேட்டார் என்று தெரிய வில்லை. திருவேங்கிடம் வேலுப்பிள்ளை திடீரென்று வீட்டுக் குள் வந்துவிட்டார். பார்த்தவுடன் தம்பி என்றபடி ஓடிவந்து அணைத்துக்கொண்டார். வேறு எதுவுமே கேட்கவில்லை அவர்.

ஏன் உன்னைத் தேடி வந்தார்கள்? என்ன செய்தாய்? யார் இவர்கள்? உனக்கு இங்கே என்ன வேலை? ஏதாவது ஆபத்தில் சிக்கிக்கொண்டிருக்கிறாயா? எதுவுமே கேட்கவில்லை அவர். உடைந்து அழுதார். வந்துவிடேன், தம்பி.

முதன் முறையாக மனம் விட்டு பேசினார் பிரபாகரன். அப்பா, இனி என்னை நீங்கள் நம்பாதீர்கள். நான் அங்கே வந்தால் உங்கள் அத்தனை பேருக்கும் ஆபத்து. என்னைப் பற்றி கவலைப் படுவதை விட்டுவிடுங்கள். நான் உங்களுக்குப் பயன்பட மாட்டேன்.

•

வேலுப்பிள்ளையால் நெருங்க முடிந்த இடத்தை, காவல் துறையால் நெருங்க முடியாதா என்ன? ரோந்து வந்துகொண்டே இருந்தார்கள். தொடர்ந்து இருப்பிடத்தை மாற்றிக்கொண்டே இருக்கவேண்டியிருந்தது. தொல்லை. தலைக்கு மேலே நிரந்தரமாக, நிம்மதியாக ஒரு கூரை இருந்தால்தானே உருப்படி யாகச் சிந்தித்து ஏதாவது செய்யமுடியும்?

பேசாமல் இந்தியாவுக்குப் போகலாமா என்றார் தங்கதுரை. அது சரியான யோசனையாகப் பட்டது. அதிகம் மெனக்கெட வேண்டியதில்லை. ஒரு தோணி இருந்தால் சுலபத்தில் கடல் கடந்துவிடமுடியும். வேதாரண்யத்தில் இறங்கிக்கொண்டால், பிறகு அங்கிருந்து எங்குவேண்டுமானாலும் போகலாம்.

தங்கதுரை, குட்டிமணி, பெரியஜோதி, பிரபாகரன். நான்கு பேரும் கிளம்பினார்கள். குட்டிமணியும் தங்கதுரையும் சேலத் துக்குச் செல்வதாகத் திட்டம். சேலம் செல்வதற்கு பிரபா கரனுக்கு விருப்பமில்லை. பெரியஜோதியோடு வேதாரண்யத் திலேயே தங்கிவிட்டார். பிரபாகரன் போக விரும்பியது சென்னைக்கு. சென்னையில் ஓரிடத்தைப் பிடித்துத் தங்கிக் கொள்ளலாம். அங்கிருந்தபடி, தமிழக அரசியல் தலைவர்களைச் சந்திக்கலாம். அவர்களிடம் பேசலாம். இலங்கைத் தமிழர்களின் நிலைமையை எடுத்துச்சொல்லலாம். முடிந்தால், அவர்கள் உதவியை பெற்றுக்கொள்ளலாம்.

ஒரு நண்பரின் உதவியால் பிரபாகரனும் பெரியஜோதியும் சென்னைக்கு வந்து கோடம்பாக்கத்தில் தங்கினார்கள். ஆனால் சென்னை சலிப்பூட்டியது. திரும்ப யாழ்ப்பாணம் போய்

விடலாமா என்று பெரியஜோதியிடம் நச்சரிக்க ஆரம்பித்தார் பிரபாகரன். அதற்கான ஏற்பாடுகளை அவர் தொடங்கியபோது தான் அந்தத் தகவல் கிடைத்தது. அனுராதபுரம் சிறையிலிருந்து தப்பிய செட்டி தனபால்சிங்கம் மயிலாப்பூரில்தான் வசித்து வருகிறான். பிரபாகரனுக்கு செட்டியை முன்னமே தெரியும். உடனே, மயிலாப்பூர் சென்று செட்டியைச் சந்தித்தார் பிரபாகரன்.

யாழ்ப்பாணம் திரும்புவதற்கு அவர்கள் திட்டமிட ஆரம்பித் தார்கள். செட்டியோடு பிரபாகரன் சேர்வதில் பெரியஜோதிக்கு ஏக வருத்தம். காரணம், செட்டி ஒரு கிரிமினல் என்பதுதான். குட்டிமணி, தங்கதுரை இருவருக்கும்கூட, பிரபாகரன் செட்டி யுடன் இணைவதில் விருப்பம் இல்லை. ஆனால், பிரபாகரன் இறுதிவரை தன் முடிவை மாற்றிக்கொள்ளவில்லை. நண்பர் களே, செட்டியும் என் நண்பன்தான். அவன் கிரிமினல் என்று எனக்கும் தெரியும். ஆனால், துடிதுடிப்பானவன். இப்போ தைக்கு, அது போன்ற ஆள்கள்தான் எனக்குத் தேவைப்படு கிறார்கள். கவலைப்படாதீர்கள். எந்தக் காரணத்தை முன் னிட்டும் என் அடையாளத்தை நான் இழக்கமாட்டேன்.

•

1974-ம் ஆண்டு. விமரிசையான கொண்டாட்டங்களுடன் நான்காவது உலகத் தமிழ் ஆராய்ச்சி மாநாடு கூட்டப்பட்டது. யாழ்ப்பாணத்திலுள்ள வீரசிங்கம் அரங்கத்தில் ஜனவரி 3 முதல் ஜனவரி 10வரை மாநாடு நடைபெறுவதாகத் திட்டம். உலகம் முழுவதும் இருந்து பல தமிழ் அறிஞர்கள், இலக்கிய ஆர்வலர்கள் யாழ்ப்பாணத்தில் குவிந்துகொண்டிருந்தார்கள். அரசியல் களேபரத்தில் கூர் மழுங்கிப் போயிருந்த இலங்கைத் தமிழர்கள் இந்த மாநாட்டை ஆர்வத்துடன் எதிர்நோக்கி இருந்தனர். தமிழின் மேன்மையை, பாரம்பரியத்தை, அருமை பெருமைகளை இப்போதெல்லாம் யார் பேசுகிறார்கள்?

ஐம்பதாயிரம் பேர் மொத்தமாகத் திரண்டு வருவார்கள் என்று யாருமே எதிர்பார்க்கவில்லை. ஆ, வாயைப் பிளந்து நின்று விட்டார்கள் விழா அமைப்பாளர்கள். அவர்களை எங்கே உட்கார வைப்பது? அல்லது நிற்கவாவது இடம் இருக்குமா? கூடுதலாகப் பல ஒலிபெருக்கிகள் தேவைப்பட்டன. கூடுதல் விளக்குகள். கூடுதல் இருக்கைகள். ஒரு திறந்தவெளி அரங்கில் இடம் கிடைத்தால் வசதியாக இருக்கும்.

தர முடியாது. நிர்த்தாட்சண்யமாக மறுத்துவிட்டார் ஆல்ஃபிரட் துரையப்பா. யாழ்ப்பாணத்தின் மேயர். அமைப்பாளர்கள் அவரைக் கெஞ்ச வேண்டியிருந்தது. நீங்களும் ஒரு தமிழர் தானே? ஒரு தமிழனுக்கு இன்னொரு தமிழனே உதவாமல் போவானா? முடியாது என்றால் முடியாது என்றார் துரையப்பா. தன்னை ஒரு தமிழனாக அவர் என்றென்றும் எண்ணிப் பார்த்தது கிடையாது. தமிழன். இந்த அடையாளத்தைத் துறந்ததால்தானே அரசாங்க உயர் பதவி கிடைத்திருக்கிறது. நான் தமிழன், தமிழன் என்று சொல்லிக்கொண்டு திரிந்துகொண்டிருப்பதால் என்ன பயன்?

ஆயிரம் நெருக்கடிகளுக்கு மத்தியிலும் மாநாட்டை ஆரம் பிக்கவே செய்தார்கள். தமிழர்களே என்று பேச்சாளர்கள் தொண்டையைக் கனைக்கும்போதே, காவல்துறை வண்டிகள் அரங்குக்குள் நுழைந்துவிட்டன. சரி, காவல் காக்க வந்திருக் கிறார்கள் போலும் என்று நினைத்தபடி விட்ட இடத்திலிருந்து உரையை ஆரம்பித்தார்கள்.

வழி விடு. வழி விடு. லத்தியை சுழற்றிக்கொண்டேதான் உள்ளே புகுந்தார்கள் அவர்கள். எங்கே வழி விடுவது? எங்கே நகர்வது? வேண்டுமென்றே பிடித்துத் தள்ளிவிட்டார்கள். வழியில் யார் இங்கே வண்டியை நிறுத்தியது? இது யாருடைய சைக்கிள்? தூக்கிப் போடு அந்தப் பக்கம்.

யாரோ கண்ணீர்ப் புகைக் குண்டை வீசினார்கள். எல்லோரும் கலைந்து ஓடினார்கள். கீழே விழுந்தார்கள். பிடித்துத் தள்ளி விட்டது யார் என்று தெரியவில்லை. ஐயோ, என் குழந்தையைக் காணோமே? பெண்கள் சிதறி ஓடினார்கள். கீழே யாரோ எதுவோ மிதிபடுவது போல் இருந்தது. குனிந்து பார்க்க அவகாசமில்லை. அவிழ்த்துவிட்ட நெல்லிக்காய் மூட்டை போல் சிதறினார்கள்.

எல்லாம் முடிந்தபோது, மொத்தம் ஒன்பது பேர் மிதிபட்டு, மூச்சுத் திணறி இறந்துபோயிருந்தார்கள்.

•

சிவகுமரன் ஒரு முடிவுக்கு வந்திருந்தார். முதலில் சந்திரசேகர். சம்பந்தப்பட்ட காவல்துறை அதிகாரி. கலகத்தைத் திரி கொளுத்தித் தொடங்கி வைத்த கிரிமினல். அவரை அகற்றி முடித்த பிறகு, ஆல்ஃபிரட் துரையப்பா.

குட்டிமணி-தங்கதுரை குழுவினருடன் சிறிது காலம் தொடர்பில் இருந்தார் சிவகுமரன். ஆனால், அவருடைய கனவு, லட்சியம் எல்லாமே வேறு திசையில் இருந்தது. ஆகவே, அவர்களிட மிருந்து தன்னைத் துண்டித்துக்கொண்டார் சிவகுமரன். அதிரடியாக அடித்து ஆடுவதுதான் அவர் செய்ய விரும்பியது. திட்டம் போட்டு, கூடிப் பேசி, கலந்தாலோசித்துப் பொழுதை வீணாக்க விரும்பவில்லை அவர். துப்பாக்கியை எடுத்தோமா, சுட்டோமோ. அவ்வளவுதான். அதற்கு மேல் யோசிப்பதற்கு எதுவும் இல்லை. வேண்டுமானால், சுட்டு முடித்துவிட்டு யோசிக்கலாம். அடுத்து யாரை என்பது குறித்து.

மாநாட்டுச் சம்பவம் சிவகுமரனின் ரத்தத்தைக் கொதிக்க வைத்தது. பார்த்துப் பார்த்து தோரணங்கள் கட்டி விழா அரங் கத்தை அலங்கரித்தவர் அவர். அறுந்து பிரிந்து கிடந்த செருப்பு களையும், உடைந்த நாற்காலிகளையும், ரத்தக் கறைகளையும், சிதிலமடைந்திருந்த மேடையையும், வாடி வதங்கிய பூ மாலைகளையும் பார்க்கும் தெம்பு இல்லை அவரிடம்.

கைலாசநாதர் கோவில் முனையில் வந்துகொண்டிருந்த சந்திரசேகரின் காரைக் கை காட்டி நிறுத்தினார். துப்பாக்கியைத் தலைக்கு நேராக நீட்டினார். துப்பாக்கி வேலை செய்யவில்லை. இரண்டு, மூன்று முறை முயன்று பார்த்துவிட்டு, எரிச்சலுடன் ஓட்டம் பிடித்தார். அப்போதாவது நிதானித்திருக்கலாம். ஆனால், நிதானித்திருந்தால் அவர் சிவகுமரனாக இருந்திருக்க முடியாது. அதே வேகத்தில், ஒரு பாலத்தின் இறக்கத்தில் ஆல்ஃபிரட் துரையப்பாவின் காரை நிறுத்தினார். இந்த முறையும் துப்பாக்கி வேலை செய்யவில்லை. மீண்டும் தப்பி ஓட்டம்.

தொடர் தோல்விகள். ஏமாற்றம். எரிச்சல். வேலை செய்யாத துப்பாக்கியின்மீது. அதை சுமந்து சென்ற தன்மீது. ஒட்டு மொத்தக் காவல்துறையும் சிவகுமரனைத் தேட ஆரம்பித்தது. ஒண்ட இடம் இல்லை. பணம் இல்லை. நிதானிக்கவே இல்லை சிவகுமரன். வா போகலாம் என்றார் தன் ஆள்களிடம். அருகில்தான் இருக்கிறது மக்கள் வங்கி. ஒரே ஒரு காவல்காரன் வாசலில் நிற்பான். சுட்டுவிட்டு உள்ளே நுழைந்துவிடலாம். பணத்தை அள்ளிப்போட்டுக்கொண்டு வந்துவிடலாம். பிறகு, அடுத்த கட்டத்தை யோசிக்கலாம்.

சிவகுமரனிடம் பேசிக்கொண்டிருக்க முடியுமா? கொஞ்சம் பொறுக்கலாமே என்று அறிவுரை சொல்லமுடியுமா? ஜுன் 5, 1974. அவர்கள் கிளம்பினார்கள். கோபே வங்கிக் கிளை. ஒரே ஒரு காவல்காரர்தான் இருந்தார். மறைந்திருந்து இரண்டு முறை அவரை நோக்கிச் சுட்டார் சிவகுமரன். இரண்டு முறையும் குறி தவறிவிட்டது. துப்பாக்கியைத் தூக்கிக்கொண்டு துரத்த ஆரம்பித்துவிட்டார் அந்தக் காவல்காரர்.

ஏன் தொடர்ந்து தவறுகளை மட்டுமே செய்கிறேன்? துப்பாக்கியைத் தூக்கிப்போட்டுவிட்டு ஓட ஆரம்பித்தார் சிவகுமரன். அந்தக் காவலர் அவரைக் கிட்டத்தட்ட நெருங்கி விட்டார். ஓடிக்கொண்டே தன் கழுத்திலிருந்த சயனைட் குப்பியை அறுத்தார் சிவகுமரன். திரும்பிப் பார்த்தார். ஒரு முறை பாய்ந்தால் பிடித்துவிடக்கூடிய தொலைவு. ஏய், ஏய், என்ன செய்கிறாய்? நில் அங்கே. சுட்டுவிடுவேன்.

சிவகுமரன் சயனைடைச் சுவைத்தார்.

●

தமிழர்கள் வாழும் பகுதிகளில் எல்லாம் கறுப்புக் கொடி உயர்த்தப்பட்டது. கடைகள் சாத்தப்பட்டன. சிவகுமரனின் நினைவாகப் பிரசுரங்கள் விநியோகிக்கப்பட்டன. மொத்தம் பதினைந்தாயிரத்துக்கும் அதிகமானவர்கள் சிவகுமரனின் இறுதி ஊர்வலத்தில் கலந்துகொண்டதாகக் குறிப்புகள் சொல்கின்றன. யாழ்ப்பாணத்துக்கு இது புதுசு.

சிவகுமரனின் உடலுக்கு முன்னால் கையை நீட்டியபடி இளைஞர்கள் சபதம் எடுத்துக்கொண்டார்கள். எங்கள் தியாகியே. கவலைப்படாதே. உன் பாதையில் நாங்கள் செல்வோம். தொடர்ந்து போராடுவோம். தமிழர்களுக்கு விடுதலை கிடைக்கும்வரை ஓயமாட்டோம்.

தம்பி சிவகுமரன் தேர்ந்தெடுத்த பாதை தவறானதாக இருந்தாலும், அவரது சீரிய நோக்கத்துக்காக நான் தலைவணங்குகிறேன். செல்வநாயகம் தனது அறிக்கையைப் படித்துக்காட்டினார். பகத் சிங் பற்றி காந்தி கொண்டிருந்த அதே அபிப்பிராயம். நோக்கம் சிறந்தது. பாதைதான் தவறு.

ஒரு தமிழனைச் சிறையில் தள்ள பெரிதாக எந்தக் காரணமும் காவல்துறைக்குத் தேவைப்பட்டதில்லை. ஒரு வேளை,

தப்பித்தவறி யாராவது கேட்டாலும் சொல்லிவிடலாம். கலகம் செய்கிறார்கள். கலகம் செய்ய நினைக்கிறார்கள். முந்தைய பிறவியில் கலகம் செய்திருக்கலாம். இனி வரும் காலங்களில் ஏதாவது தப்புத்தண்டா செய்ய வாய்ப்புண்டு. ஆகவே, முன்னெச்சரிக்கை நடவடிக்கை. அவன் தோலின் நிறம் எனக்குப் பிடிக்கவில்லை. பதினொரு மணிக்குமேல் சைக்கிளை உருட்டிக் கொண்ட போனான். ஏதோ ஒரு பெண்ணுடன் இரவு நேரத்தில் பேசிக்கொண்டிருந்தான். தடிதடியாக நான்கு பேர் ஒன்றாகச் சுற்றிக்கொண்டிருந்தார்கள். இது போன்ற காரணங்களும் ஏற்றுக் கொள்ளத்தக்கதே. சிறையில் தள்ள. வழக்கு பதிவு செய்யாம லேயே விசாரணை நடத்த. அடிக்க, உதைக்க, தேவைப்பட்டால் மண்டையைப் பிளக்க.

1974 மத்தியில் யாழ்ப்பாணம் திரும்பினார் பிரபாகரன். அதே சிரிமாவோ. அதே செல்வநாயகம். அதே யாழ்ப்பாணம். அதே சிறைச்சாலைகள். உள்ளே, அதே தமிழர்கள். ஒரு நடை கோடம்பாக்கம் போய்விட்டு வந்தால், இலங்கை மாறிவிடுமா என்ன?

புதிய போராட்ட முறை ஒன்றைத் தமிழ் இளைஞர்கள் கண்டுபிடித்திருக்கிறார்கள் என்று யாரோ வந்து சொன்னார்கள். என்ன? என்ன? ஆர்வமாகக் கேட்டார் பிரபாகரன். ஒரு முறை பயன்படுத்திய தபால் தலைகளை மற்றொரு முறை பயன் படுத்தக்கூடாது என்பது சட்டம். ஆனால் நம் ஆள்கள் என்ன செய்தார்கள் தெரியுமா? ஆயிரக்கணக்கான பழைய தபால் தலைகளைச் சேகரித்து வேண்டுமென்றே கவரில் ஒட்டி அனுப்பியிருக்கிறார்கள். நிச்சயம் அவர்கள் வெறுத்துப்போய் விடுவார்கள். என்ன சொல்கிறீர்கள்?

எதுவும் சொல்லவில்லை பிரபாகரன். அவர் மனத்தில் வேறு ஒரு திட்டம் உருவாகியிருந்தது. சிரிமாவோ அரசாங்கத்துக்கு ஏதாவது அதிர்ச்சி வைத்தியம் கொடுத்தாகவேண்டும். என்ன செய்யலாம்? யாழ்ப்பாணம் முழுவதும் ஆங்காங்கே குண்டு வைத்தால் என்ன?

மார்க்கெட் பகுதி, ரயில்வே ஸ்டேஷன், காவல் துறைக் கட்டடம் என்று சில முக்கியமான பகுதிகளைத் தேர்ந்தெடுத்தார். அத்தனை இடங்களிலும் ஒரே நேரத்தில் குண்டு வெடிக்க வேண்டும் என்பது ஏற்பாடு. ஓர் அறிமுகம் வேண்டாமா? சிங்கள

அரசாங்கத்தின் செவிட்டுக் காதுகளுக்குக் கேட்கும்படி சில வெடிகள்.

ஒன்று விடாமல் அத்தனை குண்டுகளும் வெடித்தது. சிரிமாவோ பீதியுடன் திரும்பிப் பார்த்தார். என்ன புகைச்சல் என்பதாக. பிரபாகரன் தனக்குள் சொல்லிக்கொண்டார். பொறுங்கள் அம்மையாரே.

●

அதற்கு முன்னால் மற்றொரு காரியத்தையும் செய்யவேண்டி இருந்தது. காங்கேசன்துறை தொகுதியில் இடைத் தேர்தல். செல்வா போட்டியிடுகிறார். ஃபெடரல் கட்சியின் நீண்ட காலக் கோரிக்கைக்கு அரசு சம்மதித்திருக்கிறது. இன்னமும் தேர்தல் ஜனநாயகத்தில் நம்பிக்கை வைத்திருக்கும் செல்வா. அதிகாரத்தைப் பங்கிட்டுக்கொள்வதன்மூலம் மாற்றத்தை ஏற்படுத்த முடியும் என்று நம்பும் செல்வா. ஆனாலும், அவருக்கு உதவுவது நம் கடமை. நமக்கு அவர் உதவ மாட்டார். ஆனால், அவருக்கு நாம் உதவுவோம்.

தேவை அமைதி. தேவை தனி தேசம். தேவை தமிழீழம். வாக்காளப் பெருமக்களே, சிந்திப்பீர். தந்தை செல்வாவுக்கு வாக்களிப்பீர். பிரபாகரனும் அவர் நண்பர்களும் வீடு வீடாகச் சென்று பிரசாரம் செய்தார்கள். சிங்கள அரசுக்கு எதிராக அணி திரள வேண்டிய அவசியத்தை வலியுறுத்தினார்கள். ஓய்வு, ஒழிச்சல் இல்லாத சூறாவளிப் பணி.

டிஎன்டி தொடங்கி எதுவுமே செய்யவில்லையே என்று கிசு கிசுத்த நண்பர்களிடம் அதே கிசுகிசுப்பான குரலில் சொன்னார் பிரபாகரன். அடுத்து, அதுதான். கொஞ்சம் பொறுங்கள்.

ஆல்ஃபிரட் துரையப்பாவை அகற்ற முடிவு செய்திருந்தார் பிரபாகரன். அப்போது பிரபாகரனுக்கு வயது இருபது.

பிப்ரவரி 6, 1975 அன்று தேர்தல். தந்தை செல்வாவுக்கு மகத்தான வெற்றி.

●

இரண்டு ரிவால்வர்கள் கிடைத்தன. துருப்பிடித்த பழைய ரிவால்வர்கள். பிறகு, சில கையெறி குண்டுகள். முப்பது பேர்.

போதாது என்றார்கள் நண்பர்கள். போதும் என்றார் பிரபாகரன். செலவுக்குப் பணம்? புது ஆயுதங்கள் வாங்க? நாம் எங்கே தங்குவது? என்ன சாப்பிடுவது? வங்கிகளைக் கொள்ளை அடிக்கலாம் என்றான் செட்டி. பிரபாகரனுக்குச் செட்டி மீது அபாரமான நம்பிக்கை இருந்தது.

பிரபாகரன் எதிர்பார்த்ததைவிட அதிக வேகம் கொண்டவனாக இருந்தான் செட்டி. வங்கியில் கொள்ளையடித்த பணத்தை இயக்கத்துக்குக் கொண்டுவந்து கொடுப்பதற்குப் பதிலாக, தானே வைத்துக்கொண்டான். கார் ஒன்றை வாங்கிக்கொண் டான். ஏது அத்தனை பணம் என்று கேட்டதற்குப் பதிலளிக்காமல் நழுவினான். விரைவில், போலீஸிடமும் சிக்கிக்கொண்டான்.

அதிர்ச்சியாக இருந்தது பிரபாகரனுக்கு. ஆனால், தன்னைத் தானே சமாதானப்படுத்திக்கொண்டார். நம்பிக்கை துரோகம் வலி தரக்கூடியது. ஆனால், தவிர்க்கமுடியாதது. பிரபாகரனின் கவலை வேறு. நாலு தட்டி தட்டினால் செட்டி அப்ரூவராக மாறிவிடுவானே. நம் இருப்பிடத்தை, நம் நண்பர்களை அவன் காட்டிக்கொடுக்கமாட்டான் என்று என்ன நிச்சயம்?

வேதாரண்யத்தில் அனுபவித்த அதே சங்கடங்கள். சாப்பாடு இல்லை. உறக்கம் இல்லை. ஓடு, ஓடு என்று ஓடிக்கொண்டே இருக்கவேண்டியிருந்தது. தேவைப்படும்போது சந்தித்துக் கொள்வோம் என்று சொல்லி இயக்கத்தினரையும் கலைந்து, மறைந்திருக்குமாறு உத்தரவிட்டிருந்தார். நண்பர்கள் மூலமாகச் செய்திகளைக் கேட்டுத் தெரிந்துகொண்டார்.

குட்டிமணி கைதாகிவிட்டார். கள்ளப்படகுடன் தமிழ்நாட்டில் அவர் பிடிபட்டார். படகு முழுவதும் வெடிபொருள்கள். தங்கதுரை மறைவிடத்தில். அருளர் என்பவரின் தலைமையில் ஒரு குழு அதிரடியாக ஒரு காரியத்தை செய்து முடித்திருக்கிறது. EROS என்னும் ஈழப் புரட்சிகர மாணவர் விடுதலை அமைப்பைச் சேர்ந்தவர்கள் இவர்கள். 1975 உலகக் கோப்பை கிரிக்கெட் போட்டி மான்செஸ்டரில் நடைபெற்றபோது சிங்கள அரசைக் கண்டிக்கும் வாசகங்களைப் பலகைகளில் எழுதிவைத்து கேமரா கடந்து போகும்போதெல்லாம் உயர்த்திப் பிடித்துக் குரல் கொடுத்திருக்கிறார்கள். ஒரு கவன ஈர்ப்பு.

நான். என்னுடன் மூன்று பேர். ஆல்ஃப்ரெட் துரையப்பாவை அகற்றும் பணி எங்களுடையது. மற்றவர்கள் துரைப்பாவை

மிகக் கவனமாகப் பின்தொடர்ந்து செல்லுங்கள். அவருடைய தினசரி அலுவல்கள் என்ன? எங்கே போகிறார்? எத்தனை மணிக்கு? டிபன், சாப்பாடு எங்கே? நண்பர்கள் யார் யார்? பொழுதுபோக்குகள் ஏதாவது உண்டா? தனிமையில் இருக்கும் சமயம் எது? எல்லாமே வேண்டும்.

ஜுலை **27, 1975.** வரதராஜ பெருமாள் கோவில் வாசலில் அமைந்திருந்த அந்தச் சிற்றுண்டிக் கடையில் அனைவரும் சாப்பிட்டார்கள். பிறகு, அங்கேயே காத்திருக்க ஆரம்பித்தார்கள்.

ஆல்ஃபிரட் துரையப்பாவின் கார் சில நிமிடங்களில் வந்து சேர்ந்தது. காரின் கதவைத் திறந்துகொண்டு வெளியில் வந்தார் துரையப்பா. பிரபாகரனும் நண்பர்களும் ஓடிச்சென்றார்கள். ஐயா, வணக்கம். கைகளைக் குவித்து பவ்யமாக நிற்கும் அந்த இளைஞர்களைப் பார்த்து பதில் புன்னகை புரிந்தார் துரையப்பா. வணக்கம். அவர் கைக்கூப்பும்போதே, பிரபாகரன் துப்பாக்கியை எடுத்துவிட்டார்.

நெஞ்சில் குண்டு வாங்கி சுருண்டு விழுந்தார் துரையப்பா. டிரைவரை இழுத்து வெளியில் தள்ளிவிட்டு, அதே வண்டியில் ஏறி அவர்கள் கிளம்பினார்கள்.

6. புலிக்கூட்டம்

தமிழ் ஈழ விடுதலைப் போரில் அது முதல் பலி.

சிங்கள அரசு, காவல்துறை, சிரிமாவோ பண்டார நாயகா அத்தனை பேரும் பயந்து பின்வாங்கி னார்கள்.

யாழ்ப்பாணத்துத் தமிழர்கள் கொண்டாட்டத்தில் இருந்தனர். நமது பையன்கள் நிறைவேற்றி விட்டார்கள், பார்த்தாயா? நான்தான் அப்பொழுதே சொன்னேனே. எத்தனை காலத்துக்கு அவர்களால் நம்மை ஏய்க்கமுடியும்? குட்டக் குட்டக் குனிவோம் என்று கனவு கண்டிருக்கிறார்கள். இப்போது, கொடுத்தார்கள் பாருங்கள் ஓர் அடி! பையன்களா, நீங்கள் எங்கிருந்தாலும் நன்றாக இருங்கள்.

உதடுகள் துடிக்க உத்தரவிட்டார் சிரிமாவோ. துரையப்பாவின் இறுதிச் சடங்கு நடந்து முடிப் பதற்குள் அந்த கிரிமினல்களைக் கூண்டில் அடை யுங்கள். அத்தனை தீவிரவாதத் தமிழர்களையும் உள்ளே தள்ளுங்கள். மாணவ அமைப்புகள், புரட்சி கர அமைப்புகள் என்று அறியப்பட்ட அத்தனை குழுக்களையும் காவல்துறை மொய்த்தது. அமிர்த லிங்கத்தை வசை பாடித் தீர்த்தார்கள். பாருமய்யா, உமது தமிழ் இளைஞர்கள் என்ன செய்து

இருக்கிறார்கள் என்று பாரும். எல்லோரையும் கூட்டி வைத்துக் கொண்டு பேசிக்கொண்டிருந்தீர் அல்லவா? அதன் பயனைப் பாரும்.

அவர்கள் சொன்னது ஓரளவுக்கு உண்மையே. அமிர்த லிங்கத்துக்கும் போராளித் தமிழ் இளைஞர்களுக்கும் தொடர்பு இருந்தது. கலகக்கார, துடிப்புள்ள இளைஞர்களை வரவேற்று உபசரித்து அவர்களுடன் உரையாடும் வழக்கம் அமிர்த லிங்கத்துக்கு உண்டு. இது செல்வநாயகத்தின் ஏற்பாடும்கூட. எடுத்தோம், கவிழ்த்தோம் என்று வன்முறையில் அவர்கள் இறங்காமல் இருக்கத்தான் இந்தச் சந்திப்பு. அவர்கள் தோள்மீது கை போட்டுப் பேசி, அவர்கள் கோபத்தை மட்டுப்படுத்துவதே அமிர்தலிங்கத்தின் தலையாயப் பணி.

தொடக்ககாலத்தில், அமிர்தலிங்கம் பிரபாகரனையும்கூடச் சந்தித்திருக்கிறார்.

●

எல்லோரும் கவனமாக இருக்கவேண்டும். குறிப்பாக, இரண்டு விதிகள். ஆயுதம் இல்லாமல் எங்கும் நகரவேண்டாம். உங்கள் வீட்டுக்குப் போகவேண்டாம். தங்கவேண்டாம். குடும்பத் தினரைப் பார்க்கும் ஆசையைக் கட்டுப்படுத்திக்கொள்ளுங்கள். இப்போதுதான் நம் பணியை ஆரம்பித்திருக்கிறோம். இன்னமும் நம்மீது சந்தேகப் பார்வை விழவில்லை. ஒவ்வோர் அடியையும் மிக மிகக் கவனமாக எடுத்துவைக்கவேண்டும். ஆயுதம் இல்லையே என்று பயப்படவேண்டாம். இப்போதைக்கு நம்மிடம் இரண்டு ரிவால்வர்களுக்கு மேல் இல்லை. ஆனால், ரிவால்வர் மட்டுமே ஆயுதம் அல்ல. வீட்டில் பயன்படுத்தப்படும் கத்தியை எடுத்து வைத்துக்கொள்ளுங்கள். ஏன்? மிளகாய்ப் பொடிகூட ஓர் ஆயுதம்தான். சந்தர்ப்ப சூழ்நிலைக்கு ஏற்ப உங்களை நீங்கள் தகவமைத்துக்கொள்ளவேண்டும். எதற்கும் தயாராக இருக்கவேண்டும்.

மற்றொரு விஷயம். உங்கள் காதுகளை நன்றாகத் திறந்து வைத்துக்கொள்ளுங்கள். வாயைத் திறக்கவே வேண்டாம். தெரிந்தவர், உறவினர், மனைவி, அப்பா, அம்மா, குழந்தைகள், ஆத்மார்த்தமான நண்பன் என்று ஒருவரிடமும் நம் திட்டங் களைப் பற்றிப் பேசக்கூடாது. டிஎன்டி பற்றியோ, நம்மைப்

பற்றியோ, நம் நண்பர்களைப் பற்றியோ, நம் செயல்திட்டங்கள் பற்றியோ, நம் கனவுகள் பற்றியோ பேசவேண்டாம். நாங்கள் என்ன செய்யப்போகிறோம் தெரியுமா போன்ற பெருமிதங்கள்கூட வேண்டாம்.

யார் எப்போது நமக்கு எதிராகத் திரும்புவார்கள் என்று சொல்லமுடியாது. நம்மைக் காட்டிக்கொடுக்கவேண்டும் என்னும் எண்ணம்கூட அவர்களுக்கு இருக்காது. ஆனால், சந்தர்ப்ப சூழ்நிலைகள் காரணமாக அவர்கள் ஏதாவது உளறிக் கொட்டக்கூடும்.

ஆறுமுகம் கிருபாகரன், கலபதி. ஆல்ஃபிரட் துரையப்பா சம்பவத்தில் தொடர்புள்ள இந்த இருவரும் பிரபாகரன் அளித்த இந்த இரு விதிகளை மீறினார்கள். அவரவர் வீட்டுக்குப் போனார்கள். படுத்துத் தூங்கினார்கள். போலீஸ் ரோந்து வந்தபோது, நிராயுதபாணியாக, பரிதாபமாகப் பிடிபட்டார்கள்.

பிரபாகரன் பற்றியும் டிஎன்டி பற்றியும் முதன் முறையாகக் காவல்துறை அறிந்துகொண்டது அவர்களிடம் இருந்துதான்.

பிரபாகரனா? யார்? வல்வெட்டித்துறை திருவேங்கிடம் வேலுப் பிள்ளையின் மகனா? அவனா இப்படியொரு காரியத்தைச் செய்தான்? நம்ப முடியவில்லையே. தம்பி, தம்பி என்று அழைப்போமே. பண்டிகைக் காலங்களில் நம்முடன் குதூகலத் துடன் வளைய வருவானே. இந்தாடா, இனிப்பு கொண்டு போய் கொடுத்துவிட்டு வா என்றால் மறுவார்த்தை பேசாமல் ஓடிப் போவானே? அவனா? அந்தப் பிரபாகரன்தானா? சரியாகத் தெரியுமா? இது ஊர் மக்கள்.

யாழ்ப்பாணத் தமிழர்கள் பெருமிதத்தால் பரவசமடைந்தார்கள். அடடே, அந்தத் தம்பிதானா? நீதானா அந்தப் புலிக்குட்டி? கொடுத்தாயே பார்க்கலாம் ஒரு மரண அடியை. எங்கள் குலத்துச் சீமானே. வல்வெட்டித்துறை வீரனே. நீயாவது இருக்கிறாயே ராசா. எங்களைக் கறும்புச் சக்கைபோல் பிழிந்துகொண்டிருக் கிறார்களப்பா. ரோந்து வரும்போது எங்கள் வீட்டுப் பையனை இழுத்துக்கொண்டு போனவர்கள்தான். ஆச்சு, இரண்டு வருடங்கள் முடிந்துவிட்டன. அவன் என்ன ஆனான் என்றே தெரியவில்லை. பார்த்துச் சொல்லேன், பிரபாகரா!

பிரபாகரனின் இருப்பிடத்தை இளைஞர்கள் வலைபோட்டுத் தேட ஆரம்பித்தார்கள். கண்டுபிடித்தவர்கள், அவரிடம் தன் விருப்பத்தைத் தெரியப்படுத்தினார்கள். என்னையும் இணைத்துக் கொள்ளுங்களேன். உயிரைக்கொடுக்கவும் நான் சித்தமாக இருக்கிறேன். பேபி என்று அழைக்கப்படும் சுப்பிரமணியம் இப்படி வந்து இணைந்துகொண்டவர்தான். பின்னர், வன்னி பிரதேசத்துக் கல்விப் பொறுப்பாளராக இவர் நியமிக்கப்பட்டார்.

•

வவுனியா காடுகளை தனது இருப்பிடமாகத் தேர்வு செய்திருந்தார் பிரபாகரன். அடர்ந்த வனப் பகுதி. பயிற்சிகளைத் தொடர்ந்து நடத்துவதற்குத் தோதான இடம். பதுங்கிக் கொள்வதற்கு ஏற்ற இடமும்கூட.

வவுனியாவில் இருந்து மூன்று கிலோமீட்டர் தள்ளி அமைந்திருந்த அந்தப் பகுதியைத் தேர்ந்தெடுத்தார் பிரபாகரன். இதுதான் நம்முடைய பூந்தோட்டம் என்றார் அவர். அதே பெயரில் அந்தப் பகுதி அழைக்கப்பட்டது. முதல் பயிற்சி முகாம் ஆரம்பிக்கப்பட்டது அங்கேதான். மொத்தப் பரப்பளவு நாற்பது ஏக்கர். செழிப்பான, விவசாய நிலமாகவும் அது அமைந்திருந்ததைக் கண்டு ஆனந்தமடைந்தார் பிரபாகரன்.

குடிசைகள் அமைக்கும் பணி ஒரு பக்கம் நடக்கும். மற்றொரு பக்கம், தோட்ட வேலை. ஒரு மூலையில் ஜூடோ, கராத்தே பயிற்சி. ஒரு மேட்டின் மீது ஏறி நின்று உடல்பயிற்சி செய்து கொண்டிருப்பார்கள். மல்யுத்தம் பழகுவார்கள். சற்றுத் தள்ளி, அடர்ந்த கானகப் பகுதிக்குள் துப்பாக்கிப் பயிற்சி தொடங்கும். தக்காளி விதைகளை தூரத்தில் வைத்துவிட்டு, துப்பாக்கியைத் தூக்கிக்கொள்வார்கள். அதுவரை துப்பாக்கியை வைத்திருந்தவர், வெண்டைக்காயை உடைத்துப் பார்த்து பரிசோதித்துக் கொண்டிருப்பார்.

உடற் பயிற்சி முடித்த கையோடு சமையல் வேலையில் இறங்கி விடுவார்கள். ஓய்வு நேரம் அரிதாகத்தான் கிடைக்கும். கிட்டத்தட்ட ராணுவப் பயிற்சி. முன்பொரு சமயம் எடுத்துக் கொண்டார்கள் அல்லவா? அதை விடக் கூடுதலாக. கடுமையாக. புதிதாக வந்து இணையும் அத்தனை இளைஞர்களையும் பூந்தோட்டத்துக்குத்தான் அழைத்து வருவார்கள்.

பிரபாகரன் எப்போதும் ரோந்து வந்துகொண்டே இருப்பார். மேற்பாற்வையிடும் தோரணையுடன் அல்ல. புதிய இளைஞர்களுக்குச் சொல்லித்தரும் ஆர்வத்துடன். இப்படி நகரு தம்பி என்று சொல்லி துப்பாக்கியைப் பிரித்துப் போடும் தொழில்நுட்பத்தைக் அருகில் இருந்து கற்றுக்கொடுப்பார்.

மரத்தின் மீது சாக்பீஸால் வரைந்து வைத்திருப்பார். ஒரு மனித உருவம். குறிப்பிட்ட தொலைவில் நின்றபடி, குறிப்பிட்ட பாகத்தைக் குறி பார்த்துச் சுடவேண்டும். எல்லோரும் கட்டாயம் இந்தப் பயிற்சியை எடுத்துக்கொள்ளவேண்டும் என்று பிரபாகரன் வற்புறுத்துவார். கவனத்தைக் குவிக்கும் வித்தையைக் கற்றுக்கொடுப்பார். அன்று மட்டும் சிவகுமரனின் குறி தவறாமல் இருந்திருந்தால்? இயக்கத்துக்கு ஒரு சிறந்த துடிப்புள்ள வீரன் கிடைத்திருப்பான்.

பிரபாகரனின் இடுப்பில் எப்போதும் ஒரு ரிவால்வர் அதற்குரிய பட்டியில் செருகப்பட்டிருக்கும். பேசிக்கொண்டே நடப்பார். திடீரென்று ஓர் அரைவட்டம் அடித்து சராலென்று திரும்பி, மின்னல் வேகத்தில் ரிவால்வரை விடுவித்து, மரத்தில் குறித்து வைத்திருக்கும் சிவப்பு வட்டத்தைத் துல்லியமாகச் சுடுவார். எடுத்து வைக்கும் ஒவ்வோர் அடியையும் அவர் மனத்துக்குள் எண்ணிப் பார்த்துக்கொள்கிறாரோ என்றுகூட தோன்றும்.

குறி தவறிச் சுடுபவர்களைப் பார்த்துப் பல முறை கத்தியிருக்கிறார் பிரபாகரன். ஐயோ, இந்தத் தவறை நம் எதிரியிடம் செய்தால், அவன் உன்னை இந்நேரம் சுட்டுப் பொசுக்கியிருப்பான். ம், மீண்டும், முதல் பயிற்சியை ஆரம்பி.

•

செலவுகளைச் சமாளிக்கப் பணம் வேண்டும். வங்கிகளைக் கொள்ளையடிப்பதுதான் ஒரே வழி. ஆனால் அவை மக்களின் பணம் அல்லவா? மக்களின் சேமிப்பைக் கொள்ளையடித்து நம் இயக்கத்தை நடத்தவேண்டுமா என்ன? பிரபாகரன் அளித்த தீர்வு இது. அரசாங்க வங்கிகளை இலக்காக வைப்போம். அரசாங்கம் மக்களிடமிருந்து அநியாயத்துக்கு வரி வசூலிக்கிறது. ஆனால், தமிழர்களுக்காக இதுவரை எந்தவொரு முன்னேற்றத் திட்டத்தையும் அவர்கள் நிறைவேற்றியது கிடையாது. ஆகவே, நாம் அரசாங்க வங்கிகளைக் கொள்ளையடித்து, தமிழர்களுக்கு உருப்படியாக ஏதாவது செய்வோம்.

புத்தூர் வங்கிக் கிளையில் இருந்து ஆரம்பித்தார்கள். வங்கியில் எத்தனை பேர்? பாதுகாப்பு ஏற்பாடுகள் எப்படி? எப்போது திறக்கிறார்கள்? எப்போது மூடுகிறார்கள்? எப்போது உணவு இடைவெளி? காசாளர் அமர்வது எங்கே? தேவைப்படும் அத்தனை அடிப்படை விவரங்களும் சேகரிக்கப்பட்டன.

மார்ச் 5, 1976. எல்லோரும் கையைத் தூக்குங்கள். துப்பாக்கியுடன் உள்ளே நுழைந்தார்கள். ஒரு குழு, மேனேஜரின் அறைக்குள் நுழைந்தது. நீங்கள் எங்களோடு ஒத்துழைக்கும் பட்சத்தில் உங்கள் யாரையும் நாங்கள் காயப்படுத்தமாட்டோம். ம், நகருங்கள். பணியாளர்கள் அத்தனை பேரையும் மேனேஜரின் அறைக்குள் அடைத்தார்கள். காசாளரின் அறைக்குள் ஒரு துப்பாக்கிக் குழு. பணம் எங்கே? நகைகள் எங்கே? தனித்தனி மூட்டையாகக் கட்டிக்கொண்டார்கள். கிளம்பலாமா, ஆச்சா என்றார் பிரபாகரன். ஆச்சு என்றார்கள். உங்களுக்கு ஏற்பட்டுள்ள இடைஞ்சலுக்கு வருந்துகிறோம்.

போயேவிட்டார்கள். பணமாக ஐந்து லட்சம். நகையாக, இரண்டு லட்சம். யாழ்ப்பாணத்தின் முதல் வங்கிக் கொள்ளை ஐந்தே நிமிடங்களில் அரங்கேறி முடிந்துவிட்டது.

•

நம்மையும் நம் இயக்கத்தையும் காவல்துறை அதி தீவிரமாகத் தேடிக்கொண்டிருக்கிறது. குறிப்பாக, என்னை. டிஎன்டி என்னும் பெயரைக் கேட்டாலே அவர்கள் நடுங்குகிறார்களாம். பயம். எத்தனை அற்புதமான விஷயம். சிங்களர்கள் பயப்பட ஆரம்பித்திருக்கிறார்கள். சிங்களக் காவல்துறை நம்முடைய இயக்கத்தை அச்சத்துடன் கவனிக்க ஆரம்பித்திருக்கிறது. எனில், நண்பர்களே நாம் வளர்ந்துகொண்டிருக்கிறாம் என்று பொருள். இனிதான் நாம் கூடுதல் எச்சரிக்கையுணர்வுடன் இருக்கவேண்டும். நமது முந்தைய நண்பர்கள் செய்த தவறை நாம் செய்யக்கூடாது.

நண்பர்களே, எனது நீண்ட காலக் கனவை நனவாக்கும் வேளை வந்துவிட்டது. ஈழத்தமிழர்களுக்கான தனி தேசத்தை நாம் உருவாக்கவேண்டும். நமக்கென்று ஒரு நிலம். நமக்கென்று ஓர் அரசாங்கம். நமக்கென்று ஒரு ராணுவம். தனி ஈழம். தமிழ் ஈழம். தமிழ் மக்கள் நம் மீது நம்பிக்கை வைக்க ஆரம்பித்து விட்டார்கள். நம் பையன்கள் பார்த்துக்கொள்வார்கள் என்று

பெருமிதம் பொங்கப் பீற்றிக்கொள்கிறார்கள். நாம் அவர்களுக்கு என்ன செய்யப்போகிறோம்?

இப்போதைக்கு, நமது உடனடி தேவை ஒரு கெரில்லா குழு. ஆயுதம் தாங்கிய ஒரு சிறு ராணுவம். தவிரவும், நம் இயக்கத்தின் பெயரை நாம் மாற்றவேண்டும். ஈழம் என்னும் பெயரை நாம் முன்னிறுத்தியாகவேண்டும். தமிழ். ஈழம். அவர்கள் விடுதலை. மூன்றும் இணைந்த ஒரு பெயர். புலிகள். புலிகள் இல்லாமலா?

புதிய பெயர் உருவானது. தமிழ் ஈழ விடுதலைப் புலிகள். Liberation Tiger of Tamil Eelam (LTTE). சிங்களர்களின் வாழ்வில் மட்டுமல்ல; தமிழர்களின் வாழ்க்கையிலும் தலைகீழ் மாற்றத்தைக் கொண்டு வரத் துடித்த அந்த நான்கு எழுத்துகள் மே 5, 1976 அன்று உயிர் பெற்றன.

இயக்கத்துக்கான சின்னத்தை பிரபாகரன் முன்னரே தயார் செய்திருந்தார். இவர் சொல்லச் சொல்ல ஓவியர் ஒருவர் மதுரையில் உருவாக்கித் தந்த சின்னம் அது. வாயைப் பிளந்து கர்ஜிக்கும் ஒரு புலி. மஞ்சளும் சிவப்பும் பிரதானம். புலியின் வாய் சிவந்திருக்கவேண்டும். ரத்தச் சிவப்பு. எப்போது வேண்டுமானாலும் பாய்வேன் என்று சொல்வது போல் முன்னங்கால்கள் தயாராக இருக்கவேண்டும். பின்னணியில் இரண்டு துப்பாக்கிகள். கேடயத்தில் இரண்டு வாள்களைக் குறுக்காக வைத்திருப்பார்களே. அதுபோல். சுற்றிலும் ஒரு வட்டம். வட்டத்தை ஒட்டி சூரிய ஒளிக்கதிர்கள். கதிர்களுக்குப் பதிலாக பாயிண்ட் 33 ரக தோட்டாக்களை சுற்றிலும் அடுக்கவேண்டும். எழுச்சியூட்டும் சின்னமாக அது அமையவேண்டும்.

அப்படித்தான் வந்திருந்தது. அடுத்து, அமைப்பியல் ரீதியாகச் சில சட்ட திட்டங்களை வகுக்க வேண்டியிருந்தது. அதற்கு முன்னால், கொள்கைப் பிரகடனம். எல்.டி.டி.ஈ. சாதிக்க விரும்புவது என்ன?

1. சுதந்தரத் தனி ஈழம் அமையவேண்டும்.
2. சோஷலிச மக்கள் குடியரசை உருவாக்கவேண்டும்.
3. அனைத்துவிதமான ஒடுக்குமுறைகளையும் களைய வேண்டும். குறிப்பாக, சாதீய ஒடுக்குமுறை.
4. சோஷலிச உற்பத்தி முறையை வளர்த்தெடுக்கவேண்டும்.

5. அரசியல் போராட்டத்தின் நீட்சியாக, ஆயுதம் தாங்கிய விடுதலைப் போராட்டத்தை முன்னெடுத்துச் செல்ல வேண்டும்.
6. கெரில்லா போர்முறையைப் படிப்படியாக மாற்றி அதை மக்கள் விடுதலைப் போராக மாற்றியமைக்கவேண்டும்.

ஒரு மத்திய கமிட்டி. அதில் ஐந்து உறுப்பினர்கள் இருப்பார்கள். அந்தக் கமிட்டிக்கு ஒரு அரசியல் பிரிவும் ராணுவப் பிரிவும் இருக்கும். முதல் மத்திய கமிட்டியின் உறுப்பினர்கள் பிரபாகரன், நாகராஜா, செல்லக்கிளி, ஐயர் மற்றும் விஸ்வேஸ்வரன்.

உறுப்பினர்களுக்கான அடிப்படை ஒழுங்கியல் விதிகள் உருவாக்கப்பட்டன.

1. புகையிலை, சிகரெட் கூடாது.
2. மது அருந்தக் கூடாது.
3. பாலுறவு கூடாது.
4. குடும்பத்தினருடன் தொடர்பு வைத்துக்கொள்ளக் கூடாது.
5. வேறு இயக்கத்தினருடன் இணையக்கூடாது. இந்த இயக்கத்திலிருந்து வெளியேறும்பட்சத்தில், வேறு புது இயக்கத்தைத் தொடங்கக்கூடாது.

எல்.டி.டி.ஈ.யின் அரசியல் தலைவர் மற்றும் ராணுவத் தளபதி பிரபாகரன்.

ராணுவத்தின் பணிகள் தெளிவாக வரையறுக்கப்பட்டன. மொத்தம் மூன்று முக்கிய பணிகள்.

1. காவல்துறையின் உளவுப்பிரிவில் யார் யார் இருக்கிறார்கள்? அவர்கள் நெட்வொர்க் எங்கெல்லாம் பரவியிருக்கிறது? அவர்கள் எப்படிச் செயல்படுகிறார்கள்? தகவல்களை அவர்கள் எப்படிப் பெறுகிறார்கள்? அவர்களிடம் உள்ள சாதனங்கள் என்னென்ன? எல்லாவற்றையும் கண்டுபிடித்து அழிக்கவேண்டும். குறிப்பாக, உளவுத் துறைக்குத் துப்பு கொடுக்கும் நம்பிக்கைத் துரோகிகளை.
2. இலங்கை அரசாங்கத்தின் நடவடிக்கைகளை உன்னிப்பாகக் கவனிக்கவேண்டும். அரசாங்கப் பணிகளை

முடக்குவதற்கு என்னென்ன வழிகள் இருக்கிறதோ, அனைத்தையும் மேற்கொள்ளவேண்டும். அரசாங்கத்தின் நிரந்தரத் தொல்லையாக, நிரந்தரத் தலைவலியாக மாற வேண்டும். அரசாங்கத்தின் ஒழுங்கு நிலை முழுமுற்றாகப் பாதிப்படைய வேண்டும்.

3. ராணுவ முகாம்களை ஆக்கிரமித்து, கைப்பற்றவேண்டும். ராணுவத்தின் கைவசம் உள்ள பகுதிகள் அனைத்தும் நம் வசம் வரவேண்டும். பிறகு, அந்தப் பகுதிகளை நாம் நிர்வகிக்க வேண்டும்.

எழுத்துப்பூர்வமாக எழுதப்பட்ட விதிமுறைகள். தெளிவான அரசியல் சாசனம். அதிகாரம். யாருக்குக் கீழே யார்? என்னென்னத் துறைகள்? என்னென்ன பணிகள்? தனிப்பட்ட முறையில் ஒவ்வொருவரின் பங்களிப்பு என்ன? சட்டதிட்டங்களை மீறுபவர்களை என்ன செய்யலாம்? உறுப்பினர்களை எப்படிக் கண்காணிப்பது? இயக்கத்துக்கான நிதியை எப்படிச் சேர்ப்பது? ஆயுதங்கள்? கூடுதல் ஆள் பலம்? எப்படித் திட்டமிட வேண்டும்? ரகசியத்தை எப்படிக் காப்பாற்றுவது?

ஒன்று விடாமல் அனைத்தையும் விவாதித்தார்கள்.

7. பாய்வோம், படர்வோம்

பிரபாகரன் உத்தரவிட்டார். என். நடராஜன். உரும்பிரைப் பகுதியில் ஒரு பெட்ரோல் பங்க் வைத்திருக்கிறார். காட்டிக்கொடுப்பதில் மன்னர். சிவகுமரனைக் காட்டிக்கொடுத்தவர் அவர்தான். ஆபத்தானவர். அகற்றிவிடுங்கள்.

இரண்டு பேர் வண்டியை எடுத்துக்கொண்டு போனார்கள். நடராஜன் வீட்டுக் கதவைத் தட்டி னார்கள். ஐயா, நடராஜன் என்பவர் தாங்கள்தானா? ஆமாம் அதுக்கென்ன? ஒன்றுமில்லை ஐயா, உங்களிடம் கொடுக்கச் சொல்லி இதோ இந்த... அவர் மார்புக்கு நேராகத் துப்பாக்கியை நீட்டி னார்கள். ஏய், ஏய் யார் நீங்கள்? சத்தம் கேட்டு எல்லோரும் திரள்வதற்குள் அவர்கள் காற்றில் கலந்திருந்தார்கள்.

•

தந்தை செல்வாவுக்கு வயதாகிவிட்டது. கட்சி அமிர்தலிங்கத்தின் கையில். மக்களிடம் விடுதலை வேட்கை உள்ளது என்பதைப் புரிந்துகொண்ட அமிர்தலிங்கம் கட்சியின் பெயரை மாற்றிக் கொண்டார். தமிழ் ஐக்கிய முன்னணியிலிருந்து (TUF) தமிழ் ஐக்கிய விடுதலை முன்னணி (Tamil

United Liberation Front). வட்டுக்கோட்டைப் பகுதியில் மாநாட்டைக் கூட்டினார் அமிர்தலிங்கம். வீராவேசம் மிக்க உரைகளை நிகழ்த்தி, காந்தம் போல் இளைஞர்களைக் கவர்ந்தார் அமிர்தலிங்கம்.

1977 தேர்தலுக்கு அமிர்தலிங்கம் தயாராகிக்கொண்டிருந்தார். தந்தை செல்வாவும் நிறையவே மாறியிருந்தார். தனி ஈழம் மட்டுமே தமிழர்களை உய்விக்கும் என்னும் முடிவுக்கு வந்து சேர்ந்திருந்தார் அவர். அதே ஆண்டு, ஏப்ரல் 29ம் தேதி தந்தை செல்வா இறந்துபோனார்.

தந்தை செல்வாவின் இடத்தில் அமிர்தலிங்கம். TULF-ஐ முன்னெடுத்துச் செல்ல. தனி ஈழக் கோரிக்கையை உயர்த்திப் பிடிக்க. செல்வா பார்த்துக்கொள்வார், செல்வா பார்த்துக் கொள்வார் என்று சொல்லிக்கொண்டிருந்தவர்கள் அனைவரும் இப்போது, அமிர்தலிங்கம் பார்த்துக்கொள்வார் என்று சொல்ல ஆரம்பித்தார்கள். சந்தேகமேயில்லாமல், அமிர்தலிங்கத்தின் ஆதரவு வட்டம் பல்கிப் பெருகியது.

1977 தேர்தல் களம் சந்தித்த மூன்று முக்கியப் பிரச்னைகள், தமிழ், தமிழர்கள், தமிழ் ஈழம். சிங்களக் கட்சிகள், ஈழ ஆதரவுக் கட்சிகள் இரண்டும் இந்தப் பிரச்னைகளை நன்கு அறிந்திருந் தன. அடுத்த பிரதமர் ஜெயவர்த்தனேதான் என்று தேர்தலுக்கு முன்னரே தெரிந்துவிட்டது.

அதுதான் நடந்தது. ஜெயவர்த்தனே பிரதமர் ஆனார். சிரிமாவோ பண்டாரநாயகா தோற்றுப்போனார். அமிர்தலிங்கம் எதிர் பார்த்ததைவிட அதிக அளவில் TULF வெற்றி பெற்றது. சரி, அடுத்து என்ன என்று வாக்களித்தவர்கள், அனுதாபிகள், அபிமானிகள் அத்தனை பேரும் அமிர்தலிங்கத்தின் வாயையே பார்த்துக்கொண்டு நின்றார்கள். ஜெயவர்த்தனேவுடன் சமரச மாகப் போவோம் என்றார் அமிர்தலிங்கம். எதிர்க்கட்சித் தலை வராகத் தேர்ந்தெடுக்கப்படும் வாய்ப்பு அப்போது அவருக்குப் பிரகாசமாக இருந்தது. அந்த வாய்ப்பைச் சிதைத்துக்கொள்ள அவருக்கு விருப்பமில்லை.

அமிர்தலிங்கத்தின் எதிர்பார்ப்பு வீண் போகவில்லை. எதிர்கட்சித் தலைவர் அவரே. அரசு பங்களா. கார். டிரைவர். விரல் சொடுக்கினால் ஓடி வரப் பணியாளர்கள். உயர் ரகப் பாதுகாப்பு

வசதிகள். அனைத்தும் கிடைத்தன. ச்சீ, இப்படிச் செய்து விட்டீர்களே என்று கோபத்துடன் அவர் அலுவலகக் கதவைத் தட்டியவர்களுக்கு, குடிக்கக் குளிர்ச்சியான பானம் கொண்டுவரச் சொல்லிவிட்டு அவர்கள் தோள் மீது கைபோட்டு சாந்தப் படுத்தினார் அமிர்தலிங்கம். கவலைப்படாதீர்கள். உங்கள் அத்தனை பேரையும் விட, தமிழர் நலன் மீது எனக்குக் கூடுதல் அக்கறை உண்டு. இது ஒரு சக்தி வாய்ந்த பதவி. நிறையச் சாதிக்க முடியும். யாருக்கு? உங்கள் வீட்டுக்கா அல்லது நாட்டுக்கா? என்று கோபமாக முஷ்டியை உயர்த்தினார்கள் இளைஞர்கள்.

•

ஜூனியஸ் ஜெயவர்தனே நீண்டகாலமாக இலங்கை அரசியலில் ஈடுபட்டிருந்தார். சுப்ரீம் கோர்ட் நீதிபதியின் மகன். அரசியலில் பழம் தின்று கொட்டை போட்டவர். இலங்கையின் முதல் பிரதமர் டட்லி சேனாநாயகாவின் முதல் அமைச்சரவையிலேயே நிதி அமைச்சராக இருந்தவர். தனது அரசியல் எதிரி சாலமன் பண்டாரநாயகாவைப் போல, கிறித்துவத்திலிருந்து பவுத்தத் துக்கு மதம் மாறியவர். சேனாநாயகாவின் மறைவுக்குப் பிறகு UNP கட்சியைப் பிடித்தார். ஆனால் உடனடியாக ஆட்சியைப் பிடிக்க முடியவில்லை.

ஆட்சி, முதலில் SLFP-யின் சாலமன் பண்டாரநாயகா கையிலும் பின் அவரது மனைவி சிரிமாவோ பண்டாரநாயகா கையிலும் இருந்தது. நம்பர் 2, எதிர்க்கட்சித் தலைவர் என்ற நிலை களிலிருந்து, இப்பொழுதுதான், 1977-ல், ஆட்சி அதிகாரம் கையில் வந்துள்ளது.

பதவி ஏற்ற சிறிது காலத்திலேயே, தான் யார் என்பதைப் புரியவைத்தார் ஜெயவர்த்தனே.

ஆகஸ்ட் 1977. அவரிடம் ஒரு புகார் வந்தது. சிங்களக் காவல் அதிகாரிகள் சிலர் யாழ்ப்பாணத்தில் ரோட்டரி கிளப் ஏற்பாடு செய்திருந்த ஒரு நற்பணி விழாவில் சீருடை இல்லாமல், நுழைவுச் சீட்டு இல்லாமல் உள்ளே நுழைய முயன்றிருக் கிறார்கள். கட்டாயம் நுழைவுச் சீட்டு வேண்டும் என்று தமிழ் காவலர்கள் மறுத்திருக்கிறார்கள். உடனே சண்டை. மோதல்.

ஜெயவர்த்தனே அந்தப் புகாரை இடது கையால் நகர்த்தி வைத்தார். அட என்னப்பா, எப்பப்பார் புலம்பல். இந்தத்

தமிழர்கள் சும்மாவே இருக்க மாட்டார்களா? கலகம், கலவரம், களேபரம். இதே பிழைப்பாகப் போய்விட்டது. தனி ஈழம் வேண்டும், தனி அரசாங்கம் வேண்டும் என்றெல்லாம் யார் இவர்களைப் பிதற்றச் சொன்னது?

பிரதமரே சொல்லிவிட்டார். கலவரத்தைத் தீவிரமாக்கினார்கள் சிங்களர்கள். அவசர நிலையைப் பிரகடனப்படுத்தினார் ஜெயவர்த்தனே. யாழ்ப்பாணம் எரிய ஆரம்பித்தது. சிங்களர்கள் கைகோர்த்துக்கொண்டு தமிழர்களை அழிக்க ஆரம்பித்தார்கள். கொல்லப்பட்டவர்களின் எண்ணிக்கை 300. வீடுகளை இழந்தவர்கள் 30,000 பேர். 300 கோயில்கள் தேசமடைந்திருந்தன.

இந்திரா காந்தியைத் தோற்கடித்துவிட்டு அப்போது மொரார்ஜி தேசாய்தான் இந்தியப் பிரதமர். அப்படியா என்று கேட்டதோடு நிறுத்திக்கொண்டார். கூடுதலாக, உச்சுக்கொட்டியிருக்கலாம். ஜெயவர்த்தனேயுடன் அவர் நல்லுறவு வளர்த்துக்கொண்டிருந்த சமயம் அது. தமிழகத்தில், திராவிட முன்னேற்றக் கழகம் பெரிய அளவில் சிங்கள எதிர்ப்பு ஆர்ப்பாட்டத்தை நடத்தி முடித்தது.

1977 கலவரம் சில விஷயங்களைத் தமிழர்களுக்குத் திட்ட வட்டமாக உணர்த்தியது. எல்லாமே முகத்தில் அறையும் உண்மைகள். தமிழா, இனி சிங்களக் காவல் துறையை நம்பாதே. சிங்கள நாடாளுமன்றத்தை நம்பாதே. சிங்களப் பிரதமரை நம்பாதே. அவர் இலங்கையின் பிரதமர் அல்லர், சிங்களர்களின் பிரதமர். சிங்களர்கள் அளிக்கும் வாக்குறுதிகளை நம்பாதே. சிங்களர்களின் தேர்தல். சிங்களர்களின் வாக்கெடுப்பு. சிங்களர் களின் தேர்தல் பிரசாரம். சிங்களர்களின் அரசாங்க அறிவிப்புகள். சிங்களர்களின் நீதிமன்றம். எதையும் நம்பாதே.

தமிழா, மயக்கத்திலிருந்து விடுபடு. அமிர்தலிங்கம் உனக்கு உதவ மாட்டார். தேன் தடவும் வார்த்தைகளைக் கேட்டால் ஆஹா என்று திகைக்காதே. நான் உன்னைக் கூட்டிப் போகிறேன் என்று எந்த அரசியல்வாதி சொன்னாலும், அவன் தமிழனாகவே இருந்தாலும், நம்பிவிடாதே. தனி ஈழக் கோரிக்கையை எந்த நிலையிலும் கைவிட்டுவிடாதே.

ஆயுத எழுச்சிதான் உன்னை விடுவிக்கும். உன் குடும்பத்தை, உன் குழந்தைகளை, உன் இனத்தை, உன் மொழியை விடு விக்கும். ஆயுத எழுச்சி மூலமாகத்தான் உன் கனவு நினைவாகும்.

மிதவாதிகள் சொல்வது போல், எல்.டி.டி.ஈ. ஒரு தீவிரவாத இயக்கம் அல்ல. அவசரப்பட்டு, ஆத்திரப்பட்டு, பொறுமை இழந்து வன்முறையில் ஈடுபடும் அடாவடி இளைஞர்கள் அல்லர் அவர்கள். அவர்களிடம் கனல் உள்ளது. ஆயுதப் போராட்டம் மட்டுமே உன்னை முழுமையாக விடுதலை செய்யும்.

ஆகவே, திருப்பி அடி.

●

புற்களுக்கு அடியில் நகரும் பாம்பு. மிகவும் ஆபத்தானவர். சூழ்ச்சிக்காரர். சிரிமாவோ பண்டாரநாயகா, அமிர்தலிங்கம் இருவரும் ஜெயவர்த்தனேவுக்கு அளித்த சிறப்புப் பெயர்கள் இவை. சிங்களப் பிரதம மந்திரிகளின் வரிசையில் ஜெயவர்த்தனே கொஞ்சம் வித்தியாசமானவர். தனது மூர்க்கத்தனமான தமிழர் எதிர்ப்புணர்வுக்கு அவர் ஒரு காரணம் வைத்திருந்தார்.

1977 தேர்தல் பிரசாரத்தின் போது நடைபெற்ற சம்பவம் அது. துரையப்பா மைதானத்துக்கு அருகில் அன்று ஜெயவர்த்தனே பேசுவதாக ஏற்பாடு. எழுந்து சென்று அவர் மைக்கைத் தொட்ட நேரத்தில், மேடை அப்படியே தரையில் படுத்துக்கொண்டது. ஜெயவர்த்தனே பின்னால் விழுந்தார். தனக்கு இழைக்கப்பட்ட ஆகப் பெரிய அநீதி என்பதாக அந்தச் சம்பவத்தைத் தன் மனத்தில் குறித்துவைத்துக்கொண்டார். என்னைக் கீழே தள்ளிய தமிழர்கள். கைக்கொட்டி எக்கலித்த தமிழர்கள். நசுக்கவேண்டாமா அவர்களை?

அன்றைய தினம் மேடையைக் கவிழ்த்தவர்கள் EROS குழுவினர். ஆனால் என்ன? ஜெயவர்த்தனே அவர்களைத் தமிழர்கள், தமிழ் இனம் என்பதாக எடுத்துக்கொண்டார்.

●

பிரபாகரனின் எல்.டி.டி.ஈ. அருளரின் தலைமையில் செயல்படும் EROS. பிறகு, தங்கதுரையின் TELO (1977-ல் ஆரம்பிக்கப்பட்டது). கிட்டத்தட்ட ஒரே நோக்கத்துடன் செயல்படும் மூன்று வெவ்வேறு இயக்கங்கள். மூன்று இயக்கங்களும் தேவைப்படும் போது தங்களுக்குள் செய்திகள் பரிமாறிக்கொள்வது வழக்கம். EROS-க்கு இலங்கைக்கு வெளியிலும் நல்ல அறிமுகம் கிடைத்திருந்தது. தனது தலைவர்களைப் பயிற்சிக்காக லெபனானுக்கு

அனுப்பி வைக்கும் அளவுக்கு செல்வாக்குக் கொண்ட இயக்கம் அது. யாசிர் அரஃபாத்தின் பாலஸ்தீன விடுதலை இயக்கத்துடன் அவர்களுக்குத் தொடர்பு இருந்தது.

அதே போல், அமிர்தலிங்கத்திடம் தொடர்பில் இருந்தார் பிரபாகரன். உமா மகேஸ்வரனை பிரபாகரனுக்கு அறிமுகம் செய்து வைத்தவர் அமிர்தலிங்கம்தான். துடிப்பானவர். நம்பிக்கைக்குரிய போராளி. ஆங்கிலம் சரளமாகத் தெரியும். உனக்கு உதவியாக இருப்பார். உன் இயக்கத்தில் சேர்த்துக்கொள்.

பிரபாகரன் உமா மகேஸ்வரனுடன் பேசிப் பார்த்தார். பிரபாகரனைவிடப் பத்து வயது மூத்தவர். ஒத்துவருவார் என்று தோன்றியது.

ஐந்து பேர் மட்டுமே கொண்டு அமைக்கப்பட்ட மத்திய கமிட்டியில் சிறு திருத்தத்தைக் கொண்டு வந்தார் பிரபாகரன். உமா மகேஸ்வரனுக்கு அவர் அளித்த பதவி சேர்மன். தன்னுடைய அதிகாரத்தை பிரபாகரன், உமா மகேஸ்வரனுடன் பகிர்ந்து கொண்டார். அரசியல் விவகாரங்களை உமா மகேஸ்வரன் கவனித்துக்கொள்ளவேண்டும். ராணுவ விவகாரங்களுக்கு, பிரபாகரன்.

எல்.டி.டி.ஈ. தலைவர்களை அமிர்தலிங்கம் சந்தித்துப் பேசினார். ஜெயவர்த்தனே தமிழர்களுக்குச் சில தீர்வுகளை அளிக்க முன்வந்துள்ளார். சிறிது காலத்துக்கு நீங்கள் உங்கள் நடவடிக்கைகளை குறைத்துக்கொள்வது சரி என்று எனக்குத் தோன்றுகிறது. TULF-ன் ஆயுதப் பிரிவாக எல்.டி.டி.ஈ. செயல்படலாம். விரைவில், நிலைமை மாறும். என்ன சொல்கிறீர்கள்?

பிரபாகரன் வேறு சிந்தனையில் இருந்தார்.

●

இதோ புகைப்படங்கள். கருணாநிதி. சண்முகநாதன். மற்றுமொரு சண்முகநாதன். ஆல்ஃபிரட் துரையப்பா கொலை வழக்கைத் தோண்டி விசாரிக்க நியமிக்கப்பட்ட மூன்று காவல் துறை அதிகாரிகள் இவர்கள். கொலையாளிகளைக் கண்டுபிடிக்கும்வரை ஓயமாட்டேன் என்று ஒவ்வொருவரும் சபதம் எடுத்திருக்கிறார்களாம். அகற்றிவிடுங்கள். சரி என்று கிளம்பினார்கள். பிப்ரவரி 4, கருணாநிதி. மே 18, இரு சண்முகநாதன்கள்.

ஒட்டுமொத்தக் காவல்துறையையும் கிடுகிடுக்க வைத்த சம்பவங்கள் இவை. நாம் மோதுவது லேசுப்பட்ட இயக்கத்தோடு அல்ல. காவல் அதிகாரிகளையே சுட்டுக்கொல்லும் அளவுக்குத் துணிச்சலும் ஆயுதங்களும் கொண்டவர்கள். எதற்கும் கொஞ்சம் ஜாக்கிரதையாக இருப்பது உசிதம். குறிப்பாக, தமிழ் விடுதலை, தமிழ் ஈழம் என்று குரல் கொடுக்கும் இயக்கத்திடமிருந்து பத்து ஃபர்லாங் தள்ளி நிற்பது நல்லது.

அடுத்த டார்கெட், கனகரத்தினம். உமா மகேஸ்வரன், பிரபாகரன் இருவரும் இணைந்து செய்யவேண்டியது. அம்பாறை பகுதியில் உள்ள பொட்டுவில் தொகுதி வேட்பாளர் திடீரென்று இறந்துவிட, அந்த இடத்தில் போட்டியிட்டவர் கனகரத்தினம். தனி ஈழம், தனி ஈழம் என்று தொண்டைத் தண்ணீர் வத்த, TULF பிரிவினரிடையே பிரசாரம் செய்து ஜெயித்தவர். பதவி கிடைத்ததும், ஜெயவர்த்தனேயுடன் ஒட்டிக்கொண்டுவிட்டார்.

ஜனவரி 26, 1978. கொழும்பில் வீட்டிலிருந்து கிளம்பி காரை நெருங்கும்போது கனகரத்தினத்தின் மீது குண்டு பாய்ந்தது. கனகரத்தினம் காயமடைந்தார், ஆனால் சாகவில்லை. சாட்சி அளித்தார். ஒரு உயரமானவன், ஒரு குட்டையானவன். எப்படியாவது தேடிப்பிடியுங்கள். பிரபாகரன் ரயில் பிடித்து யாழ்ப்பாணத்துக்கு வந்துவிட்டார். உமா மகேஸ்வரன் சிறிது காலத்துக்குக் கொழும்பில் தங்கியிருப்பதாக ஏற்பாடு.

பிரபாகரனைக் காவல்துறையால் கண்டுபிடிக்க முடியவில்லை. பெயர் மட்டுமே தெரியும் அவர்களுக்கு. பிரபாகரன். எளிமையான, தமிழ்ப் பெயர். குள்ளம் என்று பலரும் சொல்லக் கேள்வி. குரல் மென்மையாக இருக்குமாம். அதுவும், கேள்வி ஞானம் மட்டுமே. மற்றபடி, வேறு ஒரு தகவலும் தெரியாது. முன்னரே, அவர் வீட்டில் புகுந்து சல்லடையாகத் தேடிப் பார்த்துவிட்டார்கள். ஒரு புகைப்படம்? குறைந்தது குரூப் ஃபோட்டோ? ஐயா, பெரிய அக்கா திருமணத்தில் ஓர் ஓரமாக நிற்கும் புகைப்படம் கூடவா இருக்காது? எத்தனை சுத்தமாகக் கிழித்தெடுத்துப் போயிருக்கிறான்.

துப்பாக்கிச் சூடு நடந்த தினத்திலிருந்து மூன்று மாதங்களுக்குள் கனகரத்தினம் இறந்துபோனார்.

பஸ்தியம்பிள்ளை தானாகவேதான் வந்து சிக்கிக்கொண்டார். உமா மகேஸ்வரன், நாகராஜா, வாமதேவன். மூவரின்

புகைப்படங்களையும் பெரிதுபடுத்தி போஸ்டர் ஒட்டினார். Wanted. எப்படியாவது புலிகளின் இருப்பிடத்தைக் கண்டு பிடிப்பேன். பிரபாகரனைக் கைது செய்வேன் என்று சூளுரை வேறு. மிகத் தீவிரமாகத் தன் புலன் விசாரணையைத் தொடங்கிய அவர், சில முக்கியத் துப்புகளைத் தேடிப்பிடித்தது உண்மை.

மன்னார் மாவட்டம். உள்ளே, ஏதோ ஒரு காட்டுப் பிரதேசம். செடி, கொடி, புல், பூண்டோடு பிரபாகரனும் அங்கேதான் பதுங்கியிருக்கிறான். ஆயுதங்களோடு போனால் அமுக்கி விடலாம். ஜீப் எடுத்துக்கொண்டு கிளம்பியது பஸ்தியம்பிள்ளை யின் குழு. குறிப்பிட்ட பகுதியை நெருங்கியது. வண்டியின் வேகத்தைக் குறைத்துக்கொண்டார்கள். தாவிக் குதித்து இறங்கினார் பஸ்தியம்பிள்ளை. ஆம், இங்கே காலடித் தடங்கள் தட்டுப்படுகின்றன. பிரபாகரா, இதோ நெருங்கிவிட்டோம்.

பஸ்தியம்பிள்ளை தேடிக்கொண்டிருந்த உமா மகேஸ்வரன், நாகராஜா, தவிரவும், செல்லக்கிளி, ரவி என்று அத்தனை முக்கிய தலைகளும் அங்கேதான் இருந்தனர்.

கூடுதல் எச்சரிக்கையுடன் பஸ்தியம்பிள்ளை செயல்பட்டிருந் தால், அவரால் அவர்களைப் பிடித்திருக்க முடியும்.

அதற்குள் அவர்கள் கண்டுபிடித்துவிட்டார்கள். ஏதோ ஒரு வாகனம். விளக்கை அணைத்துவிட்டு பம்முகிறது. ஆபத்து. தயாராக இருக்கவும். செல்லக்கிளி பஸ்தியம்பிள்ளையை நோக்கி நடந்து வந்தார். ஆ, வந்தாயா? கையைத் தூக்கு. விடுதலைப் புலிகள் இயக்கதைச் சேர்ந்தவன்தானே நீ? சொல், எங்கே பிரபாகரன்? எங்கே உமா மகேஸ்வரன்? உன் கூட்டாளி கள் எங்கே? ஆயுதங்களை எங்கே மறைத்து வைத்திருக்கிறாய்? ம், சொல்.

பணிவாகக் குனிந்துகொண்டார் செல்லக்கிளி. ஐயா, எல்லா வற்றையும் சொல்லிவிடுகிறேன். நீங்கள் எங்கே கூப்பிட்டாலும் வருகிறேன். அதற்கு முன், அந்தக் குடிசைக்குள் வாருங்கள். தேநீர் அருந்திவிட்டுப் போகலாம். சரி என்ன தப்பு? ஒரு கப் டீ? குடியா மூழ்கிவிடப்போகிறது? உள்ளே சென்றார். ஒரு தோட்டா அவருக்கு. பிற தோட்டாக்கள் பிறருக்கு. உடல்களை அருகில் இருந்த கிணற்றில் தள்ளினார்கள். காரைக்

கிளிநொச்சிக்குக் கொண்டு போய் கொளுத்தினார்கள். பஸ்தியம் பிள்ளையா, யார் அது?

•

'எத்தனை காலத்துக்கு இப்படி மறைந்து மறைந்து தாக்குதல் நடத்துவது? நாம் யார் என்று மக்களுக்குத் தெரியவேண்டாமா?' என்றார் உமா மகேஸ்வரன்.

'அது எதற்கு? நாம் நடத்திக்கொண்டிருப்பது ரகசிய அமைப்பை.'

'மக்களின் ஆதரவு நமக்குத் தேவை. நாம் என்ன செய்கிறோம் என்று மக்களுக்கு தெரிவித்தாகவேண்டும். உங்கள் தலைமை யின்கீழ்தான் நாங்கள் இயங்கிக்கொண்டிருக்கிறோம் என்பதை அவர்களுக்குத் தெரியப்படுத்தவேண்டும்.'

அது சரியான யோசனையாகப் பட்டது. PLO (Palestine Liberation Organisation), IRA (Irish Republican Army) போன்ற இயக்கங்கள் அனைத்துமே ஒரு கட்டத்தில் பகிரங்கமாகத் தங்களை மக்களிடம் வெளிக்காட்டிக்கொண்ட இயக்கங்களே. தவிரவும், மற்றொரு ஆபத்து இருப்பதை உமா மகேஸ்வரன் சுட்டிக் காட்டினார். ஆல்ஃபிரட் துரையப்பா, கனகலிங்கம் போன்ற துரோகிகளை நாம் சிரமப்பட்டு ஒழித்துக்கட்டியிருக்கிறோம். அதைச் செய்தது நாம்தான் என்பதை மக்ளுக்குச் சொல்ல வேண்டும். அப்போதுதான் அவர்கள் நம்மை ஆதரிப்பார்கள்.

ஏப்ரல் 25, 1978-ம் தேதி அந்தக் கடிதம் வீரகேசரி இதழில் பிரசுரமானது. டிஎன்டி என்னும் பெயரில் முன்னர் செயல்பட்டு வந்த எமது தற்போதைய பெயர், எல்.டி.டி.ஈ. கீழ்கண்டவர் களை நாங்கள்தான் கொன்றோம் என்பதைத் தெரிவித்துக் கொள்கிறோம். ஆல்ஃபிரட் துரையப்பா தொடங்கி பஸ்தியம் பிள்ளையுடன் வந்த டிரைவர் வரையிலான பெயர்கள். பெயர் களுக்குக் கீழே ஒரு குறிப்பு. எந்தவொரு தனி நபரோ, இயக்கமோ இந்தக் கொலைகளுக்குப் பொறுப்பேற்க முடியாது. அவ்வாறு செய்பவர்கள் மீது கடுமையான நடவடிக்கை எடுக்கப்படும்.

8. பதுங்குவோம், சீறுவோம்

புதிய அரசியலமைப்புச் சட்டம். புதிய திருத்தங்களுடன். 1978 செப்டம்பர் 7, 8 ஆகிய தினங்களில் நாடாளுமன்றத்தில் ரிலீஸ் செய்யப்படுகிறது. இலங்கை மக்களே திரண்டு வாரீர். இலங்கை மக்களே என்றால் சிங்களர்களே என்று அர்த்தம். அழைத்தவர் ஜெயவர்த்தனே. புதிதாக உருவாக்கப்பட்டுள்ள அரசியலமைப்புச் சட்டத்தின்படி, இனி நாட்டில் பிரதமர் பதவி பெரியதல்ல. அதிபர். அனைத்து அதிகாரங்களும் அவருக்கே. இனி ஜெயவர்த்தனே பிரதமர் கிடையாது. அதிபர். தவிரவும், சட்டத்தில் மேலும் சில திருத்தங்கள். சிங்களமே பிரதானம். பவுத்தமே நம் பாரம்பரியம். வடக்கு மற்றும் கிழக்குப் பகுதிகளில் மாத்திரம் தமிழ் நிர்வாக மொழி. அத்தோடு ஒழியட்டும்.

என்ன அமிர்தலிங்கம், உங்களுக்கு இதில் திருப்திதானே என்று ஜெயவர்த்தனே கேட்டதும், அமிர்தலிங்கம் தலையைத் தொங்கப்போட்டுக் கொண்டார். தமிழர்கள் தங்கள் வீடுகளில் கறுப்புக் கொடியை ஏற்றி வைத்தார்கள். மட்டக்களப்பில் ஒரு பேருந்து கொளுத்தப்பட்டது. கேட்ஸ் பகுதியில் மற்றுமொரு பேருந்து.

பிரபாகரன், அவர்களிடமிருந்து மாறுபட விரும்பினார். பெரிய அளவில் ஏதாவது. காவல்துறையின் கவனத்தைக் கவர அல்ல. சிங்களர்களின் கவனத்தைக் கவர அல்ல. ஜெயவர்த்தனே. அவர் திரும்பிப் பார்க்கவேண்டும். ஏற்கெனவே எள்ளும் கொள்ளும் வெடிக்கும் அந்த முகத்தில் இன்னும் கொஞ்சம் எள், இன்னும் கொஞ்சம் கொள்.

விமானம்? முயன்று பார்க்கலாமே. என்ன தவறு? பேபி சுப்பிரமணியனும் பிரபாகரனும் டைம் பாம் தயாரிக்க வேண்டும். உமா மகேஸ்வரனும் ராகவனும் விமான ஏற்பாடு களைக் கவனிக்கவேண்டும். AVRO 748. ரத்மலானாவிலிருந்து பாலை செல்லும் விமானம். பேபியும் ராகவனும் இரண்டு இருக்கைகள் ரிசர்வ் செய்துகொண்டார்கள். விமான நிலையம் வந்ததும் பாமை உள்ளே வைத்துவிட்டு இறங்கினார்கள். பயணிகள் அத்தனை பேரும் இறங்கிய சில நிமிடங்களில், விமானம் வெடித்துச் சிதறியது. சிதறிய தினம் செப்டம்பர் 7. புதிய தீர்மானத்தை ஜெயவர்த்தனே வாசித்துக் காட்டவேண்டிய தினம்.

யார் யார் என்று அரசாங்கம் சீறுவதற்கு முன்னால் அந்த அதிகார பூர்வமான கடிதம் பத்திரிகைகளில் வெளிவந்தது. அன்புடையீர், நடைபெற்ற விமானத் தாக்குதலுக்கு நாங்கள்தான் காரணம். இப்படிக்கு, உமா மகேஸ்வரன், சேர்மன், எல்.டி.டி.ஈ.

•

ஒரு மாறுதலுக்கு, 1978-ம் ஆண்டு இறுதியில் யாழ்ப்பாணத்தில் அறிவு ஜீவிகளிடையே மோதல்கள் ஏற்பட்டன. கத்தி, கபடா தேவைப்படாத கருத்தியல் ரீதியான மோதல்கள் அவை. ஓர் இயக்கம், ஆயுதம் தாங்கிய இயக்கம், வங்கிக் கொள்ளை, விமானத் தகர்ப்பு, கொலை போன்ற செயல்களில் ஈடுபடலாமா? அப்படி ஈடுபடும் இயக்கங்களை மார்க்சிய இயக்கங்கள் என்று அழைப்பது பொருத்தமா? போராட்டம் என்பது மக்களுக்காக நடத்தப்படுவது மாத்திரமல்ல, மக்களைக் கொண்டு நடத்தப்படவேண்டும். லெனின் ரஷ்யப் புரட்சியை எப்படி ஏற்படுத்தினார்?

இங்கே இயங்கிக்கொண்டிருக்கும் இயக்கங்களை எடுத்துக் கொள்ளுங்கள். மக்களுடன் அவர்கள் இணைவது கிடையாது.

மக்கள் வேறு, நாங்கள் வேறு என்பது போல் அவர்களை விட்டுத் தனியே ஒதுங்கி நிற்கிறார்கள். அங்கே இருந்தபடி வேடிக்கை பாருங்கள் என்று சொல்லிவிட்டு விமானத்தைத் தகர்க்கிறார்கள். பேருந்தைக் கொளுத்துகிறார்கள்.

சித்தாந்தம்? அப்படியொன்றும் இருப்பதாகத் தெரியவில்லை. உழைக்கும் மக்களுக்காக, சுரண்டப்படும் மக்களின் நலனுக்காக, அவர்கள் விடுதலைக்காக இந்த இயக்கங்கள் போராடுவது கிடையாது. ஆகவே, இவர்களை சாகசவாதிகள் என்று அழைப்பது வேண்டுமானால் சரியாக இருக்கும். சே குவேராவைப் போல். ஃபிடல் காஸ்ட்ரோவைப் போல். அதிரடிகளால் நிறைந்த வாழ்க்கை அவர்களுடையது.

எல்.டி.டி.ஈ.யைத்தான் அவர்கள் குறிப்பிடுகிறார்கள் என்பது சொல்லாமலேயே புரிந்தது. பிரபாகரன் இந்தக் கேள்விகளுக்கு விடை அளிக்கவில்லை. வர்க்கங்கள் குறித்தோ, தொழிலாளர்கள் குறித்தோ, மார்க்சியம் குறித்தோ அவர் பேசியிருக்கவில்லை. அவருடைய ஒரே குறிக்கோள் தனி ஈழம். இலங்கையின் வடக்கு மற்றும் கிழக்குப் பிரதேசங்களை உள்ளடக்கிய ஒரு தேசம். அது போதும்.

ஒரு முறை, கல்லூரி பேராசிரியர் ஒருவர் பிரபாகரனிடம் பேசியிருக்கிறார்.

'மக்களை அரசியல்ரீதியாகத் தயார்ப்படுத்தவேண்டும் என்று உங்களுக்குத் தோன்றவில்லையா?'

அதே மென்மையான குரலில், ஆனால் அழுத்தமாகப் பதிலளித்தார், பிரபாகரன்.

'மக்களுக்குத் தேவை செயல். வாய்ப்பேச்சு அல்ல.'

விமானத் தகர்ப்புக்குப் பிறகு இயக்கத்தில் இணைந்தவர்களில் குறிப்பிடத்தக்கவர்கள் கிட்டு, ரகு மற்றும் மாத்தையா. கிட்டு, பிரபாகரனுக்கு உறவு முறை. இயற்பெயர் சதாசிவம் பிள்ளை. பிரபாகரனின் தந்தையைப் போலவே கிட்டுவின் தந்தையும், செல்வாவின் அபிமானிதான்.

1979-ல் க்யூபாவின் தலைநகரம் ஹவானாவில் உலக மாணவர்கள் மற்றும் இளைஞர்கள் மாநாடு நடைபெற்றது. எல்.டி.டி.ஈ.,

TULF இரண்டும் தங்கள் பிரதிநிதிகளை அங்கே அனுப்பி வைத்தன. ஈழப் பிரச்னை குறித்து உலகின் கவனத்தைக் கவர வேண்டும் என்று எல்.டி.டி.ஈ. துடித்துக்கொண்டிருந்தது. சிறு பிரசுரங்கள், சிறு நூல்கள் அவர்களுக்குத் தேவைப்பட்டன. ஆன்டன் பாலசிங்கத்தின் அறிமுகம் கிடைத்தது அப்போதுதான்.

ஆன்டன் பாலசிங்கம் வீரகேசரியில் துணையாசிரியராகப் பணியாற்றியிருக்கிறார். எழுத்தாளர். மொழிபெயர்ப்பாளர். பிறந்தது யாழ்ப்பாணத்தில். பின்னர், லண்டனில் குடியேறினார். எழுதித் தருகிறீர்களா என்று கேட்டதும் உடனே ஒப்புக் கொண்டார். இரண்டு முக்கிய நூல்களை உடனே எழுதியும் கொடுத்தார். தமிழர்களின் தேசியப் பிரச்னை குறித்து. சோஷலிச தமிழ் ஈழத்தை நோக்கி. பிரபாகரனை வியக்க வைத்த இரு படைப்புகள் அவை. எப்படி இவரால் லண்டனில் இருந்தபடி, தமிழர்களைப் பற்றி இவ்வளவு ஆத்மார்த்தமாகச் சிந்திக்க முடிகிறது? எங்கிருந்து இத்தனை புள்ளிவிவரங்கள் கிடைக் கின்றன? எத்தனை கோர்வையாக ஒரு சித்திரத்தை வடித்துக் கொடுத்துவிட்டார்!

அதற்குப் பிறகு, அரசியல் தொடர்பான நூல்கள், பிரசுரங்கள், மொழிபெயர்ப்புகள் எது வேண்டுமென்றாலும், கூப்பிடு ஆன்டன் பாலசிங்கத்தை. பல்வேறு மொழிகளில் ஆன்டன் பால சிங்கத்தின் படைப்புகள் வெளியிடப்பட்டன. மொழி கடந்து, தேசம் கடந்து ஈழப் பிரச்னை குறித்து மக்கள் வாசிக்கப் போகிறார்கள் என்னும் உணர்வு பிரபாகரனை வெகுவாகக் கவர்ந்தது. தனி ஈழம் குறித்துக் கருத்தியல் ரீதியான படைப்புகள் அவ்வளவாக வெளிவராத காலகட்டம் அது.

•

பிரிட்டனைப் பார்த்து நாம் கற்றுக்கொள்வோம் என்றார் ஜெய வர்த்தனே. 1974-ம் ஆண்டிலேயே அவர்கள் சட்டம் தீட்டி விட்டார்கள். தீவிரவாத எதிர்ப்புச் சட்டம். தென் ஆப்பிரிக்கா கூட ஒரு சட்டம் போட்டு வைத்திருக்கிறது. நாம்? எதற்கும் லாயக்கற்று உட்கார்ந்து புத்தம் சரணம் கச்சாமி பாடிக் கொண்டிருக்கிறோம். நாம் மட்டும் தீவிரவாதத்தை முளையி லேயே கிள்ளி எறிந்திருந்தால் இன்று இத்தனை பெரிய விஷச் செடி வளர்ந்து நிற்குமா? பாருங்கள். எல்.டி.டி.ஈ. எத்தனை திமிராக, எத்தனை ஆணவமாக இந்தக் கடிதங்களை வெளியிட்டு

இருக்கிறது. ஆம், நாங்கள்தான் கொன்றோம். இன்னின்ன நபர்கள். இன்னின்ன தேதிகளில். விமானத்தையும் நாங்கள்தான் வெடித்துத் தகர்த்தோம். எல்லாவற்றையும் பார்த்துக்கொண்டு பல்குத்திக்கொண்டிருக்க முடியுமா?

இதோ, 1979ம் ஆண்டில் இந்தச் சட்டத்தைப் பிறப்பிக்கிறேன். இலங்கைக்கான பயங்கரவாத எதிர்ப்புச் சட்டம். எல்.டி.டி.ஈ. உள்ளிட்ட அத்தனை தீவிரவாத இயக்கங்களும் தடை செய்யப் படுகின்றன. சந்தேகிக்கப்படும் எவரையும் உள்ளே தள்ளி முட்டியை, மண்டையைப் பிளக்கலாம். ஏன் கைது, எதற்குக் கைது என்று நான் கேட்க மாட்டேன். காவல்துறைக்கு முழு அதிகாரத்தையும் அளிக்கிறேன். முழு முற்றான அதிகாரம். எப்பாடுபட்டாவது இந்த விஷச் செடிகளை அகற்றவேண்டும்.

•

காவல்துறையின் கோர முகத்தை யாழ்ப்பாணச் சம்பவங்கள் அம்பலப்படுத்தின. முகம் சிதைத்த, மண்டை உடைந்த உடல்கள் ஆங்காங்கே கண்டெடுக்கப்பட்டன. வீட்டுக் கதவை எட்டி உதைத்து தமிழ் இளைஞர்களை வண்டியில் அள்ளிப் போட்டுக்கொண்டு போனார்கள். வகை வகையான சித்திர வதைகள். சொல்லு. தீவிரவாத இயக்கங்கள் எங்கெங்கே இருக் கின்றன? உனக்கும் அவர்களுக்கும் என்ன தொடர்பு? கைவிரல் நகங்களில் ஊசி ஏற்றினார்கள். தலை கீழாகத் தொங்கவிட்டு, தலைமுடியைப் பொசுக்கினார்கள். எறும்புகளை உடலில் பரவவிட்டார்கள். காயங்களுக்கு மிளகாய் பொடி வைத்துக் கட்டுப் போட்டார்கள். மாணவர்கள் தமிழ்ப் புத்தகங்களை சட்டைப் பைக்குள் வைத்து மறைத்தபடி கொண்டு செல்ல வேண்டியிருந்தது. டேய் நில்லுடா என்று சிங்களர்கள் கத்தும் போதெல்லாம் விழுந்து அடித்துக்கொண்டு மரண பயத்துடன் ஓடினார்கள்.

ஜெயவர்த்தனே மட்டும் ஓர் உண்மையான பவுத்தராக இருந் திருந்தால், நான் துப்பாக்கி தூக்கவேண்டிய அவசியமே இருந்திருக்காது என்றார் பிரபாகரன்.

•

லெபனானில் பயிற்சி. ஒரு லட்சம் ரூபாய் செலவாகும். இரண்டு பேரை அனுப்பலாம். தங்குமிடம், உணவு இலவசம். அதி உயர்

ரக ஆயுதங்களைக் கொண்டு பயிற்சி அளிக்கிறார்கள். வருகிறீர்களா? EROS தலைவர் சங்கர் ராஜு கேட்டதும் பிரபாகரன், உமா மகேஸ்வரனையும் விஜயேந்திரனையும் அனுப்பி வைத்தார். பயிற்சியை நடத்துபவர்கள் PLO குழுவினர் என்பதால் நிச்சயம் உபயோகமாக இருக்கும் என்பது பிரபாகரனின் கணிப்பு. ஆனால், அது பொய்த்துப்போனது. போன வேகத்தில் இருவரும் திரும்பி வந்துவிட்டனர். ஒரு புண்ணாக்கும் சொல்லித்தர வில்லை, காசும் நேரமும் வீண் என்றார் உமா மகேஸ்வரன். காசு வீண் என்பதை பிரபாகரனால் தாங்கிக்கொள்ளமுடியவில்லை. சிரமப்பட்டுச் சேகரித்த பணம். ஒரு லட்சம் ரூபாய். சங்கர் ராஜுவைத் தொடர்பு கொண்டார். அவர்கள் தங்கியிருந்த காலம் போக, மிச்சத்தைத் திருப்பித்தா. மாட்டேன் என்றது EROS.

பிரபாகரனை மேலும் ஆத்திரமூட்டும்படியான செய்தி வந்து சேர்ந்தது. உமா மகேஸ்வரனுக்கும் ஊர்மிளாவுக்கும் காதல். இல்லை, இல்லை, அதற்கும் மேலே. திருமணம்தான் ஆக வில்லையே தவிர, கணவன் மனைவி போல்தான் அவர்கள் நெருக்கமாக இருக்கிறார்கள். துள்ளிக் குதித்தார் பிரபாகரன். இது உண்மைதானா? ஊர்மிளா? நமது செய்திகளை வெளியிடுவதில் உதவிக்கு வந்த அதே பெண்தானே? அவரைக் கொண்டு வந்ததும் உமா மகேஸ்வரன்தானே? எத்தனை பெரிய பொறுப்பை ஒப்படைத்திருந்தேன் அவரிடம்? புதிதாக வந்தவருக்கு உசத்தியான பதவியா என்று காதருகே கிசுகிசுத்தவர்களைப் புறம்தள்ளி வரவேற்று மகிழ்ந்தேனே. பதிலுக்கு உமா மகேஸ்வரன் கொடுக்கும் பரிசு இதுதானா?

கூப்பிட்டு விசாரித்தார். ஊர்மிளா? காதல்? எங்களுக்கு இடையிலா? வாய்ப்பே இல்லை என்றார் உமா மகேஸ்வரன். பொய். இரண்டாவது தவறு செய்கிறாய் நண்பனே. தீர விசாரிக்காமல் நான் சந்தேகப்படமாட்டேனே. மறந்துவிட்டாயா? நாம் பிரிவதற்கான நேரம் வந்துவிட்டது. நீ அந்த ஊர்மிளாவை மணந்துகொள்வதில் தடையேதுமில்லை. ஆனால், இயக்கத்திலிருந்து வெளியேறிவிடு. தவறான முன்னுதாரணம் எங்களுக்குத் தேவையில்லை.

லண்டனிலிருந்து அழைப்பு வந்தது. உமா மகேஸ்வரன் சார்பாகப் பரிந்துரை. விடுங்கள் பிரபாகரன், அப்படி என்ன ராஜதுரோகக் குற்றமா இழைத்துவிட்டார்? காதல்தானே? ஒழியட்டும் என்று விட்டுவிடுங்கள். ஆன்டன் பாலசிங்கம் தன்

மனைவியை அழைத்துக்கொண்டு லண்டனிலிருந்து வந்து சேர்ந்தார். பிரபாகரா நலமா? இப்போதுதான் முதன் முறை யாகப் பார்க்கிறேன். வெகு சிறப்பாகப் பணியாற்றிக் கொண்டிருக்கிறாய். லண்டனில் நீ மிகவும் பிரபலம், தெரியுமா? ம், இன்னொரு விஷயம். இந்த உமா மகேஸ்வரன் ஏதோ காதல் கீதல் என்று...

ஆன்டன் பாலசிங்கத்தின் கையைப் பிடித்து இறுக்கமாகக் குலுக்கினார் பிரபாகரன். உங்களைச் சந்திப்பதில் நான் பெரு மகிழ்ச்சி அடைகிறேன். சே குவேரா பற்றியும் மா சே துங் பற்றியும் உங்களுடன் விவாதிக்க விரும்புகிறேன். போகலாமா?

1980ம் ஆண்டு உமா மகேஸ்வரன் நீக்கப்பட்டார். எல்.டி.டி.ஈ.க் குள் முதன் முறையாக ஒரு பிளவு. உமா மகேஸ்வரனின் ஆதரவாளர்கள் பிரபாகரனுக்கு எதிராகப் பேச ஆரம்பித்தார்கள். உமா மகேஸ்வரன், பிரபாகரன் மீது சரமாரியான குற்றச் சாட்டுகளை முன்வைத்தார். எல்.டி.டி.ஈ.யில் ஜனநாயகமே இல்லை. அனைத்து முடிவுகளையும் பிரபாகரனே எடுக்கிறார். அவர் எது சொன்னாலும் அதற்கு ஆமாம் சாமி போடுவது மட்டுமே எங்களுக்கு இடப்பட்டுள்ள பணி. சுருக்கமாகச் சொன்னால் அவர் ஒரு சர்வாதிகாரி.

பிரபாகரன் மறுக்கவில்லை. நான் சர்வாதிகாரிதான். முடிவுகளை நான்தான் எடுப்பேன். சம்மதிப்பவர்கள் மட்டும் இயக்கத்தில் இருந்தால் போதுமானது. வவுனியாவிலும் யாழ்ப்பாணத்திலும் அடுத்தடுத்து மத்திய கமிட்டி சந்தித்துக்கொண்டது. பேசாமல், எல்.டி.டி.ஈ.யை மக்கள் இயக்கமாக மாற்றிவிடலாமா என்றார் ஒருவர். சரி, நான் வருகிறேன். பிரபாகரன் வெளியேறினார். தலைமையிலிருந்து. கமிட்டியிலிருந்து. எல்.டி.டி.ஈ.யிலிருந்து.

•

தமிழ்நாட்டில் ஒரு பயிற்சி முகாம் ஏற்படுத்தவேண்டும். உதவு வாயா? தங்கதுரையும் குட்டிமணியும் கேட்டதும் ஒப்புக் கொண்டார் பிரபாகரன். மதுரைக்குச் சென்று அங்கே ஒரு பயிற்சி முகாமை ஆரம்பித்தார். ஆயுதப் பயிற்சிகளும் அளித்தார். யாரோ ஒரு பிரிவுக்கு ஏதோ ஒரு படைக்குப் பயிற்சி அளித்து என்ன பயன்? என் படை, என் இயக்கம், என் வீரர்கள், என் மக்கள். எப்போது ஆரம்பிக்கப்போகிறேன்? தனது நண்பர்களைத் தேடி

அலைந்தார் பிரபாகரன். செல்லக்கிளி, கிட்டு, பேபி சுப்பிரமணியம், ராகவன். ஒவ்வொருவரையும் சந்தித்து, நட்பைப் புதுப்பித்துக்கொண்டார். கிட்டுவின் உதவியோடு பிஸ்டலும் ரைஃபிளும் வாங்கி வைத்துக்கொண்டார்.

ஆயுதங்கள் கிடைப்பதற்குள் உயிர் போய் வந்தது. பணம் வேண்டும். தக்க ஆள்களைத் தேடிப்பிடிக்கவேண்டும். நம்பகமான நபர்களாக அமையவேண்டும். எல்லாம் முடிந்தபிறகு, கருவிகள் ஒழுங்காக வேலை செய்யவேண்டும். பிரபாகரன் சலிப்புடன் சொன்னார். இனி ஆயுதங்களை நாம் வாங்கத் தேவையில்லை. நம் எதிரிகளின் ஆயுதங்களையே பறிமுதல் செய்து பயன்படுத்துவோம்.

•

சாலை ஓரமாக நின்றபடி நண்பர்களிடம் கதை பேசிக் கொண்டிருந்த செட்டி தனபால்சிங்கம், அருகில் வந்து நிற்கும் அந்த சைக்கிளை அப்போதுதான் கவனித்தார். கண்கள் விரிய, உடல் நடுங்க, சட்டென்று தன் பாக்கெட்டில் அவர் கைவிடுவதற்குள், பிரபாகரன் அவர் மார்புக்குத் தோட்டாக்களை அனுப்பியிருந்தார். செட்டி. போலீஸ் உளவாளி. காட்டிக் கொடுத்த முதல் துரோகி.

பிரபாகரன் தனது எல்.டி.டி.ஈ.யை மறுகட்டுமானம் செய்து கொண்டிருந்த அதே சமயம், உமா மகேஸ்வரன் ஒரு புதிய இயக்கத்தைத் தொடங்கியிருந்தார். People's Liberation Organization of Tamil Eelam (PLOTE).

மார்ச் 1981-ல் இலங்கை வரலாற்றில் மிகப் பெரிய வங்கிக் கொள்ளை குட்டிமணியால் வெற்றிகரமாக நடத்தி முடிக்கப் பட்டது.

•

சுதந்தரத்துக்குப் பிறகான 30 ஆண்டுகளில் தமிழர்கள் மீது நிகழ்த்தப்பட்ட வன்முறைச் செயல்களைக் காட்டிலும், ஜெயவர்த்தனே ஆட்சிக் காலத்தில் நிகழ்ந்த வன்முறைச் செயல்கள் அதிகம். முந்தைய ஆறு ஆட்சியாளர்களின் காலங்களில் நிகழ்த்தப்பட்ட கொலைகளை விட, ஜெயவர்த்தனேயின் முதல் ஆறு ஆண்டுகளில் அதிகக் கொலைகள் நிகழ்ந்தன.

போர்த்துகீசிய காலம் தொட்டு தொடர்ந்து நூறு ஆண்டுகளில் அழிந்து போன இந்துக் கோயில்களைக் காட்டிலும் இவரது ஆட்சிக் காலத்தில் அதிகமான இந்துக் கோயில்கள் சேதப் படுத்தப்பட்டன.

எல்லாவற்றுக்கும் சிகரம் வைத்தது போல், யாழ்ப்பாண நூலகத்தைச் சின்னாபின்னமாக்கி மகிழ்ந்தார் ஜெயவர்த்தனே. இது நடந்தது ஜூலை 1, 1981-ல். விலை மதிப்பில்லாத 90,000 அரிய தமிழ்ப் புத்தகங்கள் தீயில் கருகிப்போயின.

ஜூலை 6-ம் தேதி பிரபாகரன் வேதாரண்யத்தை நோக்கிப் படகில் சென்றுகொண்டிருந்தார். தமிழர்களின் கலாசாரத் தலைநகரமாக விளங்கிய யாழ்ப்பாண நூலகம் கற்குவியலாக மாறியிருக்கிறது. யாருக்காவது இப்படித் தோன்றுமா? தொன்மையான புத்தகங்களை தீயில் இட்டுக் கொளுத்தும் மனம் யாருக்காவது வருமா? நூல்களை அழித்துவிட்டால் அறிவு அழிந்துவிடுமா? நினைவுகள் கற்குவியலாக மாறிவிடுமா? ஜெயவர்த்தனே, தயாராக இரு.

•

ஆகஸ்ட் 21, 1981-ம் தேதி, சென்னையிலிருந்து தி ஹிந்து வெளியிட்ட செய்தி இது.

‘கடந்த 15 நாள்களாக தமிழர்களைத் தேடித் தேடி அழித்துக் கொண்டிருக்கிறார்கள். இதற்கு கண்ணால் கண்ட சாட்சியங்கள் இருக்கின்றன. ஆயிரக்கணக்கான (தேயிலை) எஸ்டேட் தொழி லாளர்கள் (இந்தியத் தமிழர்கள்) பாம்புகள் நிறைந்த ஆபத்தான காட்டுப் பகுதி வழியாக வெளியேறித் தப்பித்துக்கொண் டிருக்கிறார்கள். குழந்தைகளையும் மூட்டை முடிச்சுகளையும் சுமந்துகொண்டு வரும் அந்த அகதிகளைப் பார்ப்பதற்கே பரிதாபமாக இருக்கிறது.’

சென்னை, வளசரவாக்கத்தில் ஆன்டன் பாலசிங்கம் மற்றும் அவர் மனைவி அடேலுடன் தங்கியிருந்தார் பிரபாகரன். பேபி சுப்பிரமணியம், ரகு, ராகவன், சங்கர் உள்ளிட்ட இயக்கத்தினரும் அங்கேயே தங்கியிருந்தனர். உமா மகேஸ்வரனும் அப்போது சென்னையில்தான் இருந்தார். தன் நண்பர் கண்ணனுடன் பாண்டி பஜாரில் ஓர் உணவகத்தில் அவர் சாப்பிட்டுக்கொண்டிருந்த போது, பிரபாகரன் அவர்களைப் பார்த்துவிட்டார். கண்ணன்

உமாவை எச்சரிக்க, உமா தன் பாக்கெட்டிலிருந்து ரிவால்வரை எடுப்பதற்குள், பிரபாகரன் சுட்டு முடித்திருந்தார். உமாவை அல்ல, கண்ணனை. மொத்தம் ஆறு குண்டுகள் காலில் பாய்ந்திருந்தன.

பிரபாகரனும் ராகவனும் ஓட ஆரம்பித்தார்கள். அதற்குள் கூட்டம் கூடிவிட்டது. பிச்சுவா, பிளேடு, கத்தி, அரிவாளைத் தாண்டி வேறோர் ஆயுதம் பாண்டி பஜாரில் பிரசித்தமாகாத சமயம் அது. ரிவால்வர் தொடர்ச்சியாக வெடித்ததால் பாண்டி பஜார் காவல்துறையினர் உடனடியாக சுதாரித்துக்கொண்டனர். பிரபாகரனும் ராகவனும் அவர்களுக்கு அதிக சிரமம் வைக்க வில்லை. அவர்கள் ஓடிக்கொண்டிருந்தது பாண்டி பஜார் காவல் நிலையத்தை நோக்கித்தான்.

அப்படியே அமுக்கிப் பிடித்துக்கொண்டு போனார்கள். உமா மகேஸ்வரனும் கைது செய்யப்பட்டார். உன் பெயர் என்ன? கரிகாலன் என்றார் பிரபாகரன். முகுந்தன் என்றார் உமா மகேஸ் வரன். எங்கிருந்து வருகிறீர்கள்? எங்கே உங்கள் ஆவணங்கள்? விசாரணையைத் தீவிரமாக்கியதும் விடை கிடைத்தது. பயந்து பின் வாங்கியது காவல் துறை. பிரபாகரனா? இவரா?

இலங்கை அரசுக்குத் தகவல் சென்றது. ஜெயவர்த்தனே மகிழ்ச்சியில் திக்குமுக்காடிப் போனார். அப்பனே, புண்ணிய வான்களா, அவர்களை இங்கே அனுப்பி வையுங்கள். பத்து லட்சம் ரூபாய் தருகிறோம். தமிழக முதல்வர் எம்.ஜி.ராமச்சந் திரனைத் தொடர்பு கொண்டது காவல் துறை. என்ன செய்ய லாம்? உத்தரவிடுங்கள்.

பசங்ககிட்ட பார்த்து நடந்துக்கோங்க என்றார் எம்.ஜி.ஆர்.

தமிழகம் முதல் புது தில்லிவரை உஷ்ணம் அதிகரித்தது. இந்தியா வின் நிலைப்பாடு என்ன? பிரபாகரனையும் அவர் கூட்டாளியையும் என்ன செய்யப்போவதாக உத்தேசம்? 1973-ல் அப்போதைய முதல்வராக இருந்த கருணாநிதி, குட்டிமணியை இலங்கை அரசிடம் ஒப்படைத்திருந்தார். அதே இயக்கம். அதே நபர்கள். இந்த விவகாரத்தில் எச்சரிக்கையுடன் செயல்படவேண்டும் என நினைத்தார் எம்.ஜி.ஆர். நமக்கு ஏன் அநாவசியத் தலைவலி?

பிரபாகரனைத் தமிழ் மக்கள் நன்கு அறிந்திருந்தனர். அதைவிட, சிங்களர்கள் தமிழர்கள் மீது நடத்தும் வன்கொடுமைகளை

அவர்கள் நன்கு அறிவார்கள். பிரபாகரனை விடுவித்துவிட வேண்டும் என்னும் கருத்து வலுக்க ஆரம்பித்தது. இதற்கிடையில், பிரபாகரனைத் தேடிக்கொண்டு அவரது தந்தை வேலுப்பிள்ளை சென்னைக்கு வந்தார். எதிர்க்கட்சித் தலைவர் கருணாநிதியைச் சந்தித்து அவர் உதவியை வேண்டினார். கருணாநிதி இந்திரா காந்தியிடம் பேசினார். பிரபாகரனையும் உமா மகேஸ்வரனையும் இலங்கை அரசிடம் ஒப்படைத்தால், அவர்கள் நிச்சயம் கொல்லப்படுவார்கள். ஆகவே, நாம் யோசித்துச் செயல்படவேண்டும்.

தமிழ்நாட்டின் அத்தனை பிரபலங்களையும் ஓடி ஓடிச் சந்தித்தார் பேபி சுப்ரமணியம். பிரபாகரனை விடுவிக்காவிட்டால் எல்.ஐ.சி. மாடியிலிருந்து குதித்துவிடுவோம் என்று கிட்டுவும் அவரது தோழர்களும் போராடினார்கள். பழ. நெடுமாறன் பட்டினப்பாக்கத்துக்கு வந்து, பிரபாகரனைச் சந்தித்துப் பேசினார். அப்போது அவர் தமிழ்நாடு காமராஜ் காங்கிரஸ் தலைவர். தமிழ் தேசியத்தை உயர்த்திப் பிடித்தவர். தவிரவும், பிரபாகரனை நன்கு அறிந்தவர். பேபி சுப்ரமணியம் இவரை நாடிச் சென்றதற்கு இதுவே காரணம்.

இருவரையும் விடுவித்துவிடலாம் என்னும் முடிவுக்குக் கிட்டத்தட்ட வந்து சேர்ந்திருந்தார் பிரதமர் இந்திரா காந்தி. முதல் காரணம், ஜெயவர்த்தனே அரசு அமெரிக்காவின் பக்கம் சாய்ந்துகொண்டிருந்தது. திருகோணமலையில், அமெரிக்கப் படையினருக்கு இடமளிக்க ஜெயவர்த்தனே சம்மதித்திருந்தார் என்று பேசிக்கொண்டார்கள். இந்தியாவின் பாதுகாப்புக்குச் சவால் விடும் சங்கதி இது. இந்திரா காந்தி சோவியத் ஆதரவாளராக இருந்த சமயம் அது. சோவியத்தின் எதிரி அமெரிக்கா. ஆகவே, அமெரிக்கா இந்தியாவின் எதிரியும்கூட. ஜெயவர்த்தனே அமெரிக்கா பக்கம் சாயும் பட்சத்தில் இலங்கையும் இந்தியாவின் எதிரிதான்.

இரண்டாவது காரணம், இஸ்ரேல், பாகிஸ்தான், சீனா ஆகிய நாடுகள் மீது ஜெயவர்த்தனே சிறப்புக் கவனம் செலுத்தியது. ஜெயவர்த்தனே அரசு பலவீனம் அடையவேண்டுமானால் போராளி இயக்கங்களை வளர்த்துவிடுவதுதான் ஒரே வழி.

வழக்கு விசாரணைக்கு வந்த சமயம், இருவருக்கும் ஜாமீன் வழங்கப்பட்டது. உமா மகேஸ்வரன் சென்னையில்,

பெருஞ்சித்திரன் என்னும் நண்பரின் இல்லத்தில் தங்கிக் கொண்டார். பிரபாகரன், பழ. நெடுமாறனோடு, திருச்சியில்.

அமிர்தலிங்கம் சென்னைக்கு வந்திருக்கிறார் என்று கேள்விப் பட்டதும் அவரைச் சந்திக்க சென்னை வந்தார் பிரபாகரன். அமிர்தலிங்கம் சென்னை வந்ததற்கு ஒரு காரணம் இருந்தது. எப்படியாவது பிரபாகரனையும் உமா மகேஸ்வரனையும் ஒன்று சேர்க்கவேண்டும். பிரபாகரனின் கையைப் பிடித்து வலித்து அழைத்துப்போனார். உமா, பிரபாகரன். இருவரும் ஒருவரை யொருவர் ஏறெடுத்துக்கூடப் பார்க்கவில்லை. ஆனால், ஆளுக் கொரு வாக்குறுதி அளித்தனர். நான், உமா மகேஸ்வரனைக் கொல்லமாட்டேன் என்றார் பிரபாகரன். எல்.டி.டி.ஈ.யின் தலைமைக்கு நான் சொந்தம் கொண்டாடமாட்டேன் என்றார் உமா மகேஸ்வரன். மற்றபடி, எங்களுக்குள் ஒட்டுறவு இல்லை.

மொத்தம் ஏழு மாதங்கள் நெடுமாறனுடன் தங்கியிருந்தார் பிரபாகரன். பிறகு, ஒரு நாள் காணாமல் போனார். அவர் எங்கே போயிருப்பார் என்று அத்தனை பேருக்கும் தெரிந்திருந்ததால், ஒருவரும் அவரைத் தேட முயற்சி செய்யவில்லை.

•

அக்டோபர் 1982. முதல் களபலி சங்கருடையது.அவர்கள் பதுங்கியிருந்த வீட்டை ராணுவம் சுற்றி வளைத்தது. துப்பாக்கிச் சண்டை. வயிற்றில் குண்டு பாய்ந்துவிட்டது. பொங்கி வரும் குருதியைக் கையால் அழுத்திப் பிடித்தபடி கிட்டத்தட்ட மூன்று கிலோ மீட்டர் ஓடிச்சென்றிருக்கிறார் சங்கர். மறைவிடத்துக்குச் சென்று தன் கைவசம் இருந்த துப்பாக்கியை நண்பர்களிடம் ஒப்படைத்திருக்கிறார். நான் எதிரிகளிடம் பிடிபடவில்லை. என் ஆயுதத்தையும் இழக்கவில்லை. என் கடமையை முடித்து விட்டேன். சங்கரை அள்ளித் தோணியில் போட்டுக்கொண்டு தமிழ் நாட்டுக்கு வந்தார்கள். பிறகு, மதுரைக்குக் கொண்டு போனார்கள். ஒரு பயிற்சி முகாமைப் பார்க்க தமிழ் நாட்டுக்கு வந்திருந்த பிரபாகரன் விரைந்து வந்தார். தம்பி! சங்கரின் கையோடு தன் கையைக் கோர்த்தபடி அப்படியே அமர்ந்திருந் தார் பிரபாகரன். இருபத்தி இரண்டு வயது சங்கர். தோழரே, முதன் முறையாக என் இயக்கத்தைச் சேர்ந்த ஒருவன் இறப்பதை என் கண்ணால் காண்கிறேன்.

சங்கரின் மரணத்தை அப்போது ஒருவருக்கும் தெரிவிக்க முடியவில்லை. வெறும் 30 பேரைக் கொண்ட ஓர் இயக்கம் எல்.டி.டி.ஈ. ஆகவே, அவர்கள் காத்திருந்தார்கள். ஏழு ஆண்டு களுக்குப் பிறகு, சத்தியநாதன் என்கிற சங்கரின் மறைவு தினம் (நவம்பர் 27) மாவீரர் தினமாக மாற்றப்பட்டது. தமிழ்க் கலாசாரத்தை நன்கறிந்திருந்த பிரபாகரன், நடுகல் வழிபாட்டு முறைக்கு உயிரூட்டினார். களபலி ஆன வீரர்களுக்கு நினைவுச் சின்னம் எழுப்பப்பட்டது. வணக்கத்துக்கும் வழிபாட்டுக்கும் உரிய உயர்ந்த நபர்களாக அவர்கள் கொண்டாடப்பட்டார்கள்.

9. வேட்டையாடு, விளையாடு

ஜூலை 1983 சம்பவம் என்று இலங்கை அதைப் பதிவு செய்திருக்கிறது. இலங்கை தமிழர்களுக்கு இது கறுப்பு யூலை (கறுப்பு ஜூலை). திருநெல் வேலியில் எல்.டி.டி.ஈ. நிகழ்த்திய தாக்குதல் சம்பவத்துக்குப் பதிலடியாக நிகழ்ந்த வன்முறைச் செயல் என்று ஒரு காரணம் சொல்லப்படுகிறது. சிங்களர்களின் திட்டமிட்ட, ஒருங்கிணைக்கப்பட்ட மிருகத்தனம் என்று மட்டுமே அதை அழைக்க முடியும்.

அரசாங்கத்தின் ஆசிர்வாதத்தைப் பெற்றுக்கொண்டு ஜூலை 24 அன்று ஆரம்பித்தார்கள். மொத்தம் ஏழு நாள்கள். தமிழன் என்று ஓர் இனமே இருக்கக் கூடாது என்னும் உக்கிரம் அவர்களிடம் தெரிந்தது. அந்த ஏழு நாள்களில் எத்தனை லிட்டர் பெட்ரோல் செலவானது என்பதைக் கண்டுபிடிக்க முடிந்தால், எத்தனை தமிழர்கள் இறந்துபோயிருப்பார்கள் என்பதையும் கண்டுபிடிக்க இயலும்.

வீட்டை வெளியில் பூட்டிவிட்டு உள்ளே தீப்பந் தத்தைத் தூக்கிப் போட்டார்கள். தமிழர்களின் கடை களை உடைத்துக்கொண்டு உள்ளே நுழைந்தார்கள். தேவைப்படுவோர் சரக்குகளை எடுத்துக்

கொள்ளலாம். ஒரு நிபந்தனை. எடுத்து முடித்தபின், எரித்துவிட வேண்டும். கடையை. கடைக்காரனை.

பள்ளிக்குச் செல்லும் மாணவர்கள். வகுப்பெடுக்கச் செல்லும் ஆசிரியர்கள். வீட்டுக்கு வந்திருக்கும் விருந்தினர்கள். வயதான வர்கள். அரசாங்கப் பணியாளர்கள். தந்தை செல்வாவின் அற வழியில் நடப்பவர்கள். அத்தனை பேரையும் கொன்று தீர்த் தார்கள். சைக்கிள் டயரை உடலில் சுற்றி, பெட்ரோல் ஊற்றி எரித்தார்கள்.

கொழும்பில் உள்ள வெளிக்கடை (Welikade) சிறைச்சாலையில் உள்ள 35 தமிழ்க் கைதிகளை சிறையில் அடைக்கப்பட்டிருந்த சிங்களக் கைதிகள் ஒன்று திரண்டு வந்து அடித்தே கொன்றனர். கொல்லப்பட்டவர்களுள் பெரும்பாலானோர் அரசியல் கைதிகள். பயங்கரவாதத் தடுப்புச் சட்டத்தில், வெறுமனே சந்தேகத்தின் பேரில் அடைக்கப்பட்டவர்கள்.

குட்டிமணி, தங்கதுரை, ஜெகன் உள்ளிட்ட 35 பேர். குட்டி மணியை சிங்களர்களுக்கு நன்கு தெரியும். எல்லோரையும் போல் அவரையும் வெறுமனே கொன்றுவிட விருப்பமில்லை அவர்களுக்கு. ஆகவே, முதலில் அவர் கண்களைத் தனியே தோண்டி எடுத்தனர். சிறையின் ஒரு மூலையில் பிரமை பிடித்தபடி ஒடுங்கியிருந்த பதினாறு வயது மயில்வாகனனை சிங்களர்கள் கவனிக்கத் தவறிவிட்டனர். இதைக் கவனித்த ஜெயில் வார்டன் பாய்ந்து வந்து மயில்வாகனனைப் பிடித்து அடித்துக் கொன்றார்.

சிறைச்சாலைக்குப் பின்னால் கௌதம புத்தரின் சிலை ஒன்று இருந்தது. முப்பத்தைந்து உடல்களையும் இழுத்துக்கொண்டு போய் அங்கே குவித்து வைத்தார்கள். ஜெயில் வார்டன் கத்தினார். டேய், ஒன்றிரண்டு பேர் இன்னும் உயிரோடு இருக் கிறார்கள் பார். அதோ அங்கே இரண்டு பேர் கையை உயர்த்துகிறார்கள் பார். போ.

•

இலங்கை இனப் பிரச்னைக்கு ஆயுதப் போராட்டம் ஒன்றே வழி என்னும் நம்பிக்கையை மிக அழுத்தமாக ஒவ்வொரு தமிழனின் உள்ளத்திலும் பதிய வைத்த சம்பவம் அது.

சென்னையிலும் மதுரையிலும் மக்கள் வீதிக்குத் திரண்டு ஜெயவர்த்தனேவுக்கு எதிராகப் போர்க்கொடி உயர்த்தினார்கள். இதற்கு மேலும் இந்திரா காந்தி தலையிடாமல் இருப்பது சரியல்ல என்று கோஷம் எழுப்பினார்கள். தமிழ்நாட்டிலுள்ள 5 கோடி தமிழ் இதயங்களும் ரத்தக்கண்ணீர் விடுக்கின்றன என்றார் முதல்வர் எம்.ஜி.ஆர். இந்திரா காந்தி விரைந்து செயலாற்ற வேண்டும் என்றார் கருணநிதி.

அப்போதைய வெளியுறவுத்துறை அமைச்சர் பி.வி. நரசிம்ம ராவை இலங்கைக்கு அனுப்பி வைத்தார் இந்திரா காந்தி. இன்முகத்துடன் அவரை வரவேற்றார் ஜெயவர்த்தனே. இந்தியா இலங்கை விவகாரத்தில் தன் மூக்கை நீட்டுவது உசிதமாகத் தோன்றவில்லை என்று சொல்லி நரசிம்ம ராவை அனுப்பி வைத்தார்.

ஜெயவர்த்தனே மக்கள் முன் தோன்றி உரையாடினார்.

இத்தனைக்கும் காரணம் எல்.டி.டி.ஈ.தான். ராணுவத்தினரை அவர்கள் கொன்றதால் சிங்களர்கள் கொதிப்படைந்திருக் கிறார்கள். இன்னொரு விஷயம். தனி தேசம் கேட்டு இனி யாரும் இங்கே போராட்டம் நடத்தக்கூடாது. அதற்கு ஏற்றாற் போல் அரசியலமைப்புச் சட்டத்தை நான் மாற்றியமைக்கப் போகிறேன். இலங்கையில் தனி நாடு அமையாது. அமையக் கூடாது.

•

இலங்கை அரசின் அதிகாரபூர்வமான அறிக்கை வெளிவந்தது. இறந்துபோனவர்கள் மொத்தம் 350 பேர். தமிழர்களுக்குச் சொந்தமான 18,000 வீடுகள், கடைகள், தொழிற்சாலைகள் சேத மடைந்துள்ளன. ஒரு லட்சம் தமிழர்கள் அகதிகளாக மாறி யுள்ளனர்.

உண்மையான எண்ணிக்கையை அடைய ஒவ்வொன்றையும் எத்தனை மடங்கு பெருக்கிக்கொள்ளவேண்டும் என்று தமிழர் களுக்குத் தெரிந்திருந்தது. இந்தியாவுக்கும் தெரிந்திருந்தது.

ஆகஸ்ட் 2-ம் தேதி இந்திரா காந்தி ஒரு முடிவுக்கு வந்திருந்தார். இலங்கைத் தமிழர்களுக்கு உதவவேண்டும். அகதிகளுக்கு ஏதாவது செய்யவேண்டும். மருந்து, மாத்திரைகள், உடைகள்,

உணவுப்பொருள்கள் உடனடியாக அனுப்பி வைக்கப்பட்டன. கொழும்பில் குவிந்திருக்கும் அகதிகளை யாழ்ப்பாணத்துக்கு அழைத்துச் செல்வதற்குக் கப்பல்கள் அனுப்பி வைக்கப்பட்டன. ஆகஸ்ட் 15 இந்திய சுதந்திர தினக் கொண்டாட்டத்துக்கு அமிர்தலிங்கத்தை வரவேற்று உபசரித்தார் இந்திரா காந்தி. ஜெயவர்த்தனேவின் ரத்தம் கொதிக்கவேண்டும் என்பதற் காகவே நடத்தப்பட்ட ஏற்பாடு இது. பிறகு, ஜெயவர்த்தனே வுடன் இரண்டு, மூன்று முறை உரையாடினார். இதற்கு மேல் எதுவும் முடியாது என்று ஒரு கட்டத்தில் இலங்கையுடன் மோதுவதை நிறுத்திக்கொண்டார் இந்திரா காந்தி.

இந்திரா காந்தி தெளிவாக இருந்தார். இந்தியாவின் நலன் பாதிக்கப்படாத வரை, இந்தியா எந்தவொரு நாட்டின் உள்விவ காரங்களிலும் தலையிடாது.

•

அதாவது வெளிப்படையாக.

செப்டம்பர் 1983-ல் சென்னை முழுக்க முழுக்க இலங்கைத் தமிழர்களால் நிரம்பியிருந்தது. அவர்களில் யார் அகதிகள், யார் பயிற்சிக்காக வந்திருப்பவர்கள் என்று பேருந்தைக் கொண்டு வந்தவர்களுக்குத் தெரிந்திருந்தது. இயக்கத்தினரை மட்டும் தனியாகப் பிரித்தெடுத்து அழைத்துச் சென்றார்கள். மூன்று நாள் பயணம். தில்லியைச் சுற்றிக்காட்டிவிட்டு முகாமுக்கு அழைத்துச் சென்றார்கள். பயிற்சி முகாம்கள் அமைக்கப்பட் டிருந்தது தேராதூனில். வெவ்வேறு இயக்கத்தைச் சார்ந்த அனைவருக்கும் பயிற்சிகள் அளிக்கப்பட்டன. எல்.டி.டி.ஈ.க்கு மட்டும் தனியாக. பிரபாகரனின் வேண்டுகோளுக்கு ஏற்ப அவர்களுக்குப் பிரத்தியேக பயிற்சிகள் அளிக்கப்பட்டன. அளித்தவர்கள் இந்திய உளவுத் துறையான 'ரா'வைச் சேர்ந்த வர்கள். ஓய்வு பெற்ற ராணுவ அதிகாரிகள். சிறப்புப் பயிற்சி யாளர்கள். ராணுவ ஆசிரியர்கள்.

மிக விரிவான, கடினமான பயிற்சி திட்டம் அது. எட்டு மணிக்கு ஆரம்பித்துவிடுவார்கள். காலைப் பொழுதுகளில் வகுப்புகள் எடுப்பார்கள். கெரில்லா தாக்குதல் முறை குறித்து. எப்படி மறைந்துகொள்வது? எதிரிகளை எப்படி அலைக்கழிப்பது? எப்போது தனியாகத் தாக்கவேண்டும்? எப்போது குழுவாக?

தாக்கிக்கொண்டே விரைந்து ஓடுவது எப்படி? எப்படிப் பதுங்குவது? எப்படி சமயம் பார்த்துப் பாய்வது? பிறகு, பிராக்டிகல். வகை வகையான ஆயுதங்கள் அளிக்கப்படும். ஒவ்வொன்றின் பயன்பாடும் விரிவாக எடுத்துரைக்கப்படும்.

ஒரு மணி முதல் இரண்டு மணி வரை மதிய உணவு நேரம். பிறகு, மைதானத்தில் திரண்டுவிடவேண்டும். துப்பாக்கிப் பயிற்சி. உலகில் உள்ள அத்தனை ரிவால்வர்களையும் அத்தனை ரைஃபிள்களையும், அத்தனை இயந்திரத் துப்பாக்கிகளையும் அவர்களுக்கு பழக்கிவிடுவார்கள். கூடுதலாக, ராக்கெட் லாஞ் சர்ஸ். பிறகு, சிறப்புப் பயிற்சி. வெடிமருந்துகள், குண்டுகள், வெடிகள் குறித்து. தகவல் தொடர்பு சாதனங்கள், உப யோகங்கள் குறித்து. ரேடியோ சிக்னல்களை எப்படிப் பெறு வது? வயர்லெஸ் சாதனங்களை எப்படிக் கையாள்வது?

அவ்வப்போது தேர்வுகள் நடைபெறும். மதிப்பெண்கள் அளிக்கப்படும். ஒருவர் எத்தனை தூரம் வளர்ந்திருக்கிறார், எதில் குறிப்பாகப் பின்தங்கியிருக்கிறார் என்று குறித்துவைத்துக் கொள்வார்கள். மீண்டும் பயிற்சிகள் ஆரம்பிக்கப்படும். எல்லாம் முடிந்ததும், பிரிவுபசார விழா போல் ஒன்று ஏற்பாடு செய்யப் பட்டது. எல்.டி.டி.ஈ. வீரர்களைக் குறிப்பிட்டுப் பாராட்டி னார்கள் பயிற்சியாளர்கள்.

கிட்டு, பொன்னம்மான் போன்றவர்கள் பயிற்சி முடிந்தபின் பிரபாகரனைச் சந்தித்தனர். இந்தியா அளித்த பயிற்சியைப் பற்றி ஆஹா ஓஹோ என்று வாய் நிறைய புகழ்ந்தனர். எல்லா வற்றையும் கேட்டுக்கொண்ட பிறகு, பிரபாகரன் சொன்னார்.

‘அவர்கள் நமக்குப் பயிற்சியளித்தது வேறு ஒரு காரணத்துக்காக. நாம் பயிற்சி எடுத்துக்கொண்டது மற்றொரு காரணத்துக்காக. நமக்கு எதிராக இந்தியா தனது படைகளைத் திருப்பும் காலம் வரலாம். அது போன்ற சந்தர்பத்தில், நாம் இந்தியாவை எதிர்த்துப் போரிட நேரிடும். ஆகவே, அதிகம் உணர்ச்சிவசப் படவேண்டாம். என்ன கிட்டு, நான் சொல்வது புரிகிறதா?’

கிட்டு தலையசைத்தார்.

ஒரு புலி கம்பீரமாக நடந்துவருவதைப் போல் பிருமாண்டமான கர்ஜனையுடன் அவர் நடந்து வந்தார். தீர்க்கமான கண்கள். அவர் பேசினாரா அல்லது உறுமினாரா என்பதைக் கண்டுபிடிக்க

முடியவில்லை. ஒவ்வொரு வார்த்தையிலும் அனல் கொப்ப ளித்தது. இப்படியொரு முன்னுரையுடன் தன் கட்டுரையை ஆரம்பிக்க நினைத்திருந்த அனிதா பிரதாப்புக்கு ஆச்சரியமும் ஏமாற்றமும் மட்டுமே காத்திருந்தன. இவரா? இளங்கறுப்புப் பேண்ட். நீல சட்டை. குள்ளம். மிக மிக மென்மையான குரல். இவரா புலிக்கூட்டத்தின் தலைவர்?

சென்னை, பெசன்ட் நகரில் பிரபாகரனைச் சந்தித்தார் அனிதா பிரதாப். சண்டே செய்தி பத்திரிகையின் நிருபர். பொதுவாக பிரபாகரன் யாருக்கும் பேட்டிகள் கொடுப்பதில்லை. ஆனால், 1983 கலவரத்தைச் சரியான முறையில் உலகுக்குக் கொண்டு சென்றவர் அனிதா பிரதாப். அதனால் அனிதா பிரதாப்பிடம் பிரபாகரனுக்கு மதிப்பும் மரியாதையும் இருந்தது.

'இந்தியாவுடன் நாங்கள் போரிட வேண்டியிருக்கும்' என்றார் பிரபாகரன்.

அனிதா பிரதாப்புக்கு அதிர்ச்சி.

'என்ன இப்படிச் சொல்கிறீர்கள்? சமீபத்தில்கூட, உங்கள் இயக்கத்துக்கு மிகச் சிறப்பான ஆயுதப் பயிற்சிகள் கொடுத் திருக்கிறார்கள்.'

'தனி ஈழம் அமைவதை இந்தியா விரும்பாது. இலங்கையைவிட இந்தியா இதில் தீவிரமாக இருக்கும்.'

'ஏன் அப்படிச் சொல்கிறீர்கள்?'

'ஏனென்றால் தமிழ் நாட்டில் மொத்தம் ஐந்தரை கோடி தமிழர்கள் இருக்கிறார்கள். எங்கள் கோரிக்கை அங்கேயும் எழுந்தால்?'

10. நான் ஆணையிட்டால்...

அடேல், கூடிய விரைவில் உங்கள் இல்லத்துக்கு நான்கு பெண்கள் வருவார்கள். அவர்களைக் கவனித்துக்கொள்ள வேண்டியது உங்கள் பொறுப்பு என்றார் பிரபாகரன். அந்த நான்கு பெண்களின் பெயர் என்னென்ன என்று அடேல் பதிலுக்குக் கேட்டிருந்தால் பிரபாகரன் நிச்சயம் திணறி யிருப்பார். மதிவதனி. அந்தப் பெயர் மட்டும்தான் அவர் நினைவில் இருந்தது.

நன்றாகப் படிக்கக்கூடிய பெண். படு சுட்டி. கால்நடை மருத்துவம் படிப்பதற்காகத் தேர்வு செய்யப்பட்டவர். ஆனால், அவர் தேர்ந்தெடுத்தது என்னவோ விவசாயக் கல்வியைத்தான். அவர் குடும்பப் பின்னணி அப்படி. சொந்த ஊர் பூங்குடுதீவு. அப்பா, ஒரு வாத்தியார்.

அடேல் எழுதிய Women and Revolution என்னும் புத்தகம் பிரபாகரனின் நினைவுக்கு வந்தது. எப்போதோ படித்த புத்தகம். சில வரிகள் பளிச்சென்று முன்னால் வந்து நின்றன. பெண்கள் அவசியம் போராட்டங்களில் கலந்துகொள்ள வேண்டும். இயக்கங்களில் பங்குபெறவேண்டும். பெண்கள் ஒடுக்குமுறைக்கு ஆளாகிறார்கள்.

ஆகவே, ஒடுக்குமுறைக்கு எதிரான போராட்டத்தில் அவர்ளை இணைத்துக்கொள்வது மிகவும் பொருத்தமானது. பெண்களைச் சேர்த்துக்கொண்டால் இயக்கம் பலவீனமடையும் என்று சிலர் நினைக்கிறார்கள். அது தவறு. இயக்கத்தை வலுப்படுத்து பவர்கள் பெண்கள்.

மதிவதனி. அவளைப் பார்த்தவுடன் ஏன் அந்தப் புத்தகம் நினைவுக்கு வரவேண்டும்? எங்களையும் இயக்கத்தில் இணைத்துக்கொள்வீர்களா என்று எத்தனையோ பெண்கள் இது வரை கேட்டுவிட்டார்கள். அப்போதெல்லாம் தோன்றாத யோசனை இப்போது மட்டும் ஏன்? உண்மைதான் அடேல். நீங்கள் படித்தவர். ஆராய்ச்சியாளர். நாலும் தெரிந்தவர். நீங்கள் சொன்னால் சரியாகத்தான் இருக்கும். மதிவதனியை நம் இயக்கத்தில் இணைத்துக்கொள்ளலாம். அதாவது, அந்த நான்கு பேரையும்.

பிரபாகரன் மதிவதனியைக் கண்டெடுத்தது யாழ்ப்பாணப் பல்கலைக்கழக வளாகத்தின் வாயிலில்.

தெற்கு மாகாணங்களில் உள்ள பல்கலைக்கழகங்கள் திறக்கப் படும். மாணவர்கள் வரவேற்கப்படுகிறார்கள். அறிவிப்பு என்னவோ வந்துவிட்டது. ஆனால், தமிழ் மாணவர்கள் இன்னமும் அச்சத்தில் இருந்தனர். நடந்து முடிந்த கலவரங்கள் இன்னமும் அவர்கள் மனத்தைவிட்டு அகலவில்லை. மீண்டும் பிடித்து உதைத்தால்? பேசாமல் எங்களை யாழ்ப்பாணப் பல்கலைக்கழகத்திலேயே தொடர்ந்து படிக்க விடுங்கள். இந்தக் கோரிக்கையுடன் போராட்டத்தை ஆரம்பித்தார்கள். முதல் வேலையாக, யாழ்ப்பாணப் பல்கலைக்கழகத்தை இழுத்து மூடியது அரசாங்கம். போராட்டம் செய்தவர்கள் பலரை தமிழ் நாட்டுக்கு நாடுகடத்தியது.

பிரபாகரன் சென்னைக்கு வந்த அவர்களைப் பார்வையிட்டார். துடிப்பான இளைஞர்கள். என்னத்துக்கு சிங்களர்களிடம் சிக்கித் தவிக்கவேண்டும்? வந்திருந்தவர்களில் நால்வர் பெண்கள். இவர்களை என்ன செய்வது? அப்போது ஆன்டன் பாலசிங்கமும் அடேலும் சென்னையில் திருவான்மியூரில் தங்கியிருந்தார். அந்த நான்கு பெண்களையும் அவர்களிடம் அனுப்பி வைத்தார் பிரபாகரன். அதற்குப் பிறகு, ஆன்டனின் வீட்டுக்கு அடிக்கடிப் போக ஆரம்பித்தார் பிரபாகரன்.

அன்று ஹோலி பண்டிகை. நீரில் வண்ணத்தைக் கலந்து பீய்ச்சி அடித்து விளையாடும் கொண்டாட்ட தினம். மதிவதனியும் அப்போது விளையாடிக்கொண்டுதான் இருந்தார். பிரபாகரன் வருவதைப் பார்த்ததும் ஒரு விநாடி அப்படியே திகைத்து நின்றார். கையில் உள்ள கிண்ணத்தில் வண்ண நீர். குனிந்து நீரைப் பார்த்தார். நிமிர்ந்து, பிரபாகரனை. யோசிக்கவேயில்லை மதிவதனி. வெடிச்சிரிப்பு ஒன்றை உதிர்த்துவிட்டு, பிரபாகரன் மீது நீரை ஊற்றினார்.

பிரபாகரன்-மதிவதனி காதல் விவகாரம் இயக்கத்தினரிடையே மிகுந்த அதிருப்தியைப் படரவிட்டது. ஏற்கெனவே எதிர் பார்த்ததுதான். இதற்காகவே காத்திருந்தது போல் கிண்டலடித் தார் உமா மகேஸ்வரன். என்னய்யா, நமக்கெல்லாம் ஒரு நியாயம்? தலைவருக்கு ஒரு நியாயமா?

ஆன்டன் பாலசிங்கம்தான் உதவிக்கு வந்தார். இயக்கத்தில் உள்ள ஒவ்வொரு தலைவரிடமும் பேசினார். சமாதானப்படுத்தினார். எல்லோருக்கும் பொதுவாக, விதி சிறிது தளர்த்தப்பட்டது. ஐந்து ஆண்டுகள் பணிபுரிந்தபிறகு, இயக்கத்தினர் திருமணம் செய்து கொள்ளலாம். எப்போது இவர்கள் திருமணம் முடியும் என்று காத் திருந்தது போல், க்யூவில் இருந்த அத்தனை தலைவர்களும் திருமணம் செய்துகொண்டனர். பிரபாகரனுக்கு இரண்டு குழந்தை கள் பிறந்தன. சார்லஸ் அந்தோணி, (என்னும் சீலன்), துவாரகை.

அக்டோபர் 31, 1984 அன்று இந்திரா காந்தி, தனது சீக்கியக் காவலர்களால் சுட்டுக்கொல்லப்பட்டார்.

ஆட்சியில் அமர இருக்கும் உங்களுக்கு என் வாழ்த்துகள். பிரபாகரன் ராஜீவுக்கு அனுப்பி வைத்த வாழ்த்துச் செய்தி இது.

ராஜீவ் காந்தி ஒரு முன்னாள் விமானி. வானத்தில் பறப்பதில் அதிக ஆர்வம் கொண்ட அவருக்கு அரசியல் களத்தில் கால்களை ஊன்றி நடக்கும் கலை கைவரவில்லை. குறிப்பாக, அயல் நாட்டு விவகாரங்களில். இந்திராவும் ராஜீவும் குறிப்பாக வேறு படுவது இந்தப் புள்ளியில்தான். இந்திராவால் சுயமாகச் சிந்தித்து, முடிவெடுக்க முடிந்தது. சரியாகவோ, தவறாகவோ.

ஆகஸ்ட் 4, 1984 எல்.டி.டி.ஈ.க்கும் இலங்கை ராணுவத்துக்கும் இடையே முதல் யுத்தம் மூண்டது. முதலில் தாக்கியது இலங்கைப் படை. பொலிகண்டி கடற்பகுதியில் சென்று

கொண்டிருந்த புலிகள் மீது துப்பாக்கிச் சூடு நடத்தியது ராணுவம். சுதாரித்துக்கொண்ட புலிகள் பதிலுக்குச் சுட்டதில் ஆறு ராணுவத்தினர் அங்கேயே மரணம். அவமானம். தேசிய அவமானம். அவமானத்தை மறைக்க இலங்கை ராணுவம் குறுக்கு வழியில் பதிலடி கொடுத்தது. அவர்களது இலக்கு வல்வெட்டித்துறை. அடித்து உதைத்து 300 பேரைக் கைது செய்தார்கள். தீவிரவாதிகளாம்.

புலிகள் அதை ஓர் ஆரம்பமாக எடுத்துக்கொண்டார்கள். கண்ணி வெடியைப் புதைத்து வைத்து ராணுவ வீரர்களைக் கொன் றார்கள். குழுவாகப் பிரிந்து கமாண்டோக்களைக் கொன்றார்கள். அறுபது பேர் கொண்ட ஒரு குழு காவல்துறைக் குடியிருப்புக்குள் புகுந்து தாக்குதலும் தொடுத்து, அவர்கள் வசமிருந்த ஆயுதங் களையும் அள்ளிப்போட்டுக் கொண்டு வந்தார்கள்.

உடனே, சில அவரச உத்தரவுகளை பிறப்பித்தது இலங்கை அரசு. முதலில் கடல் பகுதியைக் காப்பாற்றவேண்டும். மன்னார் முதல் முல்லைத் தீவு வரை ஒருவரும் கடலில் பயணம் செய்யக் கூடாது. மீன் பிடிக்கிறேன், வலை விரிக்கிறேன், சுற்றிப் பார்க்கிறேன் என்று சொல்லிக்கொண்டு யார் கடலில் நுழைந் தாலும் தயவு தாட்சண்யம் இல்லாமல் கடற்படையால் சுட்டுத் தள்ளப்படுவார்கள். அடுத்து, தமிழர்கள் பிரதானமாக வசிக்கும் யாழ்ப்பாணத்துக்கான சிறப்பு உத்தரவு. சாலையில் அரசு வாகனங்கள் தவிர வேறு தனியார் வாகனங்கள் பிரவேசிக்கக் கூடாது. பேருந்துகள் இரண்டு மணி நேரம் மட்டுமே இயங்கும்.

அடுத்தக் கட்டம், காட்டுத்தனமான தாக்குதல் திட்டம். கண்ணில் தென்படும் கிராமத்துக்குள் நுழையவேண்டியது. கவனிக்கவும், தமிழர்கள் வசிக்கும் கிராமம். அடி, உதை, வெட்டு, கொலை.

வேண்டிய மட்டும் பயத்தை விதைத்துவிட்டோம். இனி கொஞ்சம்போல் பம்முவார்கள் என்று நம்பியது இலங்கை ராணுவம்.

•

அனைவரும் ஒரே குடையில் இணைந்தார்கள். அந்தக் குடையின் பெயர் ஈழ தேசிய விடுதலை முன்னணி. Eelam National Liberation Front (ENLF). இதில் இணைந்துகொண்ட

முக்கிய இயக்கங்களின் பட்டியல் - TELO, EROS, PLOTE மற்றும் EPRLF. EROS அமைப்பிலிருந்து பிரிந்து, கே. பத்மநாபா என்பவர் தலைமையில் தொடங்கப்பட்டது EPRLF (Eelam People's Revolutionary Liberation Front). பிறகு, எல்.டி.டி.ஈ.

ஈழப் போராட்டத்தில் 1984-ம் ஆண்டு பல வகைகளில் முக்கிய மானது. எல்.டி.டி.ஈ.யின் வரலாற்றிலும்கூட. மூன்று முக்கிய விஷயங்களை பிரபாகரனால் சாதிக்க முடிந்தது. முதலில், மக்கள் ஆதரவு. வாருங்கள் என்று அழைப்பு விடுத்தால் அணி திரள மக்கள் தயாராக இருந்தனர். நாங்கள் வெறும் சாகச வாதிகள் அல்ல, நாங்கள் ஒரு விடுதலை இயக்கத்தைச் சேர்ந்த வர்கள் என்னும் நம்பிக்கையை ஏற்படுத்த முடிந்தது. அதற்கு ஜெயவர்த்தனேவின் காட்டாட்சியும் ராணுவத்தின் தொடர் அராஜகங்களும் பெரிதும் உதவின.

இரண்டாவது முக்கிய சாதனை, இந்தியாவிடமிருந்து பெற்ற அதிநவீனப் பயிற்சி. முதலில் நூறு பேரைத் தேர்ந்தெடுத்து பிரபாகரன் அனுப்பியிருந்தார். பிறகு, மேலும் நூறு பேரை. பயிற்சி எடுத்துக்கொண்டு வந்தவர்கள் மற்ற நபர்களுக்குப் பயிற்சி அளித்தனர். இனி புதிதாக இணைபவர்களுக்கும் அதே உயர் ரக பயிற்சியை அளிக்க முடியும். எத்தனை செலவு செய் தாலும் இத்தகைய பயிற்சியை வேறு எங்கிருந்தும் எடுத்துக் கொண்டிருக்க முடியாது.

மூன்றாவது, நிதி. தேவைப்படும்போதெல்லாம், தேவைப்படும் பணத்தை அளிக்கக்கூடிய ஒருவரை எல்.டி.டி.ஈ. அடையாளம் கண்டிருந்தது. தமிழ்நாடு முதல்வர் எம்.ஜி.ஆர். நான் ஆணை யிட்டால் அது நடந்துவிட்டால் ஸ்டைலில் எம்.ஜி.ஆர். அள்ளிக் கொடுத்த நிதி அசாதாரணமானது. ஆன்டன் பாலசிங்கம்தான் அவரைச் சந்தித்து பணம் வாங்கி வருவது வழக்கம். ஒவ்வொரு முறை வரும்போதும், எவ்வளவு வேணும் தம்பி என்று மட்டுமே கேட்பார். நான்கு என்று ஆன்டன் சொன்னால் நான்கு பெட்டிகள் அளிக்கப்படும். நான்கு கோடி ரூபாய்கள். ஜீப்பிலும் ஏற்றிவிட்டு, பாதுகாப்புக்கு போலீஸ்காரர்களையும் அனுப்பி வைப்பார். எம்.ஜி.ஆரின் அழைப்பை ஏற்று பிரபாகரனும் ஆன்டனும் ஒரு முறை அவருடன் விருந்து சாப்பிட்டுவிட்டு திரும்பினார்கள்.

கட்டமைப்பு ரீதியாகவும் எல்.டி.டி.ஈ. அபார வளர்ச்சி அடைந்திருந்தது. 1983 கலவரத்துக்கு முன்பு 30 பேர் மட்டுமே

இயக்கத்தில் இருந்தனர். அதே ஆண்டு செப்டம்பர் மாதம் இயக்கத்தின் பலம் 300 ஆக இருந்தது.

எந்தெந்தத் துறைகளில் கவனம் காட்டவேண்டும், என்னென்ன தேவைகளை ஈடுசெய்யவேண்டும் என்று தனியாகப் பட்டியலிட்டார் பிரபாகரன்.

- பயிற்சி முகாம்கள் அமைக்கப்படவேண்டும்.
- நவீன ரக ஆயுதங்கள் தருவிக்கப்படவேண்டும்.
- நவீன தகவல் தொடர்புச் சாதனங்கள் தருவிக்கப்பட வேண்டும்.
- கடல் புலிகள் என்ற பிரிவை ஏற்படுத்தவேண்டும்.
- பெண்கள் பிரிவு ஏற்படுத்தப்படவேண்டும்.
- புலனாய்வுப் பிரிவு அமைக்கப்படவேண்டும்.

இயக்கத்தை அடுத்த கட்டத்துக்குக் கொண்டுசெல்ல கீழ்கண்டவற்றைச் செய்து முடிக்கவேண்டும்.

- அரசியல் பிரிவுக்கு வலு சேர்க்கவேண்டும்.
- பிரசாரத் துறையை முடுக்கிவிடவேண்டும்.
- இலங்கையின் கட்டுப்பாட்டில் உள்ள தமிழ்ப் பிரதேசங்களை விடுவிக்கவேண்டும்.
- சட்ட, ஒழுங்கு விவகாரங்களைக் கையில் எடுத்துக்கொள்ள வேண்டும்.
- வரி வசூலிக்கவேண்டும்.
- மக்களையும் போராட்டத்தில் ஈடுபடுத்தவேண்டும்.

எல்லாவற்றிலும் பிரதானமானது பயிற்சி முகாம்கள். பிறகு, ஆயுதங்கள். தமிழ் நாட்டில் இரண்டு முகாம்கள் ஏற்கெனவே இருந்தன. மதுரையில் ஒன்று. சேலத்தில் ஒன்று. பயிற்சி முகாம்களை ஏற்படுத்தும் பொறுப்பு பொன்னம்மானிடம் ஒப்படைக்கப்பட்டது. அக்டோபர் 1984-ம் ஆண்டு, முதல் பெண்கள் பிரிவு ஏற்படுத்தப்பட்டது. நூறு பெண்கள் கொண்ட பிரிவு.

1984 இறுதியில் எல்.டி.டி.ஈ. தன்னை ஒரு பலம்பொருந்திய இயக்கமாக வளர்த்தெடுத்துக்கொண்டது. இளைஞர்கள்

தொடர்ச்சியாக இயக்கத்தில் இணைந்தபடி இருந்தனர். பயிற்சி முகாம்கள் விரிவுபடுத்தப்பட்டன. தமிழ் நாட்டில் மட்டும் ஐந்து முகாம்கள். ஆள்பலம் ஆயிரமாக உயர்ந்திருந்தது.

தமிழ் நாட்டுக்கு அடிக்கடிப் போய்வரும் வேலை இருப்பதால், மீன் பிடிப் படகுகளுக்குப் பதிலாகச் சொந்தமாகப் படகு கட்டும் பணியில் இறங்கினார்கள். சரக்குகளை அங்கே இங்கே கொண்டு போகவேண்டும். ஒரு கப்பல் நிறுவனம் இருந்தால் சரியாக இருக்கும் என்று தோன்றியது. ஆரம்பித்தார்கள். சீனாவிலிருந்து பயன்படுத்தப்பட்ட கப்பல் ஒன்றை வாங்கவேண்டியது. அதைப் புதுப்பிக்கவேண்டியது. பனாமாவில் வைத்துப் பதிவு செய்து கொண்டபிறகு, கொண்டுவந்துவிடவேண்டியது. முதலில் ஒரு கப்பல் வாங்கினார்கள். சுலபமாக இருந்தது. பிற்பாடு, பத்து வாங்கிப் போட்டார்கள்.

பிறகு, இந்தியாவுக்கும் இலங்கைக்குமான வழித்தடம். வேதா ரண்யம், நாகப்பட்டிணம், பொலிகண்டி, மணல்காடு, வல் வெட்டித்துறைப் பகுதிகளில் வழித்தடங்கள் சீரமைக்கப் பட்டன. வேதாரண்யத்தில் படகில் ஏறினால், எந்தப் பிரச்னை யும் இல்லாமல் வல்வெட்டித்துறை வந்துவிடவேண்டும். முல்லைத்தீவு, திருகோணமலை, மட்டக்களப்பு பகுதிகளி லிருந்து சரக்குகள் விரைவாகப் போய் வர விசைப் படகுகள் தயார் நிலையில் வைக்கப்பட்டன.

இந்திய ஆயுதங்கள்மீது பிரபாகரனுக்கு அதிக நம்பிக்கை இருந்ததில்லை. அவர்கள் ஆயுதம் கொடுத்தால் அதில் ஏதாவது உள்ளர்த்தம் இருக்கும். வேண்டாம். மறுத்துவிடுங்கள். தவிர வும், இந்தியக் கருவிகளின் தரம் சொல்லிக்கொள்ளும்படி இல்லை. அவர்கள் பயிற்சி போதும். ஆயுதம் வேறு எங்காவது வாங்கிக்கொள்ளலாம். கே. பத்மநாபா என்பவர் தலைமையில் ஆயுதக் கொள்முதல் பிரிவு தொடங்கப்பட்டது. அத்தனை சர்வதேசக் கள்ள மார்க்கெட்டுக்கும் நடையாக நடந்து பார்த்த பின் இறுதியில் லெபனானில் ஆயுதங்கள் வாங்குவது என்று தீர்மானம் செய்தார் கே.பி. விலை குறைவு. தரமோ உயர்வு.

ஒரு முறை, ஒரு கண்டெய்னர் முழுக்கச் சரக்குகள் வாங்கி விட்டார்கள். ஏகே 47 ரக துப்பாக்கிகள், கையெறி குண்டுகள், ராக்கெட் குண்டுகள், ரைஃபிள்கள், வெடி மருந்துகள், தகவல் தொடர்பு கருவிகள். சென்னைத் துறைமுகத்தில்

சோதனையின்போது பிடித்துவிட்டார்கள். தலைகீழாக நின்று பார்த்துவிட்டார் பிரபாகரன். ம்ஹூம். எம்.ஜி.ஆர். உதவுவாரா? அணுகினார். நான் பார்த்துக்கொள்கிறேன் தம்பி என்றார் எம்.ஜி.ஆர். கண்டெய்னர் க்ளியர் ஆனது மட்டுமல்ல. தகுந்த பாதுகாப்போடு முகாமுக்கே வந்து சேர்ந்தது.

•

எல்.டி.டி.ஈ.யின் கட்டுப்பாட்டின்கீழ் இருக்கும் பகுதி என்று தெரிந்தால் காவல் துறை, ராணுவம் இரண்டும் கொஞ்சம் ஒதுங்கித்தான் இருக்கும். சிங்களர்களின் தொல்லைகள் இல்லாத தால் தமிழர்களால் சுதந்தரமாக உலாவ முடிந்தது. அரசாங்கத் துக்குப் பதிலாக அவர்கள் புலிகளுக்கு வரி செலுத்தினார்கள். அரசாங்கம் அலறியது. ஐயோ, வரி வசூலிப்பது எங்கள் கடமை. புலிகள் வந்து மிரட்டினால் எங்களிடம் புகார் கொடுங்கள். அவர்களுக்குப் பணம் கொடுக்காதீர்கள். சர்தான் போய்யா என்றார்கள் மக்கள்.

தனிப் பத்திரிகை. பெயர் விடுதலைப் புலிகள். தனி வானொலி நிலையம். புலிகளின் குரல். எழுத்தாளர்கள், புகைப்படக் கலைஞர்கள் கொண்ட தனி விளம்பரக் குழு. தனியொரு அரசாங்கம் அது.

11. வணக்கம் இந்தியா!

நவம்பர் 1, 1984 அன்று ஆட்சியில் அமர்ந்தவுடன் தனது ஜனநாயகக் கடமைகளை ஆரம்பித்த ராஜீவ் காந்தி, ஜெயவர்த்தனேவுக்குச் சில வாக்குறுதிகளை அளித்தார். எக்காரணம் கொண்டும் இந்தியா இலங்கைமீது போர் தொடுக்காது. இலங்கை விவகாரத்தை இந்தியா புத்தம் புதிதாகப் பரிசீலிக்கும். இலங்கை பிளவடையாமல் ஒற்றுமையாக இருக்க இந்தியா உதவும்.

அதற்குள், இலங்கை விவகாரம் கொழும்பில் இருந்து விமானத்தில் புறப்பட்டு, சென்னை வழியாகப் புது தில்லி வந்து, அங்கிருந்து பூடானின் தலைநகரம் திம்புவை வந்தடைந்தது. உபயம் ராஜீவ் காந்தி.

யாழ்ப்பாணம் பக்கம் போய் ஒப்பந்தம் என்ற வார்த்தையைச் சொன்னால் நிச்சயம் நாலு அடி கிடைக்கும். ஓகஸ்ட் மாதம் ஒரு ஒப்பந்தம் போடுவார்கள். பிறகு அது செல்லாது என்று சொல்லி ஒக்ரோபரில் ஒன்று போடுவார்கள்.

செல்வா-டட்லி ஒப்பந்தம், செல்வா-பண்டாரநாயகா ஒப்பந்தம், அமிர்தலிங்கம் செய்து கொண்ட ஒப்பந்தங்கள் என்று அடுக்கிக்கொண்டே

போகலாம். பண்டாரநாயகா, சேனநாயகா, அந்த நாயகா, இந்த நாயகா.

1985-ம் ஆண்டு ஜூலை 8-ம் தேதி பேச்சுவார்த்தை தொடங்கியது. விடுதலைப் புலிகள் உள்ளிட்ட தமிழ் இயக்கங்கள் (EPRLF, EROS, TELO, PLOTE), தமிழர் அரசியல் பிரதிநிதிகள் (அமிர்தலிங்கம் மற்றும் அவர் குழுவினர்), இலங்கை அரசு பிரதிநிதிகள் என்று பலரும் அந்த மாநாட்டில் கலந்துகொண்டனர். 8-ம் தேதி தொடங்கி 14-ம் தேதி வரை நடத்துவதாக உத்தேசம். பிரபாகரன் கலந்துகொள்ளவில்லை. எல்.டி.டி.ஈ. சார்பாக இரண்டு பேரை அனுப்பிவைத்திருந்தார். பேசித் தீரக்கூடிய பிரச்னையா அது?

தமிழ் அரசியல் பிரதிநிதிகள் நான்கு முக்கியக் கோரிக்கைகளை முன்வைத்தார்கள்.

1. இலங்கைத் தமிழர்கள் ஒரு தேசிய இனம் என்று அங்கீகரிக்கப்படவேண்டும்.
2. சுயநிர்ணய உரிமை அளிக்கவேண்டும்.
3. தமிழர்களின் தாயகத்தை அங்கீகரிக்கவேண்டும்.
4. இலங்கையைத் தாய்நாடாகக் கொண்ட அனைவருக்கும் குடியுரிமை வழங்கப்படவேண்டும். அவர்களது அடிப்படை உரிமைகளை அங்கீகரிக்கவேண்டும்.

பேச்சுவார்த்தைக்கென்றே ஓர் இலக்கணத்தைச் சிங்கள அரசியல்வாதிகள் உருவாக்கி வைத்திருந்தனர். தமிழர்களின் பிரச்னைகள் குறித்து வாய் நிறையப் பேசுவார்கள். தமிழ் தலைவர்களைப் பேசவிட்டுக் கேட்பார்கள். இன்னும் சில நிமிடங்களில் எல்லாப் பிரச்னைகளையும் தீர்த்துவிடுவேன் என்பது போன்ற ஒரு மாயையை ஏற்படுத்துவார்கள். ஒப்பந்தங்களில் கைச்சாத்திடுவார்கள். பிறகு அதை கிழித்தெறிந்துவிட்டு, தமிழர்களைத் தனியாக இழுத்துச் சென்று சாத்து சாத்து என்று சாத்துவார்கள்.

இரண்டாவது கட்டப் பேச்சுவார்த்தை நடந்துகொண்டிருக்கும் போதே வவுனியா பற்றி எரிய ஆரம்பித்திருந்தது. ராணுவ முகாமுக்கு அருகே இருந்த வீதியில் ஒரு குண்டு வெடித்திருக்கிறது. உடனே படை திரட்டிக்கொண்டு கிளம்பிவிட்டார்கள். எங்கே? வவுனியா நூல் நிலையத்துக்கு. உள்ளே தமிழர்கள்

இருப்பார்கள்தானே? எத்தனை பேர்? நூறு? இருநூறு? படித்துப் படித்து அறிவை விருத்தி செய்து கொள்ளப்போகிறார்கள் போலும். சரி, சரி, கொளுத்துங்கள். குப்பென்று கரும்புகை வானில் எழும்ப, கூக்குரலும் மரண ஓலமும் காற்றில் மிதக்க, மொத்தம் 200 தமிழர்கள், ஆண்களும் பெண்களுமாகக் கரிக்கட்டையாகச் சரிந்தார்கள்.

எப்போது கொளுத்தினார்கள்? திம்புவில் அமைதிப் பேச்சு வார்த்தை நடந்துகொண்டிருந்தபோது. தமிழர்களுக்கு நல்லது செய்யப்போகிறோம் என்று சொல்லி அத்தனை பேரையும் அழைத்துச்சென்றபோது. பேச்சாவது மண்ணாவது என்று தமிழர்கள் குழு கோபத்துடன் எழுந்துகொண்டது.

•

இரண்டாவது முறையாக அனிதா பிரதாப்புக்கு பிரபாகரன் பேட்டியளித்தார். சண்டே இதழில் (செப்டம்பர் 29-அக்டோபர் 5, 1985) வெளியான அந்தப் பேட்டியிலிருந்து சில பகுதிகள்.

அனிதா பிரதாப்: இந்த அமைதிப் பேச்சுவார்த்தை ஜெயவர்த்தனே நடத்திய நாடகம் என்று நீங்கள் நம்புகிறீர்களா? எப்படியாவது நேரத்தைக் கடத்தி தன்னை பலப்படுத்திக் கொள்ள வேண்டும் என்பதுதான் அவர் திட்டமா?

பிரபாகரன்: நிச்சயமாக. ஆனால் அவர் ஒன்றை மறந்துவிட்டார். அவர் தனது ராணுவத்தைப் பலப்படுத்திக்கொள்ளும்போது, நாங்களும் அதையேதான் இங்கே செய்வோம்.

அனிதா பிரதாப்: இந்திய அரசாங்கத்துக்கும் எல்.டி.டி.ஈ.க்கும் விரிசல் ஏற்பட்டு, இந்தியா தனது ஆதரவைத் திரும்பப் பெற்றுக்கொண்டால் நீங்கள் என்ன செய்வீர்கள்? உங்கள் போராட்டத்தைத் தொடர்ந்து முன்னெடுத்துச் செல்வீர்களா?

பிரபாகரன்: பிறகு? எங்கள் இலக்கை அடையும்வரை போராட்டத்தை நாங்கள் கைவிடப்போவதில்லை. இந்தியா எங்களுக்கு ஆதரவாக இருந்தால் நிச்சயம் அது எங்களுக்குப் புதிய உத்வேகத்தை அளிக்கும். ஒரு வேளை ஆதரவைத் திரும்பப் பெற்றுக்கொண்டால், அதனால் எந்த பாதிப்பும் எங்களுக்கு ஏற்படாது. இந்தியாவின் உதவிகொண்டு ஆரம்பிக்கப்பட்ட இயக்கம் அல்ல இது. அல்லது வேறு எந்த வெளி

ஆதரவையும் கொண்டு இந்த இயக்கம் தொடங்கப்படவில்லை. இறக்கும்வரை நாங்கள் போராடுவோம். நான் இறந்துபோனால், இன்னொருவர் போராட்டத்தைத் தொடர்வார்.

•

உக்கிரம் கொப்பளிக்க உத்தரவிட்டார் ஜெயவர்த்தனே. பெட்ரோல், டீசல். ஒரே ஒரு துளி கூட யாழ்ப்பாணத்துக்குப் போகக் கூடாது. ஒரு மில்லியன் தமிழர்களும் தவித்து நடுத்தெருவுக்கு வரட்டும். வரட்டியாகக் காய்ந்துபோகட்டும். அப்போதுதான் அரசாங்கத்தின் அருமை அவர்களுக்குத் தெரியும்.

ஜனவரி 1, 1987 அன்று எல்.டி.டி.ஈ. வெளியிட்ட அறிக்கையின் விளைவே இந்த உத்தரவு. யாழ்ப்பாணத்தின் வடக்குப் பிரதேசங்களின் நிர்வாகப் பணிகளை இனி நாங்கள் ஏற்று நடத்துகிறோம். கடந்த மூன்று ஆண்டுகளாக எங்கள் கட்டுப் பாட்டில் இருக்கும் பகுதிகள் இவை. நாங்களே வரி வசூலித்துக் கொள்கிறோம். தபால் தலைகள் கூடத் தயாராகிவிட்டன. மூன்று தொலைக்காட்சி நிலையங்கள் தொடங்க ஏற்பாடுகள் நடந்துகொண்டிருக்கின்றன. தவிரவும், பல பாரிய திட்டங்களை வகுத்துக்கொண்டிருக்கிறோம். இனி சிங்கள அரசாங்கம் இந்தப் பிரதேசங்களுக்குள் பிரவேசிக்கவேண்டாம். நன்றி.

ராணுவம் வெறியுடன் பிரவேசித்தது. புலிகள் பதிலடி கொடுக்கத் தயாராக இருந்த அதே சமயம், ராஜீவ் காந்தி அரசு ஜெய வர்த்தனேவைத் தொடர்பு கொண்டது. பொருளாதாரத் தடை களைத் திரும்பப் பெற்றுக்கொள்ளவும். ராணுவத் தீர்வு காண முயலவேண்டாம். இந்தியாவின் எச்சரிக்கையை புறங்கையால் தள்ளிவிட்டு அடுத்த உத்தரவைப் பிறப்பித்தார் ஜெயவர்த்தனே.

தரைத்தாக்குதல் கட்டுப்படியாகாது. புல், பூண்டுகூட முளைக் காதபடி அழிக்கவும். யாழ்ப்பாண நகரங்களுக்குள் விமானங்கள் குண்டு தூவியபடி பறக்க ஆரம்பித்தன. புலிகள் பதிலடி கொடுத்தனர். ஏப்ரல் 21, மாலை 5 மணிக்கு கொழும்பில் உள்ள பேருந்து நிலையத்தின்மீது குண்டுகள் வீசப்பட்டன. 200 பேர் சிதறி விழுந்து இறந்துபோனார்கள். மே 26. இலங்கை தனது தாக்குதலை அடுத்த கட்டத்துக்கு நகர்த்தியது. ஆபரேஷன் லிபரேஷன். வல்வெட்டித்துறையைக் கைப்பற்றியதாக இலங்கை ராணுவம் அறிவித்தது.

யாழ்ப்பாணத்துக்கு இந்தியாவிலிருந்து கப்பலில் உணவுப் பொருள்களும் மருந்து, மாத்திரைகளும் அனுப்பப்பட்டன. இலங்கை அந்தக் கப்பலைத் திருப்பி அனுப்பியது. அதற்காகத் தான் காத்துக்கொண்டிருந்தது இந்தியா. நான் அனுப்பும் பொருள்களைத் திருப்பி அனுப்புகிறாய். என்னை அவமானப் படுத்துகிறாய். என்னை ஏற்றுக்கொள்ள மறுக்கிறாய். ஐந்து விமானங்களை அப்போதைக்கு அப்போதே தயார் செய்தது இந்தியா. அரிசி, கோதுமை, சர்க்கரை, உடைகள், உணவுப் பொருள்கள். பெங்களூரில் இருந்து கிளம்பிய இந்த விமானங் கள் இலங்கையின் அனுமதியை எல்லாம் கேட்கவில்லை. ரைட் ராயலாக யாழ்ப்பாணத்துக்குமேல் பறந்து பொட்டலங்களைத் தூவ ஆரம்பித்தன.

அடுத்ததாக, யாழ்ப்பாணம், சுடுமலை அம்மன் கோவில் வளாகத்தில் தங்கியிருந்த பிரபாகரனை அப்படியே தூக்கி ஹெலிகாப்டரில் எடுத்துக்கொண்டு திருச்சிக்குக் போனார்கள். ஆபரேஷன் பூமாலை.

அடிபட்ட பாம்பாக மாறியிருந்தார் ஜெயவர்த்தனே. இந்தியா வின் தலையீடு அவரைப் பின்வாங்கச் செய்தது. வேறு வழி? பொட்டலம் வீசத் தெரிந்த விமானங்களுக்குக் குண்டு வீச எத்தனை காலம் பிடிக்கும்? தவிரவும், ஏகப்பட்ட பிரச்னைகள் சுற்றிலும் முளைத்திருந்தன. அந்த ராணுவக் குறிப்பை மீண்டும் ஒரு முறை கவனமாக வாசித்தார் ஜெயவர்த்தனே. நமது பாதுகாப்புப் படைகள் மிகவும் பலவீனமாக இருக்கின்றன. அதே சமயம், எல்.டி.டி.ஈ.யின் பலம் நாளுக்கு நாள் அதிகமாகிக் கொண்டே செல்கிறது. துணிச்சலாக ராணுவத்தை டார்கெட் செய்து குண்டு வீசுகிறார்கள். நிலத்தில் கண்ணி வெடி புதைக் கிறார்கள். தனி ஈழக் கோரிக்கை வலுவடைந்துகொண்டே செல்கிறது. கூடுதலாக, இந்தியா அவர்களுடன் ஒட்டி உறவாடு கிறது. போகிற போக்கில் பார்த்தால், வடக்கு மற்றும் கிழக்குப் பிரதேசங்களை நாம் தமிழர்களிடம் தாரை வார்க்கவேண்டிய சூழல்கூட ஏற்பட்டுவிடலாம்.

தவிரவும், தேசம் பொருளாதார ரீதியாகப் பின்தங்கியிருந்தது. உட்கட்சி மோதல். ராணுவத்தைப் பலப்படுத்த எப்படியும் ஐந்து ஆண்டுகள் பிடிக்கும். குறைந்த பட்சம் மூன்று ஆண்டுகள். அதுவரை, அரசாங்கம் பிழைத்திருக்கவேண்டும். இலங்கை பிழைத்திருக்கவேண்டும். எல்.டி.டி.ஈ. உள்ளிட்ட இயக்கங்

களின் கைகளைக் கட்டிப்போட்டால்தான் தாக்குப்பிடிக்க முடியும்.

ஒரே வழிதான். எல்.டி.டி.ஈ.க்கும் இந்தியாவுக்கும் இடையிலான உறவு முறியவேண்டும். சுக்குநூறாக உடையவேண்டும். இருவருக்கும் இடையே குரோதம் பரவவேண்டும்.

இலங்கையுடன் திட்டவட்டமாகப் பேசி ஒப்பந்தம் ஒன்றை அமைத்துக்கொள்ளும் உத்தேசத்தில் இருந்தது இந்தியா. ஆ, மீண்டும் ஓர் ஒப்பந்தம். ஆனால், இலங்கை சரித்திரத்தை மட்டுமல்ல, எல்.டி.டி.ஈ.யின் சரித்திரத்தையும், தமிழர்களின் சரித்திரத்தையும், இந்தியாவின் சரித்திரத்தையும்கூட வெகுமாக மாற்றியமைத்தது இந்த ஒப்பந்தம்.

திருச்சியிலிருந்து இலங்கைக்குத் திரும்பியிருந்த பிரபாகரனுக்கு ராஜீவ் தரப்பிலிருந்து போன் வந்தது. பிரதமர் உங்களைச் சந்திக்க விரும்புகிறார். கிளம்பி வருகிறீர்களா? புது தில்லியில் ஒரு ஐந்து நட்சத்திர ஓட்டலில் அறை போட்டுக் கொடுத்தார்கள். மற்றொரு பக்கம், தமிழர்கள் பிரதிநிதிகள் வரவழைக்கப்பட்டார்கள்.

கதவைத்தட்டி உள்ளே வந்து ஒரு கத்தைக் காகிதங்களைக் கொடுத்துவிட்டுப் போனார்கள். ராஜீவ் கொடுத்தனுப்பினார். படித்துப் பார்த்துக் கையெழுத்து போட்டுக் கொடுங்கள். பிரபாகரனும் ஆன்டன் பாலசிங்கமும் அதை வாசித்துப் பார்த்தனர். இலங்கை அரசாங்கமும் இந்திய அரசாங்கமும் செய்துகொள்ள இருக்கும் ஒப்பந்தத்தின் பிரதி அது. பிரச்னையின் அடிநாதமே தமிழர்கள் என்பதால், எல்.டி.டி.ஈ. என்பதால், அவர்களிடம் இருந்து ஒரு கையெழுத்து.

ஒப்பந்தத்தின் முக்கிய ஷரத்துகள். இலங்கையின் வடக்கு, கிழக்கு மாகாணங்கள் தாற்காலிகமாக இணைக்கப்படும். இணைப்பு தொடரவேண்டுமா என்பது வாக்கெடுப்பு மூலம் ஊர்ஜிதப்படுத்தப்படும். இலங்கை ராணுவத்துக்கும் தமிழ்ப் போராளிகளுக்கும் இடையே யுத்த நிறுத்தம். மீண்டும் யுத்தம் மீளாமல் இருக்க, இந்தியா படைகளை அனுப்பும். அமைதிப் படை. போராளிகள் தங்களது ஆயுதங்களை ஒப்படைக்க வேண்டும். ராணுவ உதவி தேவைப்பட்டால், இந்தியா உதவும். அதாவது, இலங்கை ராணுவத்துக்கு. இலங்கை ராணுவம்,

காவல்துறை கைது செய்திருக்கும் போராளிகள் விடுதலை செய்யப்படுவர். இலங்கை ராணுவத்துக்கு இந்தியா ராணுவப் பயிற்சி அளிக்கும்.

சில பகுதிகள் தமிழர்களுக்குச் சாதகமானவை. சில பகுதிகள் இலங்கை அரசுக்கு. சில பகுதிகள், இந்தியாவுக்கு. முடியாது என்றார் பிரபாகரன். பதைபதைப்புடன் ராஜீவ் அவரைத் தொடர்பு கொண்டார். உங்களுக்கு நல்லது செய்வதற்காகத்தான் இந்த ஒப்பந்தமே. முரண்டு பிடிக்காமல் கையொப்பமிடுங்கள். பிரபாகரன் மறுத்தார். இப்படி ஓர் ஒப்பந்தம் உருவாவதைப் பற்றி இந்தியாவோ இலங்கையோ இன்றுவரை ஒரு வார்த்தைகூட எங்களுக்குத் தெரிவிக்கவில்லை. புது தில்லிக்குக் கூட்டி வந்து ஒரு அறையில் என்னைச் சிறைவைத்திருக்கிறீர்கள். இது நியாயமா?

வேறு வழி தெரியவில்லை ராஜீவுக்கு. பிரபாகரனைப் படிய வைத்தால்தான் ஒப்பந்தம் அமலுக்கு வரும். கூடிய விரைவில் இடைக்கால நிர்வாக சபை ஒன்றை ஏற்படுத்தப்போகிறோம். எல்.டி.டி.ஈ.க்கு அதில் பெரும்பான்மை இடம் அளிப்போம். தவிரவும், மாதா மாதம் 50 லட்சம் இந்திய ரூபாய் கொடுக்கிறோம். இது நமக்குள் இருக்கட்டும். (ஏப்ரல் 30, 1989 அன்று லண்டன் அப்சர்வர் செய்தித்தாள் இந்தச் செய்தியை வெளியிடும் வரை இந்த ரகசியம் காக்கப்பட்டது. ஒரு மாதத்துக்கான 50 லட்ச ரூபாய் எல்.டி.டி.ஈ.க்கு அளிக்கப்பட்டிருந்தது).

கையோடு கையாக இலங்கை பறந்துசென்றார் ராஜீவ். ஜூலை 29, 1987 அன்று ஒப்பந்தம் கையெழுத்தானது. இந்தியாவுக்கும் இலங்கைக்கும் இடையில். தீர்ந்தது கதை. ஜூலை 30, 1987. இலங்கைக்கு டாடா காட்டிவிட்டு விமானம் ஏற வேண்டிய தினம். ராணுவ மரியாதை அளித்து அவருக்கு வழியனுப்ப ஏற்பாடுகள் செய்திருந்தது இலங்கை. ராணுவ அணிவகுப்பைப் பார்வையிட்டபடி வந்துகொண்டிருந்தார் ராஜீவ். திடீரென்று துப்பாக்கியின் பின்புறக் கட்டையால் அவரைத் தாக்க முயன்றான் ஒரு சிங்கள வீரன். அதிர்ந்து பின்வாங்கிய ராஜீவ் காந்தியின் பின்புறத் தோள்பட்டையில் அடி விழுந்தது. அவரைத் தாக்கியவன், விஷயமுனி விஷிதா ரோகண டி சில்வா. இலங்கைக் கடற்படை வீரன். ராஜீவ் இந்த விவகாரத்தைப் பெரிதுபடுத்தாமல் இருந்துவிட்டார்.

ஜூலை 30, 1987. இலங்கையில் உள்ள ஒவ்வொரு தமிழனின் முகமும் மலர்ந்திருந்தது. கிட்டத்தட்ட அதை ஒரு கொண்டாட்ட மாகவே மாற்றியிருந்தார்கள் அவர்கள். நீ பார்த்தாயா? உண்மை தானா? அவர்கள் வந்துவிட்டார்களா? ஆம், நான் பார்த்தேன். நேரில் பார்க்கவில்லை, ஆனால் ஈழநாடு பத்திரிகையில் செய்தி வெளியிட்டிருக்கிறார்கள். ஜெனரல் திபேந்திர சிங் என்பவரின் தலைமையில் பெரும் படை வந்திருக்கிறதாம். இந்திய அமைதிப்படை (Indian Peace Keeping Force - IPKF) இலங்கையில் கால் பதித்ததுதான் அவர்கள் கொண்டாட்டத்துக்குக் காரணம்.

இலங்கை ராணுவம் யாழ்ப்பாணத்துக்குப் பொருள்கள் ஏதும் வராமல் முற்றுகையிட்டபோது வானத்தில் பறந்து வந்து வரங்கள் அருளிய தேவர்கள். எமது தலைவர் பிரபாகரனைப் பத்திரமாகப் பாதுகாத்து இந்தியாவுக்குக் கொண்டு சென்ற ராணுவம். இதோ, இறக்கை விரித்துப் பறந்து வந்திருக்கிறது. எமது குலத்தைக் காக்க. எமது உயிரைக் காக்க. எமது போராட்டத்தைக் காக்க. சொல்ல முடியாது. பங்களாதேசத்தை பாகிஸ்தானிடமிருந்து விடுவித்ததுபோல், இலங்கையிட மிருந்து எமது பிரதேசங்களை அவர்கள் விடுவிக்கலாம். தமிழீழக் கனவு பலிக்கப்போகிறது.

இன்முகத்துடன் இந்தியப் படைகளை வரவேற்றனர் தமிழர்கள். என் இனிய தமிழர்களே என்று கட்டித் தழுவிக்கொள்ளாத குறையாக தமிழர்களுக்குப் பதில் வணக்கம் செலுத்தியது இந்திய அமைதிப்படை. ராணுவ வீரர்கள் ராணுவ வீரர்கள் போலவே நடந்துகொள்ளாமல் நட்புடன் பேசினார்கள். தமிழர்களும் அளவற்ற மகிழ்ச்சியுடன் அவர்களுடன் கதைத் தார்கள். இந்தியாவை எங்களுக்கெல்லாம் எவ்வளவு பிடிக்கும் தெரியுமா? வேதாரண்யத்தில், மயிலாப்பூரில், பெசன்ட் நகரில், பெங்களூரில் எங்கள் சொந்தக்காரர்கள் இருக்கிறார்கள் தெரி யுமா? தமிழ் சினிமா பார்த்திருக்கிறோம். பாடல்கள் கேட்டிருக் கிறோம். அங்கிருந்து நிறையக் கதை புத்தகம் கொண்டு வந்து கொடுப்பார்கள்.

எல்.டி.டி.ஈ. மட்டும் தொடக்கம் முதலே முறைத்துக்கொண்டு நின்றது. அவநம்பிக்கை. கூடுதலாக, மனத்தின் அடியாழத்தில் பயம். எதற்கும் நாம் முன்னெச்சரிக்கையுடன் இருக்கவேண்டும் என்றார் பிரபாகரன். எந்தவொரு ராணுவப் பள்ளியிலும் பயின்றவர் அல்லர் அவர். தனது இயக்கத்தினரைப் பல முறை

பயிற்சி முகாம்களுக்கு அனுப்பியிருந்தாலும், தனிப்பட்ட முறையில் எந்தப் பயிற்சியையும் அவர் எடுத்துக்கொண்டது கிடையாது. ராணுவ குரு என்று ஒருவரும் அவருக்குக் கிடையாது. தனக்குத்தானே கற்பித்துக்கொண்டு, தனக்குத்தானே பயிற்சிகள் அளித்துக்கொண்டு, தன் விருப்பம்போல் முட்டி மோதி முளைத்த காட்டுச்செடி அவர்.

•

போராளிகள் அனைவரும் ஆயுதங்களைக் கைவிடவேண்டும் என்பது இந்திய இலங்கை ஒப்பந்தத்தின் ஒரு ஷரத்து. இந்திய அமைதிப்படையின் முதல் வேலை ஆயுதங்களைப் பறிமுதல் செய்வது. ஆகவே, அமைதிப்படைத் தளபதிகள் எல்.டி.டி.ஈ.ஐ அணுகிப் பேசினார்கள். ஐயன்மீர் சமர்த்துப்பிள்ளைகளாக எல்லாவற்றையும் ஒப்படைத்துவிடுங்கள்.

நேரம், இடம் எல்லாம் முடிவானது. ஆகஸ்ட் 5-ம் தேதி விடுதலைப் புலிகளின் பிரதிநிதியாக யோகி என்பவர் வந்தார். தனது துப்பாக்கியைக் கொடுத்தார். மேலும் சில ஆயுதங்கள் ஒப்படைக்கப்பட்டன.

விடுதலைப் புலிகள் சரி, பிற போராளிகள்?

ஒருபுறம் இந்திய அமைதிப்படை புலிகளிடமிருந்து ஆயுதங்களைப் பறிமுதல் செய்ய, மறுபுறம் இந்திய உளவுத்துறை ரா, ஈ.பி.ஆர்.எல்.எஃப் போராளிகளுக்கு ஆயுதங்களை வழங்க ஆரம்பித்தது. இந்தியாவின் கேம்பிளான் வேறாக இருந்தது. இதை எதிர்பார்த்தோ என்னவோ, விடுதலைப் புலிகளும் தங்களுடைய ஆயுதங்களை முழுமையாக ஒப்படைக்கவில்லை.

அமைதிப்படை வந்தால் அமைதி திரும்பிவிடுமா? வடக்குப் பகுதியில் தமிழர்கள் மட்டும்தான் இருந்தார்கள். ஏதோ கொஞ்சம் சிங்களர்கள் மருந்துக்கு இருந்தால் உண்டு. ஆனால் கிழக்கு அப்படியில்லை. ஆரம்பம் முதற்கொண்டே அங்கு சிங்களர்களும் இருந்தனர். கூடுதலாகச் சிங்கள விவசாயிகளை கிழக்குப் பகுதியில் குடியமர்த்தியது அரசு.

அமைதிப் படை வந்தபின்னும் கிழக்குப் பகுதிகளில் தமிழர்கள் மீது அட்டூழியங்கள் தொடர்வதாக வடக்குக்குத் தகவல் வந்துகொண்டிருந்தது.

விடுதலைப் புலிகளின் அரசியல் பிரிவுத் தலைவர் திலீபனால் பொறுக்க முடியவில்லை. இந்திய அமைதிப்படை வந்தால் எல்லாம் சரியாகிவிடும் என்றார்களே? ஏன் நடக்கவில்லை? இந்திய இலங்கை ஒப்பந்தம் ஏற்பட்டால் இனி தமிழர்களுக்கு எந்தப் பிரச்னையும் இருக்காது என்றார்களே? இந்தியா உத்தர வாதம் கொடுத்ததே? என்ன ஆயிற்று அந்த உத்தரவாதத்துக்கு?

செப்டம்பர் 15 முதல் சாகும் வரை உண்ணாவிரதம் இருக்கப் போவதாக அறிவித்தார் திலீபன். கீழ்க்கண்ட முக்கியக் கோரிக்கைகளை அவர் இந்திய அரசாங்கத்தின் முன் வைத் திருந்தார்.

1. பொய் வழக்குகளில் சிக்கி, சிறையில் வாடும் தமிழர்களை உடனடியாக விடுவிக்கவேண்டும். பயங்கரவாத தடுப்புச் சட்டத்தின்கீழ் தமிழர்கள் கைதுசெய்யப்படுவது நிறுத்தப் படவேண்டும்.
2. கிழக்கு மாகாணத்தில் அரசு ஆதரவுடன் திட்டமிட்டு நடத்தப்படும் சிங்களக் குடியேற்றங்களை நிறுத்த வேண்டும்.
3. தமிழர் பகுதிகளில் உள்ள ராணுவ, காவல் முகாம்கள் உடனடியாக மூடப்படவேண்டும்.
4. வடக்கு, கிழக்கு மாகாணங்களில் இடைக்கால நிர் வாகத்தை உடனடியாக அமைக்கவேண்டும்.

வந்து 40 நாள்கள்கூட முழுதாக ஆகியிருக்காது. புதைகுழியில் சிக்கிக்கொள்ள ஆரம்பித்தது இந்திய அமைதிப்படை. துப்பாக்கி சுடப் பழகிய இந்திய ஜவான்களுக்கு அரசியல் விளையாட்டு புரியவில்லை. இந்தக் கோரிக்கைகளை நிறைவேற்றவேண்டிய அதிகாரம் யாரிடம் இருந்தது?

இந்திய அமைதிப்படைக்கு ஒரு ஜெனரல். திபேந்தர் சிங். அவருக்கு மேல் இந்தியாவில் இருக்கும் இந்திய ராணுவத்தின் தலைமைத் தளபதி ஜெனரல் சுந்தர்ஜி. கொழும்பில் உட்கார்ந் திருக்கும் இலங்கைக்கான இந்தியத் தூதுவர் ஜே.என்.தீக்ஷித். புது தில்லியில் உட்கார்ந்திருக்கும் ராணுவச் செயலர். வெளி யுறவுச் செயலர். அவர்களுக்கு மேல் இருக்கும் ராணுவ அமைச்சர். வெளியுறவு அமைச்சர். அவர்களுக்கு மேல் உட் கார்ந்திருக்கும் பிரதமர் ராஜீவ் காந்தி.

இவர்கள் தங்களுக்குள் பேசி கலந்து ஒரு முடிவு எடுத்தாலும் அதை யார் செய்வது? எல்லாம் கடைசியில் இலங்கை அதிபர் ஜெயவர்த்தனே கையில். இவர்கள் எல்லாம் பேசினார்களா, முடிவு எடுத்தார்களா என்று தெரியாது. ஆனால் யாழ்ப்பாணத்தில் நிலைமை நாளுக்கு நாள் மோசமானது. திலீபனுக்கு ஆதரவாக மக்கள் பலரும் உண்ணாவிரதம் இருக்கத் தொடங்கினர். உண்ணாவிரதம் ஆரம்பித்த பனிரண்டாம் நாள், செப்டெம்பர் 26-ம் தேதி, அந்தச் செய்தி வந்து சேர்ந்தது.

நிலைகொள்ளாமல் தள்ளாடினார் பிரபாகரன். ஒரு சொட்டு நீர்கூட அருந்த மறுத்துவிட்டாயே திலீபா! காந்தியின் பாதையில், தந்தை செல்வாவின் பாதையில் போராட்டத்தை ஆரம்பித்த உனக்கு மரணமே பரிசாகக் கிடைத்திருக்கிறது. இந்தியாவின் அலட்சியத்தால், திமிர்த்தனத்தால் விளைந்த மரணம். திலீபா, சரித்திரம் உன்னைத் தக்க முறையில் பதிவு செய்யும். உண்ணாவிரதத்தால் உயிர் துறந்த முதல் போராளி நீயே. நீ அமைத்த பாதையில் நாங்கள் தொடர்ந்து பயணிப்போம். எமது இயக்கத்தின் பலத்தை இந்தியப் படைக்குப் புரியவைப்போம். உன் வீர மரணம் எமக்கு உத்வேகம் அளிக்கட்டும்.

நாளுக்கு நாள் விடுதலைப் புலிகளின் வானொலியிலும் தொலைக்காட்சியிலும் செய்தித்தாள்களிலும் திலீபனின் நிலையை எடுத்துச் சொல்லிவந்ததால் யாழ்ப்பாணமே கொந்தளிப்பில் இருந்தது.

இந்திய இலங்கை ஒப்பந்தம் ஆட்டம் காணத் தொடங்கியது. அக்டோபர் 3-ம் தேதியன்று இலங்கை ராணுவம் 17 விடுதலைப் புலிகளைச் சுற்றி வளைத்துள்ளனர் என்ற செய்தி வெளியானது. ஆஹா இது குமரப்பா ஆயிற்றே? திருகோணமலை புலிகள் கமாண்டர் அல்லவா? அது புலேந்திரன்தானே? யாழ்ப்பாண கமாண்டர். அடடா, எத்தனை பெரிய வாய்ப்பு. இந்திய அமைதிப்படை உடனடியாக அங்கே விரைந்தது. இந்திய அரசைத் தொடர்பு கொண்டது எல்.டி.டி.ஈ. அமைதி ஒப்பந்தம் அமுலில் இருக்கும்போது இப்படி நடந்திருப்பது கண்டனத்துக்குரியது. போராளிகளை உடனடியாகத் திரும்ப ஒப்படையுங்கள்.

அமைதிப்படையால் எளிதாக இதனைச் செய்திருக்க முடியும். அமைதிப்படையின் கமாண்டர் திபேந்தர் சிங் அங்கேதான் இருந்தார். இந்தியத் தூதர் தீக்ஷித் இருந்தார். ஆனால் அவர்கள்

அனைவரையும் ஜெயவர்த்தனே தூக்கிச் சாப்பிட்டுவிட்டார். என் நாட்டில் நான் வைத்ததுதான் சட்டம். உடனே புலிகளை எங்கள் ராணுவத்திடம் ஒப்படைத்துவிட்டுப் போங்கள்.

போனார்கள். பலாலி ராணுவ முகாமில் அவர்களைச் சிறை வைத்தது இலங்கை ராணுவம். அந்தப் பதினேழு பேரையும் கொழும்புக்குக் கொண்டுசெல்ல இலங்கை அரசு ஏற்பாடுகளை ஆரம்பித்திருந்தது.

அக்டோபர் 5. ஆன்டன் பாலசிங்கமும் மாத்தையாவும் முகாமுக்குச் சென்று அந்தப் பதினேழு பேரைச் சந்தித்தனர். சிறிது நேரம் அவர்களுடன் உரையாடினார்கள். விடைபெற்றுக் கொண்டு, விடைகொடுத்துவிட்டுக் கிளம்பினார்கள்.

இலங்கை அரசை அதிர்ச்சியில் தள்ளியது அந்தச் செய்தி. குமரப்பா, புலேந்திரன் உள்ளிட்ட 12 பேர் சயனைடைக் கடித்து இறந்துவிட்டார்கள். எஞ்சிய ஐவரைக் காப்பாற்ற சிகிச்சை நடந்துகொண்டிருக்கிறது. கூடுதலாக மற்றொரு அதிர்ச்சி. எட்டு சிங்கள வீரர்கள் யாழ் பேருந்து நிலையத்தில் உயிரற்றுத் தொங்கிக்கொண்டிருக்கிறார்கள்.

அமைதி ஒப்பந்தம், அமைதியாக ஒழிந்துபோனது.

●

இந்தியாவிலிருந்து அமைதிப்படைக்கு ஆணை வந்தது. விடுதலைப் புலிகள் பிரச்னை செய்கிறார்கள். அடக்கிவிடுங்கள்.

என்ன பெரிய புலி? நாம் என்ன பூனைகளா? இலங்கை அரசுக்கு வேண்டுமானால் பிரபாகரனும் அவரது எல்.டி.டி.ஈ.யும் பூதம், பிசாசாக இருக்கலாம். எங்கள் பராக்கிரமங்களுக்கு முன்னால் அவர்கள் வெறும் கொசுக்கள். அடிக்கவேண்டாம். ஊதினாலே செத்துவிடுவார்கள். ஆண்டுக்கணக்கில் புலிகளை எதிர்த்து இலங்கை ராணுவம் சண்டை நடத்திக்கொண்டிருக்கிறதாம். இந்தப் பிரபாகரனை அவரது இளம் பிராயத்தில் இருந்தே தேடிக்கொண்டிருக்கிறார்களாம். புல்ஷிட். பொறுப்பை எங்களிடம் விடுங்கள் ஐயா. ஒரு வாரம் கூட வேண்டாம். நான்கு நாட்கள் போதும். புலி என்று சொல்லிக்கொண்டு ஒரு பயல் இங்கே வாலாட்ட முடியாது.

அக்டோபர் 10 அன்று இந்திய அமைதிப்படை களத்தில் இறங்கியது. முதலில் புலிகளின் செய்தித்தாள்கள் அச்சாகும் அலுவலகங்கள். அன்று மாலையே புலிகளின் தொலைக்காட்சி ஒளிபரப்பு அலுவலகம். அடித்து நொறுக்கினார்கள். செய்தி பரவாமல் செய்வது முக்கியமல்லவா?

இதுநாள் வரை சிங்கள ராணுவம் என்னென்ன செய்ததோ அனைத்தையும் இந்திய ராணுவம் செய்ய ஆரம்பித்தது.

வீட்டுக்குள் புகுந்து தமிழர்களின் சட்டையைப் பிடித்து வெளியில் இழுத்துப்போனார்கள். கட்டி வைத்து அடி, அடி என்று அடித்து எலும்பை உடைத்தார்கள். கும்பல் கும்பலாக அள்ளிக்கொண்டு போய் இந்திய ராணுவ முகாம்களில் தள்ளினார்கள். உண்மையைச் சொல்லு, உனக்கும் விடுதலைப் புலிகளுக்கும் என்ன சம்பந்தம்? நீ எல்.டி.டி.ஈ. இயக்கத்தைச் சேர்ந்தவனா? எங்கே இருக்கிறார் உங்கள் அருமை அண்ணன் பிரபாகரன்?

சாலையில் செல்லும் வாகனங்களை வழிமறித்து ஆவணங்கள் இருக்கிறதா என்று கேட்டார்கள். நள்ளிரவில் கதவைத் தட்டினார்கள். வீட்டில் யார் யார் இருக்கிறீர்கள்? இவன் யார்? காதலனா, கணவனா? இங்கே எங்கோ வெடி மருந்துகளைப் பதுக்கி வைத்திருக்கிறீர்களாமே? புலிகளுக்கு இங்கிருந்துதான் உணவு செல்கிறதாமே? தெரியாது? இவளையும் இவள் கணவனையும் தனித்தனியே அடைத்து வைத்து விசாரியுங்கள்.

எந்நேரம் யார் வருவார்களோ என்று தெரியாமல் இரவு முழுவதும் கண்விழித்து முகம் வீங்கும்வரை அழுது தீர்த்த குடும்பங்கள் பற்பல. தீவிர மன உளைச்சலால் பாதிக்கப்பட்டுத் தற்கொலை செய்து கொண்டு இறந்துபோனவர்கள் பலர்.

விசாரணைக்கு என்று அழைத்துச்செல்லப்பட்ட சில பெண்கள் பிற்பாடு சாலையோரமோ, குப்பைத்தொட்டி ஓரமோ உடைகளற்றுக் கண்டெடுக்கப்பட்டார்கள். மயங்கிய நிலையில். அல்லது இறந்து சில நாள்கள் கழிந்த நிலையில்.

இரண்டு வருடங்கள். வர மாட்டார்களா வர மாட்டார்களா என்று நித்தம் நித்தம் ஏங்கித் தவித்த தமிழர்கள், சீ இவர்கள் எப்போது ஒழிவார்கள் என்று வாய்விட்டுக் கதறியழுதனர்.

அக்டோபர் 12, 1987. பிரபாகரனின் தளத்தை அறிந்துகொண்டு ரகசியமாக, மிக மிக ரகசியமாக முன்னேறியது இந்தியப் படை. முதல் படையில் 72 பேர். இரண்டாவதில் 91 பேர். எதிர் எதிர் திசையில் திரளவேண்டும். எந்தப் பக்கமும் தப்பித்துச்செல்ல முடியாதபடி சூழ வேண்டும். இது போதாது என்று தோன்ற, ஹெலிகாப்டர் மூலம் 103 அதிரடிப் படை வீரர்களைச் சேர்த்துக் கொண்டார்கள். பிறகு, முழுக்க முழுக்க கமாண்டோக்கள் நிறைந்த ஒரு பிரிவு.

பிரபாகரன் காத்திருந்தார். உடன் மாத்தையா, பொட்டம்மான் மற்றும் புலிகள். இயந்திரத் துப்பாக்கிகள் தயார் நிலையில் இருந்தன. ஹெலிகாப்டரில் இருந்து வீரர்கள் ஒவ்வொருவராகக் குதித்துக்கொண்டிருந்தார்கள். ஆரம்பிக்கலாம் என்றார் பிரபாகரன். ஒவ்வொருவராக இறங்க இறங்க சுட்டுக்கொண்டே இருந்தார்கள். காலாட்படை வீரர்களை கவனித்துக்கொள்ளத் தனியொரு பிரிவு. குப்பென்று காது அடைத்துக்கொண்டது. பனை மரம் அளவுக்குப் புழுதிப் புயல். முடியும்வரை நிறுத்தவேண்டாம். எங்கிருந்தோ உரக்கக் கத்தினார் பிரபாகரன். சில மணி நேரங்களில் அவர்கள் முடித்துக்கொண்டார்கள். அன்றைய தாக்குதலில் உயிர் பிழைத்து ஊர் போய் சேர்ந்த IPKF வீரர்கள் இருவர் மட்டுமே.

விடுதலைப் புலிகளை அடக்குவது எளிதாக இல்லை. போரிட வந்திருந்தால் அதற்கென கனரக ஆயுதங்களை எடுத்து வந்திருக்கலாம். அதுவும் இல்லை. அமைதி என்று சொல்லி வந்திருந்தார்கள். மற்றொரு பக்கம் ராணுவ உளவு என்று எதுவும் சரியாக இல்லை. புலிகள் எங்கே இருக்கிறார்கள், எங்கே பதுங்குகிறார்கள், எப்படித் தாக்குகிறார்கள். எதுவும் சரியாகப் புரியவில்லை.

மறுபுறம் பொதுமக்களுக்கு இடையில் பதுங்கி, புலிகள் இந்தியப் படைகளைத் தாக்கினார்கள். கெரில்லா தாக்குதல் என்பது இதுதான். புலிகளை சமாளிக்க முடியாத இந்திய அமைதிப்படை ஏகப்பட்ட ஆள் சேதத்தைக் கண்டது.

அரசியல்ரீதியாக என்ன சாதிக்கப்போகிறோம் என்பதும் இந்திய அமைதிப்படைக்குப் புரியவில்லை. யார் எதிரி, யார் நண்பன்? யாரை எதற்காகத் தாக்குகிறோம்? யார் நம்மைத் தாக்கு கிறார்கள்? பொதுமக்கள் எதிரிகளா, நண்பர்களா? எதுவும்

புரியாத குழப்பத்திலும் வெறியிலும் இடையில் மாட்டிக் கொண்டது அப்பாவித் தமிழ் மக்கள்தாம்.

•

விடுதலைப் புலிகளைத் தவிர பிற போராளி இயக்கங்கள் அனைத்துமே, இந்திய அமைதிப்படைக்கு அனுசரனையாக இருந்தன. ஒருபுறம் விடுதலைப் புலிகளோடு சண்டை. மறுபுறம் தமிழ் மக்கள்மீது அவ்வப்போது தாக்குதல்.

இதற்கிடையே இந்திய-இலங்கை ஒப்பந்தத்தின் பிரகாரம், ஒன்றிணைக்கப்பட்ட வடக்கு, கிழக்கு மாகாணங்களில் தேர்தலை நடத்துவதற்கான மும்முரங்களில் அமைதிப்படை ஈடுபட வேண்டியதாயிற்று.

நவம்பர் 1988. தேர்தல் நடைபெற்றது. எல்.டி.டி.ஈ தேர்தலைப் புறக்கணித்தது. ஈ.பி.ஆர்.எல்.எஃப், ஈ.என்.டி.எல்.எஃப் அமைப்புகளைச் சேர்ந்தவர்களும், கிழக்குப் பகுதியில் முஸ்லிம் அமைப்பும் தேர்தலில் வெற்றிப்பெற்றன. ஈ.பி.ஆர்.எல்.எஃப். சார்பாக, வரதராஜப் பெருமாள் முதலமைச்சராக பொறுப் பேற்றுக்கொண்டார்.

•

இதற்கிடையில், தனது கடமைகளை முடித்துக்கொண்டு ஜெய வர்த்தனே ஓய்வு பெற்றார். அடுத்த அதிபர் தேர்தலில், ரணசிங்க பிரேமதாசா, சிரிமாவோ பண்டாரநாயகாவை மிகக்குறைந்த வாக்குகள் வித்தியாசத்தில் வென்று, ஜனவரி 2, 1989 அன்று பதவியேற்றுக்கொண்டார். ஜெயவர்த்தனே ஆட்சிக் காலத்தில், பிரேமதாசா பிரதமராகப் பணியாற்றியவர்.இலங்கை விவகாரத் தில் இந்தியா தலையை அல்ல, மூக்கை அல்ல, மூக்கின் நிழலைக்கூட நுழைக்கக்கூடாது என்பதில் குறியாக இருந்தவர். ஆனால், அப்போது ஆட்சி ஜெயவர்த்தனேவிடம் இருந்தது. ஆகவே, அதிகம் எதிர்க்கமுடியவில்லை. இப்போது, அதிபர். எதிர்க்கலாமே.

ஆட்சியில் அமர்ந்த மறுகணமே பிரேமதாசாவின் மண்டைக்குள் குறுகுறுவென்று ஓடிய எண்ணம் இதுதான். என்ன செய்து இந்தியப் படைகளை அப்புறப்படுத்துவது?

எல்.டி.டி.ஈ. இந்த வாய்ப்பை மிகச் சரியாகப் பயன்படுத்திக் கொண்டது. இந்தியாவை விரும்பாத பிரேமதாசாவை நம் கைக்குள் போட்டுக்கொண்டால் என்ன? இலங்கை அரசாங்கம் எதிரிகளின் கூடாரம் என்பதில் சந்தேகமில்லை. ஆனால், அதை விட முக்கியம், அயல் எதிரி. இந்தியா. சிங்கள அரசுடனான போராட்டம் என்றென்றும் நீளக்கூடிய ஒன்று. அவர்களும் இங்கேதான் இருக்கப்போகிறார்கள். நாமும் இங்கேதான் இருக்கப்போகிறோம். கவனித்துக்கொண்டால் போயிற்று. அதற்கு முன்னால், இந்தியாவை விரட்டவேண்டும்.

இன்றைய நண்பன் நாளைய எதிரி. இன்றைய எதிரி நாளைய நண்பன். நிரந்தர நண்பன், நிரந்தர எதிரி என்று ஒருவருமே கிடையாது. மனிதர்களுக்கு மட்டுமல்ல. இயக்கங்களுக்கும் அரசாங்கங்களுக்கும்கூட இது பொருந்தும்.

பிரபாகரனும் பிரேமதாசாவும் ஒரு புள்ளியில் சந்தித்துக் கொண்டார்கள். இந்தியாவின் தலையீடு வேண்டாம். வேண்டவே வேண்டாம். எல்.டி.டி.ஈ. மீதோ, தமிழர்கள் மீதோ, தமிழ் ஈழம் மீதோ பிரேமதாசாவுக்கு எந்தவிதப் பிடிப்பும் அக்கறையும் கிடையாது. அவர் நடத்தியதும் சிங்கள அரசியல்தான். ஆனால், இந்திய எதிர்ப்பு என்னும் புள்ளியை நோக்கி அவர் நகர ஆரம்பித்த போது வழியில் பிரபாகரனும் தென்பட்டதால் இருவரும் கைகுலுக்கிக்கொண்டனர்.

IPKF இங்கே இருக்கக்கூடாது. என் தரப்பில் இருந்து என்னென்ன உதவிகள் வேண்டுமோ கேளுங்கள். பண உதவி. பொருள் உதவி. ஆயுத உதவி. தார்மீக உதவி. அத்தனையும். சொன்னார் பிரேமதாசா. புன்னகை செய்தார் பிரபாகரன்.

எல்.டி.டி.ஈ.யின் இடைவிடாத தாக்குதல். பிரேமதாசாவின் வெறுப்பு. இலங்கைத் தமிழர்களின் ஏகோபித்த எதிர்ப்பு. மூன்றையும் எதிர்கொள்ளவேண்டிய சூழலுக்கு IPKF தள்ளப் பட்டது. ஆனாலும் ராஜீவ் ஆட்சியில் இருந்தவரை இந்திய அமைதிப்படையைத் திரும்பப்பெற அனுமதிக்கவில்லை. இந்திய-இலங்கை ஒப்பந்தத்தின் ஷரத்துகள் முழுவதுமாக நிறைவேற்றப்பட்டால்தான் அமைதிப்படை வெளியேறும் என்றார் ராஜீவ். அதுவும் பிரேமதாசாவோ, பிரபாகரனோ இஷ்டப்பட்டால் அல்ல, ராஜீவ் இஷ்டப்பட்டால்தான்!

ஆனால், ராஜீவின் இஷ்டம் தேவைப்படவில்லை. போஃபர்ஸ் ஊழலில் சிக்கித் தவித்த ராஜீவ் தேர்தலில் தோற்றுப்போனார். ஐக்கிய முன்னணியின் வி.பி. சிங் பிரதமரானார். அப்போதைய தமிழக முதல்வர் கருணாநிதியின் திராவிட முன்னேற்றக் கழகத்தின் ஆதரவுடன்தான் வி.பி.சிங் ஆட்சிக்கு வந்திருந்தார். கருணாநிதி உடனடியாக வி.பி.சிங்கைத் தொடர்புகொண்டு IPKF இலங்கைத் தமிழர்கள்மீது நடத்தும் அராஜகங்களை எடுத்துச் சொல்லி படைகளைத் திரும்பப் பெற்றுக்கொள்ளுமாறு வற்புறுத்தினார்.

மார்ச் 24, 1990 அன்று IPKF இலங்கையிலிருந்து வெளியேறியது. ஜெனரல் திபேந்திர சிங்கின் தலைமையில் வந்த ராணுவம், லெப். ஜெனரல் அமர்ஜித் சிங்கின் தலைமையில் வெளியேறியது.

1971 யுத்தத்தில், பாகிஸ்தானுடன் மோதி பங்களாதேசத்தை விடுவித்தபோது பலியான இந்திய வீரர்களின் எண்ணிக்கை 1,047. அமைதியை நிலைநாட்ட என்று சொல்லி இலங்கைக்குச் சென்று திரும்பிய படையில் பலியான இந்திய வீரர்களின் எண்ணிக்கை 1,115.

எஞ்சியிருந்த வீரர்கள் வண்டி ஏறியபோது முணுமுணுத்துக் கொண்டார்கள். விடுதலைப் புலிகள் விவகாரத்தில் நம் கணிப்பு தவறோ?

12. இழந்தோம், பெற்றோம்

ஆட்சியில் அமர்ந்த மூன்றாவது மாதமே விடுதலைப் புலிகளை மேஜைக்கு அழைத்து வந்து பேச்சுவார்த்தையைத் தொடங்கினார் பிரேமதாசா. ஆயிரம் பிரச்னைகள் நமக்குள். குண்டு வீசி, ராணுவம் அனுப்பி நேரத்தை வீணடிக்க நான் விரும்பவில்லை. உட்கார்ந்து பேசுவோம். முடிந்தால் ஒப்பந்தம் ஏதாவது போட்டுக்கொள் வோம். சம்மதமா?

சம்மதம் என்றது எல்.டி.டி.ஈ. நாங்கள் எங்கே வந்து பார்க்கவேண்டும்? எப்படி வரவேண்டும்?

நீங்கள் வரவேண்டாம்; நாங்கள் அழைத்துப்போகி றோம் என்றார் பிரேமதாசா. வன்னிப் பகுதியில் காத்துக்கொண்டிருந்த புலிகளை ஹெலிகாப்டரில் அழைத்துச் சென்று கொழும்பில் உள்ள ஐந்து நட்சத்திர ஹோட்டல் ஹில்டனின் வாசலில் இறக்கி வைத்தார்கள். ஐந்து நட்சத்திர கவனிப்பு.

மே 1989, அரசாங்கமும் விடுதலைப் புலிகளும் இரண்டு முறை சந்தித்துப் பேச்சுவார்த்தை நடத்தி னார்கள். புலிகளின் சார்பில் ஆன்டன் பாலசிங்கம், மாத்தையா உள்ளிட்ட முக்கிய நபர்கள். அரசாங்க

உயர் மட்ட அதிகாரிகள், அமைச்சர்கள் என்று பிரேமதாசாவின் சார்பாகப் பெரியதொரு குழு திரண்டு வந்தது.

பிரேமதாசா விடுதலைப் புலிகளைப் பயன்படுத்திக்கொள்ள நினைத்தார். பேசிப் பேசி நேரத்தைக் கடத்துவது. கத்தை கத்தை யாக ஒப்பந்தம் போட்டுக்கொள்வது. அப்படியே அவர்களை நம் பக்கம் இழுத்துவிடுவது. பிரபாகரனும் அதையேதான் நினைத்துக்கொண்டிருந்தார். பிரேமதாசாவை முழுமையாகப் பயன்படுத்திக்கொண்டு எவ்வளவு முடியுமோ அவ்வளவு சாதித்துக்கொள்ளவேண்டும். இயக்கத்தைப் பலப்படுத்திக் கொள்ளவேண்டும்.

விடுதலைப் புலிகளுடன் கைகுலுக்குவது. நன்றாக இருக்கி றாயா தம்பி என்று குசலம் விசாரிப்பது. அவர்கள் தோள் மீது கைபோட்டுக்கொள்வது. இது பிரேமதாசா கடைப்பிடித்த உபாயம். அதோ பார், இந்தியப் படை வந்துகொண்டிருக்கிறது. கூடுதல் ஆயுதம் கொடு. கூடுதல் பணம் கொடு. கூடுதல் சலுகைகள் கொடு. இது பிரபாகரன் கடைப்பிடித்த உபாயம்.

●

ஜூலை 13, 1989. TULF தலைவர்கள் அமிர்தலிங்கமும் யோகேஸ் வரனும் வீட்டு மாடியில் இருந்தபடி பேசிக்கொண்டிருந்தார்கள். உடன் சிவ சிதம்பரம். திடீரென்று துப்பாக்கி வெடிக்கும் சத்தம் கேட்க, பதைக்கப் பதைக்க மாடிக்கு ஓடியிருக்கிறார் அமிர்த லிங்கத்தின் மனைவி மங்கையர்க்கரசி. உள்ளே யோகேஸ்வரன் ரத்த வெள்ளத்தில் மிதந்து கொண்டிருந்தார். சிவ சிதம்பரத்தின் தலையைத் தொட்டு நிமிர்த்தியிருக்கிறார் மங்கையர்க்கரசி. அவர் வாயில் இருந்தும் ரத்தம் பெருக ஆரம்பித்திருக்கிறது. எங்கே என் கணவர்? பதற்றத்துடன் தேடியிருக்கிறார். ஆடாமல் அசையாமல் தலையைத் தொங்கப்போட்டபடி இறந்து போயிருந்தார் அமிர்தலிங்கம். பின்புறமாகத் தலையில் சுட்டிருக்கிறார்கள். என்ன ஏது என்று தெரிந்துகொள்வதற்கு முன்னால் எந்தவொரு சிறு வலியும் இல்லாமல் அவர் இறந் திருக்கவேண்டும். இவர்களைச் சுட்டுக்கொன்ற விசு, அலோசி யஸ் என்ற இரண்டு புலிகளும் அமிர்தலிங்கத்தின் பாதுகாவலர் களால் சுடப்பட்டு இறந்துபோனார்கள்.

ஜூலை 18, 1989. மாம்பலப்பிட்டியாவில் PLOTE தலைவர் உமா மகேஸ்வரன் உடல் கண்டெடுக்கப்பட்டது. மார்பில் மூன்று

தோட்டாக்கள். இந்தக் கொலை வழக்கில் எல்.டி.டி.ஈ.யை ஒருவரும் சந்தேகிக்கவில்லை. காரணம் ப்ளாட் இயக்கத்தில் அப்போது ஏகப்பட்ட உட்பூசல்கள் பெருகியிருந்தன. வெளியில் இருந்து ஒரு எதிரி அவர்களுக்கு அப்போது தேவைப்படவில்லை

●

ஜூலை 20, 1989. 'தி ஹிந்து' சென்னையில் இருந்து கொட்டை எழுத்துகளில் ஒரு செய்தியை வெளியிட்டது. பிரபாகரன் கொலை! மாத்தையா அவரைக் கொன்றுவிட்டார். தூர்தர்ஷனிலும், ஆல் இந்தியா ரேடியோவிலும்கூட இதே செய்திதான். விரைவில், கொழும்பும் இதே செய்தியை வெளியிட்டது. இந்தச் செய்தி உண்மைதான் என்று பத்திரிகையாளர்களைக் கூட்டி வைத்துச் சொன்னார் பாதுகாப்புத்துறை அமைச்சர் லலித் அதுலத்முதலி.

தினமலர் ஒரு படி மேலே போனது. எட்டு காலம் நியூஸ். உடன் இரண்டு புகைப்படங்கள். ஒன்று மாத்தையாவுடையது. மற்றொன்று இறந்துபோன பிரபாகரனுடையது. உபரியாக, மேலும் சில தகவல்கள். கிட்டுவும் இறந்துவிட்டார். வவுனியாவில் இருந்து 15 மைல் தொலைவில் உள்ள ஒரு பகுதியில் பிரபாகரனின் உடல் வைக்கப்பட்டிருக்கிறது. ஏன் பிரபாகரனைக் கொன்றேன் என்று மாத்தையா பேசிய ஆடியோ கேசட் சிக்கியுள்ளது. பிரபாகரனின் உடல் வல்வெட்டித்துறைக்குக் கொண்டுச் செல்லப்பட்டு அங்கேயே அடக்கம் செய்யப்படும்.

அதற்குப் பிறகு யாரும் அது பற்றிப் பேசவில்லை.

பிரேமதாசா, விடுதலைப் புலிகள் இணைப்பின் மூலம் அதிகம் சாதித்துக்கொண்டவர்கள் புலிகளே. இந்திய ராணுத்தை விரட்டினார்கள். பிடிக்காத எதிரிகளை ஒழித்தார்கள். மில்லியன் கணக்கில் பணம். வகை வகையாக ஆயுதங்கள். சிறைச்சாலையில் அடைபட்டிருந்த பன்னிரண்டு புலிகளை விடுவித்துக் கொண்டார்கள். தனிப்பட்ட முறையில், பிரபாகரனுக்கு அனுகூலமான ஒரு காரியம், அரசாங்கத்தின் துணையுடன் தனது மனைவி மதிவதனியைத் திரும்ப அழைத்துக்கொண்டது.

திருமணத்துக்குப் பிறகு மிகக் குறைந்த காலமே மதிவதனியுடன் செலவிட்டார் பிரபாகரன். யுத்தம். மோதல். எதிரிகள். மதிவதனி உடன் இருந்தால் ஆபத்து என்பதை உணர்ந்த பிரபாகரன் அவரை

ஐரோப்பாவில் ஏதோ ஒரு நாட்டுக்கு அனுப்பிவைத்திருந்தார். ஆறு ஆண்டுகள் கழிந்தபின், ஜனவரி 20, 1990-ம் ஆண்டு மதிவதனி, மகள் துவாரகா (இரண்டரை வயது), மகன் சார்லஸ் ஆன்டனி (ஐந்து வயது) மூவரையும் ஆன்டன் பாலசிங்கமும் அவர் மனைவியும் அழைத்து வந்தனர். இடையிடையே பிரபாகரன் தமிழ் நாடு சென்றபோது மதிவதனி அவரை அங்கே சந்தித்துக்கொண்டதாகச் சொல்கிறார்கள். ஸ்வீடனில் உள்ள இலங்கைத் தூதரகம் மூலம் மதிவதனிக்குப் பாஸ்போர்ட் கிடைத்தது. இலங்கையிலிருந்து அரசாங்க ஹெலிகாப்டர் மூலம் அவர்கள் வன்னிப் பகுதிக்கு வந்து சேர்ந்தனர். நன்றி, பிரேமதாசா.

சிறிது காலம் போர் எதுவும் வேண்டாம் என்று சொன்னார் பிரேமதாசா. போர் நிறுத்த ஒப்பந்தங்களில் இரு தரப்பினரும் கையெழுத்திட்டுக்கொண்டனர். ஆனால், இலங்கை ராணுவத்தால் சும்மா இருக்கமுடியவில்லை.

•

ஐயா, என் பெயர் சாந்தன். பக்கத்து வீட்டில்தான் இருக்கிறேன். உங்களைப் பற்றி நிறைய கேள்விப்பட்டிருக்கிறேன். உள்ளே வரலாமா?

வா தம்பி என்றார் பத்மநாபா. உட்கார வைத்து சூடாக ஒரு டீ கொண்டுவரச் சொல்லி சாப்பிடவைத்தார். சாந்தன் உற்சாகமாக அவரிடம் பேசினான். தன்னைப் பற்றி. இலங்கையைப் பற்றி. சென்னை வெயில் பற்றி. ஈ.பி.ஆர்.எல்.எஃப் பற்றி. அடிக்கடி வந்து போப்பா என்றார் பத்மநாபா. அவர் சொல்லாமல் இருந்திருந்தாலும், வந்து வந்துதான் போயிருப்பான் சாந்தன். ஏன் தம்பி, நீ தொடர்ந்து படிக்கலையா என்று ஒரு முறை கேட்டார். வீட்டில் சிரமம் ஐயா, காசில்லை என்று சாந்தன் சொன்னதும் நெகிழ்ந்துவிட்டார் பத்மநாபா. இந்தா பிடி என்று அவ்வப்போது அவனுக்குப் பணமும் கொடுத்துவந்தார்.

ஜூன் 6, 1990. சாந்தன் யாரிடமோ பேசிக்கொண்டிருந்தான். இன்று மாலை மீட்டிங் நடக்கப்போகிறது. ஈ.பி.ஆர்.எல்.எஃப் உறுப்பினர்கள் பலர் வரப்போகிறார்கள். வந்தால், காரியத்தை முடிக்கலாம்.

கோடம்பாக்கம் சூளைமேட்டில் இருந்தது அவர் வீடு. அது ஓர் அடுக்குமாடிக் கட்டடம். உள்ளே மீட்டிங் நடந்து

கொண்டிருந்தது. பத்மநாபாவின் மனைவி ஆனந்தி அப்போது வீட்டில் இல்லை. ஆகவே, அவரால் தப்ப முடிந்தது. எங்கிருந்து வந்தார்கள், யார் யார், எத்தனை பேர் எதுவும் தெரியவில்லை. வந்தார்கள். படபடவென்று ஓயாமல் சுட்டார்கள். தனது பன்னி ரண்டு தோழர்களுடன் சேர்ந்து பத்மநாபா இறந்துபோனார்.

பின்னர்தான் தெரியவந்தது. சாந்தன் எல்.டி.டி.ஈ.யின் உளவுப் பிரிவைச் சேர்ந்தவர்.

●

விடுதலைப் புலிகள் மீது முன்வைக்கப்படும் குற்றச்சாட்டுகளுள் பிரதானமானது இது. மற்ற இயக்கங்களை அழித்து எல்.டி.டி.ஈ. தன்னை பலப்படுத்திக்கொள்கிறது. தமிழர்கள் மத்தியில் மிகப் பிரபலமாக இருந்த எல்.டி.டி.ஈ., தமிழர்களின் ஒரே பிரபலமான பிரதிநிதியாக மாற விரும்பியதுதான் இந்த அழித்தொழிப்புக்குக் காரணம் என்பது பலருடைய கருத்து.

ஈ.பி.ஆர்.எல்.எஃப். தலைவர் பத்மநாபாவின் கொலை அந்த இயக்கத்தைக் கிடுகிடுக்கச் செய்தது. விரைவில் அந்த இயக்கத்தின் மிச்ச சொச்சப் போராளிகள் கொல்லப்பட்டனர். பலர் தலைமறைவானார்கள். வரதராஜப் பெருமாள் இந்தியா வுக்குத் தப்பிவந்தார். அவரை இந்திய உளவு அமைப்புகள் பத்திரமாகக் காவல் காக்கின்றன.

1989-ல் இந்திய அமைதிப்படை கண்காணிப்பில் நடைபெற்ற தேர்தலில் ஈ.பி.ஆர்.எல்.எஃப். போட்டியிட்டு வடகிழக்கு மாகாண அமைச்சரவையை அமைத்தது. விடுதலைப் புலிகள் இந்தத் தேர்தலைப் புறக்கணித்தனர். ஈ.பி.ஆர்.எல்.எஃப் இந்தத் தேர்தலில் கலந்துகொண்டது விடுதலைப் புலிகளுக்குக் கடும் கோபத்தை வரவழைத்தது. இந்திய உளவுத்துறையின் செல்லப் பிள்ளைகளாக ஈ.பி.ஆர்.எல்.எஃப் இருந்து வருவது விடுதலைப் புலிகளை உறுத்தியது. அதன் விளைவுதான் ஈ.பி.ஆர்.எல்.எஃப் அழிக்கப்பட்டது.

ஈ.பி.ஆர்.எல்.எஃப் இயக்கத்துக்கு முன்னதாகவே, புலிகள் அழித்தொழித்த மற்றொரு இயக்கம் தமிழ் ஈழ விடுதலை இயக்கம் (TELO). ஏப்ரல் 20, 1986-ல் தொடங்கி டெலோ இயக்கத்தினரை எல்.டி.டி.ஈ. தாக்க ஆரம்பித்தது. அளவெட்டி, அரியாலை, கட்டுவன், வட்டுக்கோட்டை, மானிப்பாய்,

கோப்பாய், மயிலிட்டி, நாவாந்துளை, மிருகவில் - எங்கெல்லாம் டெலோ முகாம்கள் அமைத்தார்களோ அங்கெல்லாம் சென்று தாக்கினார்கள். விரைவில், அத்தனை முகாம்களும் மறைந்துபோயின.

டெலோ இயக்கத்தின் தலைவர் ஸ்ரீசபாரத்தினம், கோண்டாவில் என்னும் பகுதியில் ஒளிந்துகொண்டார். கிட்டுவின் தலைமையில் சென்ற ஒரு குழு அவரை அங்கேயே சுட்டுக்கொன்றது. அதற்குப் பின்பும் அவர்கள் வேட்டையை நிறுத்திக்கொள்ளவில்லை. டெலோ இயக்கத்தைச் சேர்ந்த 250 பேரை அவர்கள் கொன்றொழித்தார்கள்.

EROS இயக்கம் தன்னை முழுவதுமாகக் கலைத்துக்கொண்டு எல்.டி.டி.ஈ.யுடன் தன்னை இணைத்துக்கொண்டது. உமா மகேஸ்வரனின் கொலைக்குப் பிறகு, தனக்குத் தானே திரை போட்டுக்கொண்டது PLOTE. இத்துடன் எங்கள் பணிகள் நிறைவடைகின்றன, நன்றி வணக்கம்.

மீண்டும் புலிகளுக்கும் ராணுவத்துக்கும் யுத்தம் ஆரம்பித்தது.

1991, மார்ச் 2-ம் தேதி ரஞ்சன் விஜெரத்னேவின் மெர்ஸிடெஸ் பென்ஸ் கார் வெடித்துச் சிதறியது. கார் வெடித்தபோது அமைச்சர் உள்ளேதான் இருந்தார்.

ஐயோ இப்படி ஆகிவிட்டதே என்று கொழும்பு துக்கத்தில் மூழ்குவதற்குள், 21 மே 1991 அன்று ராஜீவ் காந்தி சிதறி விழுந்திருந்தார். ரஞ்சன் விஜெரத்னேவை மறந்துவிட்டு, இந்தியாவின்மீது தன் பார்வையைச் செலுத்தியது இலங்கை. உலகத்தின் கவனமும் அப்போது இந்தியாவின் மீதே திரும்பியிருந்தது.

பிரபாகரனுக்கு இந்தியாமீது கோபம் இருந்தது என்றாலும், முக்கியமாக ராஜீவ் காந்திமீது கோபம் கடுமையாக இருந்தது. இந்திய-இலங்கை ஒப்பந்தம் எழுதப்பட்டபோது அதில் தங்களைக் கலந்தாலோசிக்கவில்லை என்பது ஒருபுறம். அமைதிப்படை அராஜகர்கள் ஒருபுறம். பிற போராளிக் குழுக்களை ராஜீவ் காந்தி ஆதரித்தது ஒருபுறம்.

மீண்டும் ராஜீவ் காந்தி இந்தியாவின் பிரதமராக வந்தால், அதன் விளைவுகள் தங்களுக்கு ஆதரவாக இருக்காது என்று பிரபாகரன் யோசித்திருப்பார்.

ஜனவரி 13, 1993. இந்தியப் பெருங்கடலில் மிதந்து மிதந்து செல்லும் அந்தக் கப்பலைத் தடுத்து நிறுத்தியது இந்தியக் கப்பற்படை. வயர்லெஸில் கரகரப்பான குரல். நிறுத்தச் சொல்லி உத்தரவு. கிட்டுவுக்குத் தெரிந்துவிட்டது. நிர்வாக அடுக்கில் பிரபாகரனுக்கு அடுத்தவர். தெரியாமல் இருக்குமா? தயங்கவே யில்லை அவர். இந்தியக் கப்பல்படை பார்த்துக்கொண்டிருக்கும் போதே அந்தக் கப்பல் நடுக்கடலில் வெடித்தது.

எல்.டி.டி.ஈ. தெரிந்துகொள்ள விரும்பியது இதைத்தான். அந்தக் குறிப்பிட்ட கப்பலில் கிட்டு வருவது எப்படிக் கசிந்தது? குறிப்பாக, யார் மூலமாக?

மாத்தையாவின் மீது சந்தேகம் திரும்பியது. சந்தேகம் வந்தால் உடனே தீர்க்கவேண்டிதுதானே? மாத்தையா தீர்க்கப்பட்டார்.

இயக்கத்தின் உப தலைவர். பிரபாகரனின் நேரடி கவனிப்பின் கீழ் வரும் முக்கிய நபர். மாத்தையா மீது முதல் சந்தேகப்புள்ளி குவிந்தது 1989ம் ஆண்டில். தனியொரு குழுவை அமைத்தார்கள். மாத்தையாவின் நிழலாக மாறுங்கள். அவர் யாரிடமெல்லாம் பேசுகிறார்? யாரிடம் கைகுலுக்குகிறார்? யாரிடம் அதிகம் சிரித்துப் பேசுகிறார்? அனைத்தும் தெரிந்தாகவேண்டும்.

தெரிந்துகொண்டுவந்து சொன்னார்கள். அரசியல் பிரிவின் பொறுப்புகளில் இருந்து மாத்தையாவை கீழிறிக்கினார்கள். அகதிகள் நலனைப் பார்த்துக்கொள். உப்புச்சப்பில்லாத துறையில் தூக்கிப்போட்டார்கள். மாத்தையா தொடர்ந்து கண்காணிக்கப் பட்டார். அவருக்குக் கீழே பணிபுரிந்துகொண்டிருந்த ஒருவரை மடக்கி கைது செய்து விசாரித்தபோது அவர் குற்றத்தின் முழு பரிமாணமும் வெளிவந்தது. இந்திய உளவுத்துறையினருக்கு அடிக்கடி செய்திகள் அனுப்புகிறார். ஆக, கிட்டு கப்பலில் வரும் தகவல் மாத்தையா மூலமாக மட்டுமே கசிந்திருக்கமுடியும்.

மார்ச் 31, 1993ல் மாத்தையா விடுதலைப் புலிகளால் கைது செய்யப்பட்டார். டிசம்பர் 28 அவருக்கு மரண தண்டனை விதிக்கப்பட்டது.

●

இலங்கை அரசியல் களம் கொதி நிலையில் இருந்தது. பிரேமதாசாவுக்கு எதிராக லலித் அதுலத்முதலி, காமினி

திஸ்ஸநாயகே இருவரும் மிகத் தீவிரமாகத் தேர்தல் பிரசாரம் நடத்திக்கொண்டிருந்தார்கள். இவர்கள் பிரேமதாசா கட்சியில் இருந்து பிரிந்து அவரை எதிர்ப்பவர்கள். DUNF (Democratic United National Party) என்ற கட்சியைத் தொடங்கியிருந்தார்கள். *1993* ஏப்ரல் *23* அன்று கொழும்பில் ஒரு மேடையில் கைகளை உயர்த்திச் சத்தம் போட்டுப் பேசிக்கொண்டிருந்தார் லலித் அதுலத்முதலி. எல்லோரும் கைதட்டிக்கொண்டிருந்தபோது முன் வரிசையில் அமர்ந்திருந்த ஒருவர் மட்டும் துப்பாக்கியால் தட்டினார்.

எட்டு நாள்கள் கழிந்திருந்தன. மே தினம். கட்சி ஊர்வலம் நடந்துகொண்டிருந்தது. பச்சை நிறத் தொப்பியுடன் (அதில் 'விக்டரி' என்று எழுதியிருந்தது) உற்சாகமாக எல்லோருக்கும் கையசைத்தபடி சென்றுகொண்டிருந்தார் பிரேமதாசா. மாபெரும் ஊர்வலம். ஆர்மர் தெரு சந்திப்பில் டிராஃபிக் ஜாம். அசையக்கூட முடியவில்லை. பிரேமதாசா துள்ளிக்குதித்தார். அட, டிராஃபிக்தானே? நான் பார்த்துக்கொள்கிறேன். இருக் கட்டும் சார், நீங்கள் வரவேண்டாம் என்று எவ்வளவோ தடுத்துப் பார்த்தார்கள். பிரேமதாசா கேட்கவில்லை. அட விடப்பா என்ற படி சாலையின் குறுக்கே வந்தார். கையைக் காலை அசைத்து போக்குவரத்தைச் சரிசெய்ய ஆரம்பித்தார். எங்கிருந்தோ பாய்ந்து வந்தது அந்த சைக்கிள். பாதுகாப்பு அதிகாரிகள் அந்த சைக்கிளைத் தடுத்து நிறுத்திய அதே வேளை, அந்த சைக்கிள் வெடித்தது.

சாலை முழுவதும் ரத்தம். உடல் பாகங்கள் தனித்தனியே கிடந்தன. பிரேமதாசாவைக் காணவில்லை. அல்லது கிடைக்க வில்லை. அவரது பிரத்தியேக மருத்துவர் விரைந்து வந்து தேடினார். இரண்டு மணி நேரங்கள் கழிந்தபிறகு, தரையைச் சுட்டிக்காட்டினார். இதோ நம் அதிபர்!

எல்.டி.டி.ஈ. உடனடியாக ஓர் அறிக்கை வெளியிட்டது. நாங்கள் இல்லை. ஆனால் எல்லோரும் அடித்துச் சொன்னார்கள். எல்.டி.டி.ஈ.யைத் தவிர வேறு யாராலும் செய்திருக்கமுடியாது.

மே 7-ம் தேதி பிரதமர் திங்கிரி பண்டா விஜெதுங்கா தாற்காலிக அதிபராகப் பொறுப்பேற்றுக்கொண்டார். இவர் ஆட்சியில் இருந்தது வெறும் ஆறு மாதங்கள் மட்டுமே. ஆபீஸ் போனாரா, ஃபைல் புரட்டினாரா என்றெல்லாம் யாருக்கும் நினைவில்

இல்லை. உருப்படியாக ஒரு கட்சி மீட்டிங்கூட போட்டதாகத் தெரியவில்லை. ஆனால் அந்த ஆறு மாதங்களும் அவர் ராணுவ அதிகாரிகளிடம் மட்டுமே பேசினார். ராணுவ உத்தரவுகள் மட்டுமே பிறப்பித்தார். ஜூலை 25, 1983 இனப்படுகொலை நடந்து பத்து ஆண்டுகள் பூர்த்தியானதைக் குறிக்கும் வகையில் எல்.டி.டி.ஈ. மூன்று ராணுவ முகாம்களை கைப்பற்றியது. ஆறு மாதங்கள் தொடர்ந்து தோல்விகளை மட்டுமே சந்தித்த விஜெதுங்கா வீட்டுக்குக் கிளம்பினார்.

•

பண்டாரநாயகாவின் குடும்பத்தினர் அனைவருக்கும் ஒரு திடமான நம்பிக்கை உண்டு. எங்களால் மட்டுமே இலங்கையை ஒழுங்காக ஆளமுடியும். அவர்கள் நம்பியது மாத்திரமல்ல. சிங்களர்களையும் அவர்கள் நம்பவைத்தார்கள். வாய்க்கு வாய் சிங்களம் வாழ்க என்று சொல்லிச் சொல்லியே ஆட்சி நடத்திய வர் S.W.R.D. பண்டாரநாயகா. புத்தம் சரணம் கச்சாமி என்று பாடிக்கொண்டிருந்த பவுத்தர்களை வன்முறை மார்க்கத்துக்குத் திருப்பிய மகா புருஷர். பிக்குவை எடுத்தவன் பிக்குவாலேயே இறப்பான் என்பதை மெய்ப்பித்தார். அவருக்குப் பின், அவரது மனைவி சிரிமாவோ பண்டாரநாயகா. கையில் பிடித்திருந்த கரண்டியை அப்படியே சமையலறையில் வைத்துவிட்டு நேராகக் கொழும்புக்கு வந்து பதவியை ஏற்றுக்கொண்டவர். இரு முறை பிரதமராகி இலங்கையை ஆண்டவர்.

இப்படியே விட்டால், பண்டாரநாயகா வீட்டு பூனைக்குட்டிகூட அதிபராகிவிடும் என்று அலுத்துக்கொண்ட ஜெயவர்த்தனே, மாறுபட்ட ஆட்சி அளிக்கிறேன் என்று சொல்லி பதவியைக் கைப்பற்றிக்கொண்டார். ஜெயவர்த்தனேவுக்குப் பிறகு பிரேம தாசா. பண்டாரநாயகர்கள் பின்னுக்கு நகர்ந்துகொண்டார்கள். ஆனால் காணாமல்போய்விடவில்லை. அதிபர் சீட் காலி என்று தெரிந்ததுமே சிரிமாவோ, தன் மகளை முன்னுக்கு நகர்த்தினார். வாக்காளப் பெருமக்களே, பாரம்பரியமிக்க பண்டாரநாயகா குடும்பத்தின் மற்றுமொரு பெருமைமிகு வெளியீடு.

இலங்கை சுதந்தரக் கட்சியின் முன்னாள் தலைவராக இருந்திருக்கிறார் சந்திரிகா குமாரதுங்க. பாரீஸில் அரசியல் விஞ்ஞானம் படித்திருக்கிறார். 1978-ல் விஜய குமாரதுங்க என்ற சிங்களத் திரைப்பட நடிகரைத் திருமணம் செய்துகொண்டார்.

விஜய குமாரதுங்க லங்கா சமசமாஜக் கட்சியில் பணியாற்றி இருக்கிறார். 1974-ல் இலங்கை சுதந்தரக் கட்சியில் இணைந்து கொண்டார். ஜெயவர்த்தனேவுக்கு இவரைக் கண்டால் ஆகாது. நக்ஸலைட் என்று விஜய குமாரதுங்கா குற்றம் சாட்டப்பட்டார். 1988-ல் கொலை செய்யப்பட்டார். யாரால்? எதற்காக? தெரியவில்லை.

தன் கணவர் இறந்ததும் இங்கிலாந்து சென்று ஐந்து ஆண்டு களைக் கழித்தார் சந்திரிகா. அதற்குள் அம்மா அழைத்துவிட்டார். மகளே வா, ஆட்சிப் பொறுப்பேற்க வா. நம் பாரம்பரியத்தைத் தொடர வா. கூட்டணி கைகொடுத்தது. ஆகஸ்ட் 19, 1994 அன்று நாடாளுமன்றத்தில் பிரதமராகப் பொறுப்பேற்றுக்கொண்டார் சந்திரிகா.

போர், போர், போர் என்று தொண்டை தண்ணீர் வற்ற வற்றக் கத்திக்கொண்டிருந்த இலங்கையிடம் சந்திரிகா பேசிய முதல் வார்த்தை, அமைதி. ஆஹா என்று பூரித்துப்போனது இலங்கை. முதல் காரியமாக, தமிழர் வாழ் பிரதேசங்கள் மீது பிரேமதாசா அரசாங்கம் விதித்திருந்த பொருளாதாரத் தடையை ஓரளவுக்குத் தளர்த்தினார் சந்திரிகா.

கிளை விட்டு படர்ந்த சந்தேகத்தை வெட்டிக் கடாசிவிட்டு மனம் விட்டு ஓர் அறிக்கையை, செப்டம்பர் 2, 1994 அன்று வெளியிட்டார் பிரபாகரன். புதிய பிரதமருக்கு எங்கள் வாழ்த்துகள். தடைகளை முற்றிலுமாக விலக்கிக்கொண்டால் நன்றாக இருக்கும். போரை நிறுத்திக்கொள்ளவும் பேச்சு வார்த்தை நடத்தவும் நாங்கள் சித்தமாகயிருக்கிறோம். தவிரவும், நாங்கள் கைது செய்துள்ள பத்து போலீஸ்காரர்களை விடுதலை செய்யவும் தயாராக இருக்கிறோம். ஹா, இதென்ன கனவா, கற்பனையா என்று இலங்கை வாய் பிளந்து நின்றபோது, சந்திரிகா லெட்டர் பேடை உருவி கடிதம் எழுத ஆரம்பித்தார்.

செப்டம்பர் 9, 1994

அன்புள்ள பிரபாகரன் அவர்களுக்கு,

யாழ்ப்பாணத்துடன் நல்லுறவு கொள்ளவேண்டும் என்னும் விருப்பத்தின் பெயரிலேயே முந்தைய அரசாங்கம் விதித்திருந்த தடைகளை அகற்றினோம். எல்.டி.டி.ஈ. இதை வரவேற்றிருப் பதைக் கண்டு மகிழ்ச்சியடைகிறேன். பத்து போலீஸ்காரர்களை

விடுதலை செய்வது பற்றி எல்.டி.டி.ஈ. எடுத்துள்ள முடிவு பாராட்டத்தக்கது. வடகிழக்குப் பிரச்னை குறித்து சுமுகமாகத் தீர்வு காண தாங்கள் காட்டும் முன்முயற்சிக்கு நன்றி.

தீவிரவாதி என்று அரசாங்கத்தால் கருதப்பட்ட பிரபாகரனுக்கு பிரதமர் ஒருவர் கடிதம் எழுதியது இலங்கை சரித்திரத்திலேயே இதுதான் முதன் முறை. எல்லோருமே குழம்பித்தான் போனார்கள். சந்திரிகா எல்.டி.டி.ஈ. ஆதரவாளராக மாறி விட்டாரா? இது பயமா, பணிவா? எல்.டி.டி.ஈ. அதற்குள் விடையைக் கண்டுபிடித்திருந்தது. இரண்டுமில்லை. ராஜதந்திரம்.

நவம்பர் **1994**, அதிபர் தேர்தல் நடக்க இருந்தது. ஒரு பக்கம் சந்திரிகா குமாரதுங்க. மற்றொரு பக்கம், ஆள் காட்டி விரலை நீட்டி சந்திரிகாவுக்குச் சவால் விடும் காமினி திஸ்ஸனாயக. கூட்டணி அரசில் இருந்த உதிரிக் கட்சிகளை UNP நோக்கி ஈர்ப்பதில் அவர் குறியாக இருந்தார். சந்திரிகாவுக்கு எதிராகத் தீவிரமாக பிரசாரத்தை முடுக்கிவிட்டார் அவர்.

காமினி திஸ்ஸனாயக கொல்லப்பட்டது ஒரு நள்ளிரவின்போது. கொழும்பில் உள்ள ஒதுக்குப்புறமான ஒரு பகுதியில் மீட்டிங். காமினி திஸ்ஸனாயக தனது கைக்கடிகாரத்தைப் பார்த்தபடி பேச ஆரம்பித்தார். எனதருமை மக்களே, நியாயப்படி பார்த்தால் நான் இரவு வணக்கம் சொல்லவேண்டும். ஆனால், நள்ளிரவைத் தாண்டியாகிவிட்டது. ஆகவே, எல்லோருக்கும் காலை வணக்கம். இறுதி வணக்கம் என்று அவர் சொல்லியிருந்தால் பொருத்தமாக இருந்திருக்கும். இரண்டாவது வரிசையில் இருந்து அந்த நபர் விசையை இயக்கினார். காமினி திஸ்ஸனாயகே உள்ளிட்ட **56** பேர் மரணம். இது நடந்தது அக்டோபர் **23**-ம் தேதி.

செய்தது எல்.டி.டி.ஈ.தான் என்பதற்கு எந்தவித ஆதாரமும் சிக்கவில்லை.

●

பிரதமர் சந்திரிகா, அதிபர் சந்திரிகாவாக மாற்றம் பெற்றதற்கு முக்கிய காரணம் மக்கள்மீது அவர் செலுத்தியிருந்த தாக்கம். நான் அமைதியை விரும்புபவள். இலங்கையில் அமைதி தவழ வேண்டும். அதற்காகப் பாடுபடுவேன். அதற்காக மட்டும். சாதாரண வெற்றி அல்ல, மகத்தான வெற்றி கிடைத்தது. **62.5** சதவிகித வாக்குகள். யாழ்ப்பாணம் தவிர்த்து பிற பிரதேசங்களில்

உள்ள தமிழர்கள் ஆரவாரத்துடன் சந்திரிகாவுக்கு வாக்களித்தனர். நவம்பர் 12, 1994 அன்று சந்திரிகா அதிபரானார். நாடகம் முடிந்தபிறகு எதற்கு அரிதாரம் என்று நினைத்திருக்கவேண்டும். கலைத்துவிட்டார்.

ஒரு வாரப் போர் நிறுத்தத்தை அறிவித்தது எல்.டி.டி.ஈ. தனது முடிவை ஒரு கடிதத்தில் எழுதி அரசாங்கத்திடம் கொடுத்து அனுப்பியது. சந்திரிகா யார் மூலமாகக் கடிதங்கள் அனுப்பிக் கொண்டிருந்தாரோ அவர்கள் மூலமாகவே. ICRC. (International Committee of Red Cross). பதிலுக்கு ராணுவம் எல்.டி.டி.ஈ.க்கு அளித்த பரிசு, சின்னத்தம்பி பத்மநாபன் (மாலி) என்பவரைக் கைது செய்து, அவர் தலையைத் தனியாக வெட்டி எடுத்தது.

சு.ப. தமிழ்ச்செல்வன் எழுதிக் கேட்டார். ஒரு வாரப் போர் நிறுத்தம் அறிவித்திருந்த எங்களுக்கு அரசாங்கம் அளித்த பரிசு இதுதானா? பாதுகாப்பு அமைச்சகம் மறுமொழி அனுப்பியது. ஒரு வாரமா? அறிவிப்பா? போர் நிறுத்தமா? யாரிடம் சொன்னீர்கள்? எங்களுக்கு விஷயமே தெரியாதே. கொதிப்பை அடக்கிக்கொண்டு தமிழ்ச்செல்வன் மீண்டும் எழுதினார். கொல்லப்பட்ட மாலியின் தலை எங்களுக்கு வேண்டும். இல்லை என்றது ராணுவம். மிகவும் சிதிலமடைந்திருந்ததால், எரித்துவிட்டோம். இருந்தாலும், நீங்கள் கேட்டுக்கொண்டதற்கு இணங்க இத்துடன் அவர் சாம்பலை அனுப்பியிருக்கிறோம்.

நவம்பர் 1994-ல் ஆட்சியில் அமர்ந்தது முதல் ஏப்ரல் 1995-ல் அமைதிப் பேச்சுவார்த்தை உடைந்துபோவதற்கும் மத்தியில் சந்திரிகா சம்பாதித்துக்கொண்ட விஷயங்கள் இரண்டு. பிரபாகரனுக்கு 46 கடிதங்கள். எல்.டி.டி.ஈ.யின் சினம்.

மூன்றாவது ஈழ யுத்தத்துக்கு இலங்கை தயாராகிக்கொண்டிருந்தது.

•

தமிழர்கள் வாழ் பிரதேசங்களைக் கைப்பற்ற இலங்கை ராணுவம் எடுத்துக்கொள்ளும் பிரயத்தனங்கள், இலங்கை அரசு கைப்பற்றிய பிரதேசங்களைக் கைப்பற்ற எல்.டி.டி.ஈ. நடத்தும் போராட்டங்ள். இவற்றின் தொகுப்பே நவீன இலங்கை வரலாறு. தனக்குச் சமமாக ஓர் இயக்கம் நிழல் அரசாங்கம் நடத்துவதை இலங்கை அரசால் சகித்துக்கொள்ள முடிய

வில்லை. அதே சமயம், ஈழத்தை எல்.டி.டி.ஈ.க்கு விட்டுக் கொடுக்கவும் அவர்கள் தயாராக இல்லை.

இலங்கை ராணுவத்துக்கும் எல்.டி.டி.ஈ.க்கும் நடைபெற்ற, நடைபெற்றுக்கொண்டிருக்கும் மோதல்களைப் பட்டியலிட வேண்டுமானால், ஆண்டு வாரியாக, மாதம் வாரியாக, திகதி வாரியாக அது நீண்டுகொண்டே செல்லும். இருந்தாலும், உலகின் கவனத்தை ஈர்த்த பிரதான மோதல்கள் என்று எடுத்துக் கொண்டால், அவற்றை இரண்டு பிரிவுகளுக்குள் அடக்க முடியும். ஒன்று, ஈழ யுத்த காலகட்டம். இரண்டு, ஓயாத அலைகள் காலகட்டம்.

ஜூலை 1983 கலவரம். திம்பு பேச்சுவார்த்தை தோல்வி. 1987-ல் இலங்கை அரசு யாழ்ப்பாணத்தைக் கைப்பற்றி பொருளாதாரத் தடைகள் விதித்தது. இந்தியாவின் தலையீடு. இந்தியா-இலங்கை ஒப்பந்தம். IPKF வருகை. இது முதல் ஈழப் போர் காலகட்டம் என்று அழைக்கப்படுகிறது.

பிரேமதாசாவுக்கும் விடுதலைப் புலிகளுக்கும் இடையிலான அமைதி ஒப்பந்தம். அமைதி ஒப்பந்தம் முறிவது. ஜூன் 11, 1990 தொடங்கி புலிகள் நடத்திய தாக்குதல்கள். 1991-ம் ஆண்டில் ராஜீவ் காந்தி படுகொலை. 1993-ல் பிரேமதாசா படுகொலை. இரண்டாம் ஈழப்போர் பக்கங்களின் முக்கிய அத்தியாயங்கள் இவை. பிறகு, வட இலங்கை முஸ்லீம்களின் கட்டாய வெளியேற்றம்.

•

முஸ்லிம் அன்பர்களின் பணிவான கவனத்துக்கு, உடனடியாக நீங்களும் உங்கள் குடும்பத்தினரும் இங்கிருந்து வெளியேறுமாறு கேட்டுக்கொள்கிறோம். மறக்காமல் உங்கள் பெட்டி, படுக்கை களை எடுத்துக்கொள்ளுங்கள். வீட்டை காலி செய்துகொடுத்து விடுங்கள். இது வரை நீங்கள் அளித்த ஒத்துழைப்புக்கு மிக்க நன்றி. உங்களுக்கு ஏற்பட்ட அசௌகரியத்துக்கு மிகவும் வருந்துகிறோம். அக்டோபர் 30, 1990 அன்று வந்தது அந்த அறிவிப்பு. அறிவித்தது எல்.டி.டி.ஈ.

இலங்கையின் மக்கள் தொகையில் முஸ்லிம்கள் 7 சதவீதம். இவர்கள் பிரதானமாக வசிப்பது வடக்கு மற்றும் கிழக்குப் பிரதேசங்களில். அவற்றுள் பெரும்பகுதியினர் வவுனியா,

மன்னார், முல்லைத்தீவு, கிளிநொச்சி, யாழ்ப்பாணம் ஆகிய பகுதிகளில் குடியேறியிருந்தனர். முஸ்லிம்களும் தமிழ் பேசு பவர்களே. ஆனால் அவர்கள் தனியான ஓர் இனக்குழுவாகவே கருதப்பட்டு வந்துள்ளனர். தமிழர்கள் என்ற வரையறைக்குள் இந்து மற்றும் கிறித்துவத் தமிழர்களே வருகின்றனர்.

24 மணி நேரங்கள். மிஞ்சி மிஞ்சிப் போனால் 48 மணி நேரங்கள் மட்டுமே அவர்களுக்கு அளிக்கப்பட்டன. யாழ்ப்பாணத்தில் இருந்த சிலருக்கு இரண்டு மணி நேரங்கள் மட்டுமே அளிக்கப் பட்டதாகச் சொல்கிறார்கள். பல முஸ்லிம்கள் எல்.டி.டி.ஈ. யினரால் படுகொலை செய்யப்பட்டதாகப் புகார்கள் பதிவாகி உள்ளன. தங்கள் உடைமைகளை எடுத்துக்கொள்வதற்குக்கூட அவர்கள் அனுமதிக்கப்படவில்லை. கிடைத்ததை எடுத்துக் கொண்டு எறும்புகள் போல வரிசை வரிசையாக வெளியேறிய அவர்கள் புத்தளம், அனுராதபுரம் ஆகிய பகுதிகளுக்கு அகதி களாக வந்து சேர்ந்தனர். அவர்களது மொத்த எண்ணிக்கை 58,500.

நாங்கள் செய்த இமாலயத் தவறு அது. எந்த காரணத்தைச் சொல்லியும் அதை நியாயப்படுத்த நாங்கள் விரும்பவில்லை. ஏப்ரல் 2002ல் ஆன்டன் பாலசிங்கம் ஒரு பொதுகூட்டத்தில் தெரிவித்த செய்தி இது.

அதற்குப் பிறகு சிறிதுசிறிதாக முஸ்லிம்கள் மீண்டும் திரும்பிவர ஆரம்பித்துவிட்டனர் என்று புலிகள் தரப்பில் இருந்து சொல்லப் பட்டாலும் பல ஆயிரக்கணக்கான முஸ்லிம்கள் இன்னமும் அகதிகளாகவே வாழ்க்கை நடத்திவருகிறார்கள். வெளி யேற்றத்தால் பாதிக்கப்பட்டவர்களின் எண்ணிக்கை ஒரு லட்சத்தைத் தாண்டும் என்கிறார்கள்.

•

அது உண்மையா அல்லது வதந்தியா என்பதைக் கண்டு பிடிப்பதற்குள் எல்லோரும் அது பற்றிப் பேச, பயப்பட, விவாதிக்க ஆரம்பித்திருந்தார்கள். ராஜீவ் காந்தி விவகாரத்தில் தேடப்படும் முதன்மைக் குற்றவாளியான பிரபாகரனை ஒப்படைக்குமாறு இந்தியா சந்திரிகா அரசை கேட்டுக் கொண்டுள்ளது. இஸ்ரேலியப் படைகளுடன் இணைந்து இலங்கைக்குள் நுழைந்து எப்போது வேண்டுமனாலும் இந்தியா பிரபாகரனை வேட்டையாடலாம்.

பிரபாகரனின் கவலை அதுவல்ல. பொருளாதாரத் தடைகளை விலக்கிக்கொள்வதாக சந்திரிகா ஆரம்பத்தில் அளித்திருந்த உத்தரவாதத்தை சந்திரிகா உள்ளிட்ட ஒருவரும் கண்டுகொண்ட தாகத் தெரியவில்லை. வவுனியா செக்போஸ்டில் ராணுவ முகாம்கள் அப்படி அப்படியே இருந்தன. மார்ச் 28, 1995 வரை அவகாசம் அளிக்கிறோம். அதற்குள் படையை விலக்கிக் கொள்ளுங்கள் என்றார் பிரபாகரன். அந்த எச்சரிக்கையை இடது காதில் வாங்கி வலது காது வழியாக வெளியேற்றியது அரசாங்கம். பொறுமையுடன் காத்திருந்தார் பிரபாகரன். மார்ச் 28 முதல் ஏப்ரல் 19 வரை கால அவகாசத்தை நீட்டிக்கிறோம் என்று மற்றுமோர் அறிவிப்பு. அப்போதாவது அரசாங்கம் சுதாரித்திருக்கலாம். குறைந்தபட்சம், ராணுவத்தின் கொட்டங் களை அடக்கி வைத்திருக்கலாம். ஓர் அதட்டலாவது போட்டிருக்கலாம்.

எல்.டி.டி.ஈ.யிடம் இருந்து இறுதிக் கடிதம். நாங்கள் கொடுத்த கால அவகாசம் இத்துடன் முடிவடைந்தது. இந்தக் கடிதம் சந்திரிகாவின் கையில் கிடைத்தது ஏப்ரல் 19 இரவு 10.30 மணிக்கு.

சந்திரிகா எப்போது தூங்கினார், எப்போது விழித்தார் என்று தெரியாது. திருகோணமலையில் இருந்து செய்தி. அவசரம், அவசரம், அவசரம். துறைமுகத்தில் நிறுத்தி வைக்கப்பட்டிருந்த இரண்டு கப்பல்கள் வெடித்துச் சிதறிவிட்டன. சிதறடித்தவர்கள் கரும் புலிகள். உறைந்துபோனார் சந்திரிகா. ஒரு கப்பல் (சூர்யா) சீன அரசாங்கத்தால் பரிசளிக்கப்பட்டது. மற்றொன்று (ரனசுரு) 20.85 கோடி ரூபாய் கொடுத்து வாங்கப்பட்டது.

சந்திரிகா அதிகாரிகளை அழைத்தார். எல்.டி.டி.ஈ. என்று ஓர் இயக்கம் இருக்கக்கூடாது. என்ன வேண்டும் உங்களுக்கு? மேலும் தளவாடங்கள் என்றார்கள் அவர்கள். லெட்டர் பேடை உருவினார். விமானம், டாங்கி, கப்பல், வகை வகையான ஆயுதங்கள், அதி நவீன வயர்லெஸ் கருவிகள், ஹெலிகாப் டர்கள். எல்லாமே, எல்லாமே வாங்கிக்கொள்ளுங்கள். மேலும் தேவை என்றால் கேளுங்கள்.

மேலும் தேவை என்று வந்து நின்றார்கள் அதிகாரிகள். புத்தம் புதிதாக வாங்கிய ஏவ்ரோ விமானத்தை எல்.டி.டி.ஈ. தகர்த்து விட்டார்கள். சந்திரிகா அதிர்ந்து பின்வாங்கினார். என்னது? இரண்டையுமேவா? இப்போது வாங்கினோமே இரண்டு? அந்த

இரண்டுமேவா? ஆமாம் என்றார்கள். இன்னமும் ஸ்டிக்கரைக் கூட நாங்கள் பிரிக்கவில்லை. தகர்த்துவிட்டார்கள். காலையில் இருந்து நம் ஆள்கள் பெருக்கி எடுத்துக்கொண்டிருக்கிறார்கள். இத்தனை மில்லியன் பொருள் சேதம். இத்தனை விமானப் படை அதிகாரிகள் மரணம். இத்தனை ராணுவ அதிகாரிகள். இத்தனை படை வீரர்கள். இத்தனை காவலாளிகள். கிராண்ட் டோட்டல் இவ்வளவு.

அதற்குப் பிறகு, செய்திகள் கொட்டோ கொட்டு என்று கொட்ட ஆரம்பித்தன. மாதா மாதம் என்றில்லாமல் வாரா வாரம் ஏதாவதொரு மூலையில் எல்.டி.டி.ஈ.யால் பாரிய இழப்பு. உயிர்ச் சேதம். பொருள் சேதம். எல்.டி.டி.ஈயின் முழு பலத்தையும் சந்திரிகா புரிந்துகொள்ள ஆரம்பித்திருந்த சமயம் அது.

1995-ம் ஆண்டு இலங்கை ராணுவம் சந்தித்த இழப்பு கடந்த பதினொரு ஆண்டுகளில் மொத்தமாகச் சந்தித்த இழப்புகளை விட அதிகம். 2,026 ராணுவ வீரர்களை இலங்கை இழந்திருந்தது. பல கப்பல்கள், விமானங்கள், அதி நவீன ஆயுதங்கள் கொள்ளையடிக்கப்பட்டன. பில்லியன் கணக்கில் இழப்பு.

முடிந்துவிட்டதா என்று தலையில் கைவைத்துக்கொண்டு கேட்டார் சந்திரிகா. உண்மையில் எல்.டி.டி.ஈ. அப்போதுதான் ஆரம்பித்திருந்தது. யுத்தம் விளிம்பில் இருந்து மையத்துக்கு நகர்ந்துகொண்டிருந்தது. டார்கெட் கொழும்பு. ஜனவரி 31, 1996. ஆறிலிருந்து எட்டு பேர் வரை இருக்கலாம். செண்ட்ரல் வங்கி வாசலில் வந்து இறங்கினார்கள். வந்தது பழைய லாரியில். எப்படியும் வெடிக்கப்போகும் லாரி. ஓட்டை ஓடிசலே போதும் என்று நினைத்திருக்கலாம். செண்ட்ரல் வங்கி உள்ளிட்ட அந்த வளாகத்தில் இருந்து அத்தனை கட்டடங்களும் துகள் துகளாகச் சிதறின. 80 பேருக்கும் அதிகமானவர்கள் இறந்துபோனார்கள்.

•

டிசம்பர் 5, 1995. இலங்கை ராணுவம் சுதாரித்து எழுந்து பதில் தாக்குதல் தொடுக்க ஆரம்பித்த சமயம் அது. புதிய திட்டம். புதிய படை. ஈழத்தின் இதயப் பகுதிக்கு அவர்கள் குறிவைத்திருந் தார்கள். எல்.டி.டி.ஈ.யின் கோட்டை அமைந்திருக்கும் பகுதி. அடிக்கவேண்டுமென்றால் அங்கே அடிக்கவேண்டும். மீண்டும் எழுந்திருக்கமுடியாதபடி அந்த அடி இருக்கவேண்டும்.

அடித்தார்கள். யாழ்ப்பாணம் இலங்கை ராணுவத்தின் கைப் பிடிக்குள் சிக்கிக்கொண்டது. மொத்தம் 40 நாள்கள் பிடித்தன. எத்தனை நூறு பேர் இறந்திருக்கிறார்கள் என்பதை எண்ண அவகாசம் இல்லை. வெற்றி தந்த களிப்பு. களிப்பு அளித்த மயக்கம். மயக்கம் போதையாக மாறி மண்டைக்குள் ஏறி உட்கார்ந்துகொண்டது. ஆபரேஷன் சன்ஷைன் வெற்றி. ஆனால், ஒரே ஒரு சிறிய வருத்தம். யாழ்ப்பாணம் நம் பிடிக்குள் என்று சொல்லிக்கொள்ளமுடியும். ஆனால், இன்னமும் விடுதலைப் புலிகள் இங்கிருந்து முழுமையாக வெளியேறியது போல் தெரியவில்லை. எங்கே போனார்கள் அவர்கள்?

ஜூலை 18, 1996. விடுதலைப் புலிகள் அதிகாலை 1.30 மணிக்கு முல்லைத்தீவைத் தாக்கத் தொடங்கினர். இடைவிடாத தாக்குதல். பிறகு, புதுப்பித்துக்கொள்ள சிறிது ஓய்வு. மீண்டும் தாக்குதல். சிறிதளவு ஓய்வு. மெல்ல மெல்ல, இலங்கை ராணுவத்திடம் இருந்த அத்தனை ராணுவத் தளவாடங்களையும் கைப்பற்றிக் கொண்டார்கள். மதியம் நெருங்குவதற்குள் ஒட்டுமொத்த ராணுவ முகாமும் புலிகளால் கைப்பற்றப்பட்டது. கைப்பற்றப்பட்ட ஆயுதங்களில் இரண்டு ஆர்டில்லரி பீரங்கிகளும் அடங்கும்.

முகாம், தளவாடங்கள், வீரர்கள் எல்லாவற்றையும் இழந்த பிறகு, இலங்கை ராணுவம் சுறுசுறுப்பாகத் தன் படைகளை முல்லைத்தீவுக்கு அனுப்பி வைத்தது. முல்லைத்தீவுக்குத் தெற்கே மூன்று மைல் தொலைவில் உள்ள அளம்பில் என்னும் கிராமத்தில் கடல்வழியாக இந்தப் பெரும் படையை அவர்கள் தரையிறக்கினார்கள். இலங்கை அரசின் முப்படைகளும் இணைந்து மிகக் கவனமாகத் திட்டமிட்டு நடத்திய தரையிரக்கம் இது. 'திரிவிட பகர' என்று அதற்குப் பெயரிட்டனர்.

கடல் புலிகள் அவர்களுடன் சமர் புரிவார்கள்; நாம் முல்லைத் தீவில் மட்டும் கவனம் செலுத்துவோம் என்றார் பிரபாகரன். கடல் புலிகள் அங்கே உறுமிக்கொண்டிருந்தார்கள். வாய்யா திரிவிட பகர. உன்னை ஒழித்துக்கட்டிவிட்டுதான் அடுத்த வேலை. வழியிலேயே தடுத்து நிறுத்தி முழுமுற்றாகச் சேதப் படுத்தினார்கள். இறுதியில், முல்லைத்தீவு புலிகளின் கட்டுப் பாட்டில் வந்து சேர்ந்தது.

மொத்தம் 1,200 ராணுவ வீரர்கள் கொல்லப்பட்டதாக எல்.டி.டி.ஈ. அறிவித்தது. அவ்வளவெல்லாம் இல்லை,

கொஞ்சம் பேர்தான் என்றது இலங்கை அரசு. இறந்து போனவர்களின் சடலங்களை செஞ்சிலுவைச் சங்கத்திடம் ஒப்படைத்தது எல்.டி.டி.ஈ. செஞ்சிலுவை இலங்கையைத் தொடர்பு கொண்டது. ஐயா, இத்தனை பேரின் உடல்கள் வந்திருக்கின்றன. என்ன செய்யட்டும்? இக்கட்டான சூழல். கொடுங்கள் என்று வாங்கிக்கொண்டால் 1,200 பேர் இறந்தது உண்மை என்று ஆகிவிடும். அவமானம். போனால் போகட்டும் என்று ஒப்புக்கு சில உடல்களை மட்டும் பெற்றுக்கொண்டு, மிச்சம் எங்களுடையது அல்ல என்றார்கள். புலிகளும் வன்னி மக்களும் ஒன்றிணைந்து அந்த உடல்களைத் தகனம் செய்ய வேண்டிவந்தது.

ஓயாத அலைகள் ஒன்று இங்கே முடிவடைகிறது.

•

நீங்கள் என்ன செய்வீர்களோ, ஏது செய்வீர்களோ எனக்குத் தெரியாது. இந்த ஆண்டு இறுதிக்குள் புலிகளின் கட்டுப்பாட்டில் உள்ள முக்கியப் பிரதேசம் ஏதாவது கைப்பற்றப்படவேண்டும். நாம் யார் என்பதை அவர்களுக்குக் காட்டியாகவேண்டும். முல்லைத்தீவு நம்மை விட்டுப் போனதை ஏற்கமுடியாது. சந்திரிகா உத்தரவிட்டார்.

சத்ஜெய. இந்தப் பெயருடன் மூன்று படைகளை அடுத்தடுத்து கிளிநொச்சிக்கு அனுப்பி வெற்றிகரமாகக் கைப்பற்றியது இலங்கை ராணுவம். கிளிநொச்சி சிக்கிவிட்டது. வவுனியா நம் கையில். இடைப்பட்ட பிரதேசங்களையும் கைப்பற்றிவிட்டால் நன்றாக இருக்குமே. ஆபரேஷன் ஜெயசிகுறு (Operation Jaya Sikuru) என்னும் பெயரில் மீண்டும் ஒரு படையெடுப்பு நிகழ்த்தப் பட்டது. பிப்ரவரி 2, 1998. கிளிநொச்சியைக் கைப்பற்றும் போராட்டத்தைத் தொடங்கினார் பிரபாகரன். பெரிய வெற்றி என்று சொல்லமுடியாது. ஒரு சில பகுதிகளை மட்டுமே விடுவிக்க முடிந்தது. திலீபனின் பதினோராம் ஆண்டு நினைவு நாளில் (செப்டம்பர் 26) தொடுக்கப்பட்ட தாக்குதல் மூலம், முழு கிளிநொச்சியும் விடுவிக்கப்பட்டது. இந்த மீட்டெடுப்பு நடவடிக்கைக்கு ஓயாத அலைகள் இரண்டு என்று பெயர்.

ஓயாத அலைகள் மூன்று, இரண்டு கட்டங்களைக் கொண்டது. மாங்குளத்துக்கும் ஏ-9 நெடுஞ்சாலைக்கும் கிழக்கே உள்ள

ஒட்டுச்சுட்டான் என்னும் பகுதியை இலங்கை ராணுவம் கைப்பற்றிக்கொண்டது. இலங்கை ராணுவத்தின் கட்டுப் பாட்டில் இருந்த இந்தப் பகுதியை மீட்டெடுக்க எல்.டி.டி.ஈ. நவம்பர் 1, 1999 அன்று முதல் கட்டத் தாக்குதல் நடத்தியது. தொடர்ந்து, நெடுங்கேணி, அம்பகாமம், கரிப்பட்ட முறிப்பு, மாங்குளம், கனகராயன்குளம், புளியங்குளம் அத்தனையும் கைப்பற்றப்பட்டன. நவம்பர் 5-ம் தேதி, ஏ-9 பாதையின் தெற்கே அமைந்துள்ள விளக்குவைத்த குளம் என்னும் பகுதி கைப்பற்றப் பட்டதோடு முதல் கட்டம் முடிவடைகிறது.

இரண்டாவது கட்டம், நவம்பர் 7-ம் தேதி ஆரம்பமானது. ராணுவத்தின் கைப்பிடிக்குள் இருந்த மன்னார் பகுதியை மீட்டெடுக்கத் தொடங்கப்பட்ட போராட்டம் இது. தாக்குதல் ஆரம்பித்தது பள்ளமடுவில். பள்ளமடு, பெரியமடு, தட்சணா மருதமடு, மடுத்தேவாலயப்பகுதி உள்ளிட்ட பகுதிகள் புலிகளால் கைப்பற்றப்பட்டன.

●

டிசம்பர் 22, 1999-ம் ஆண்டு, 54 வயது சந்திரிகா மீண்டும் அதிபராகத் தேர்ந்தெடுக்கப்பட்டார். எல்.டி.டி.ஈ. பற்றிய தனது அபிப்பிராயத்தை சந்திரிகா மாற்றிக்கொள்ளவேயில்லை. அவர் இன்னமும்கூடத் திடமாக நம்பினார். எல்.டி.டி.ஈ.யை வேறோடு ஒழித்துக்கட்டுவது சாத்தியமே.

13. நித்தம் நித்தம் யுத்தம்

உலகமே புத்தாயிரம் ஆண்டு தொடங்குவதைக் கொண்டாடி பட்டாசு வெடித்துக்கொண்டிருந்த போது, இலங்கை வட கிழக்கு மாகாணங்களில் துப்பாக்கிகளும் குண்டுகளும் வெடித்துக்கொண் டிருந்தன. மூன்று பூஜ்ஜியங்கள் கொண்ட 2000 என்ன பெரிய மாற்றத்தைக் கொண்டுவந்துவிடப்போகி றது? பூஜ்ஜியம்தான். யாழ்ப்பாணத்தில் மட்டு மல்ல, கொழும்பிலும் எல்லோரும் மரணத்தை சுவாசித்துக்கொண்டிருந்தார்கள். பத்திரிகைகளை உதறினால் ரத்தம் தெறித்தது.

ஜனவரி 1-ம் தேதி 73 சடலங்கள் யானையிறவுக்கு அருகே கண்டெடுக்கப்பட்டன. ராணுவத்தினர் சிலர். புலிகள் சிலர். தமிழர்கள் பலர். ஜனவரி 5-ம் தேதி ஒரு கரும்புலி பிரதமரின் அலுவலகத்துக்குச் சென்று அங்கிருந்த 12 பேரோடு சேர்ந்து சிதறி விழுந்தார். வவுனியா தபால் அலுவலகத்துக்கு வந்த பார்சல் ஒன்றைப் பிரித்தபோது குண்டு வெடித்ததில் 40 பேர் மரணம். அதே ஜனவரி மாதம், தமிழர்களால் நேசிக்கப்பட்ட அரசியல் தலைவர் குமார் பொன்னம்பலம் கொல்லப்பட்டார். காலை 9.45 மணிக்கு யாரோ சாந்தன் என்னும் பெயரில் வந்து அவரை காரில் அழைத்துச்சென்றிருக்கிறான்.

சீட் பெல்ட் போட்ட நிலையில் தோட்டாக்களால் துளைக்கப் பட்ட அவர் உடல் கண்டெடுக்கப்பட்டது. கேஸ் பெண்டிங். குமார் பொன்னம்பலத்துக்கு மாமனிதர் பட்டம் அளித்தது எல்.டி.டி.ஈ.

மார்ச் மாதம் எல்.டி.டி.ஈ. ஓயாத அலைகளின் மூன்றாவது பாகத்தை மீண்டும் ஆரம்பித்தது. யானையிறவில் அமைக்கப் பட்டிருந்த ராணுவ முகாம்கள் குறிவைத்துத் தாக்கி அழிக்கப் பட்டன. சந்திரிகா அதற்குள் ஒரு முடிவுக்கு வந்திருந்தார். இந்த மோதல்கள் எப்படியும் நிற்கப்போவதில்லை. புலிகளும் நிறுத்திக்கொள்ளப்போவதில்லை. நாமும் சும்மா இருக்கப் போவதில்லை. கிளிநொச்சி, முல்லைத்தீவு, யானையிறவு என்று புலிகள் ஒவ்வொன்றாக வீழ்த்திக்கொண்டிருக்கிறார்கள்.

புலிகளை ராணுவத்தால் கட்டுப்படுத்தமுடியவில்லை. குறைந் தது இதுபோன்ற செய்திகள் மக்களிடம் சென்றடைவதையாவது தடுக்கமுடியும்தானே? புலிகளின் பலம் பெருகிக்கொண்டிருக் கிறது என்று மக்கள் நினைப்பது ஆபத்தைத் தரும். வடகிழக்கு மக்களுக்கு இந்தச் செய்தி ஆனந்தத்தை அள்ளித்தரும். சிங்களர்கள் சுணங்கிவிடுவார்கள். தவிரவும், இலங்கை அரசு செயலிழந்து வருகிறது என்று யாரும் நினைத்துவிடக்கூடாது. உள்நாட்டிலும் சரி. உலகமும் சரி.

சிங்கள மீடியாவை மட்டுமே ஓரளவுக்குக் கட்டுப்படுத்த முடிந்தது. 50 ராணுவ வீரர்கள் கொல்லப்பட்டால் ஒரு பூஜ்ஜியத்தை அகற்றிவிட்டு 5 பேர் என்றார்கள். 200 பேர் என்றால் 20 பேர். அதே போல் விடுதலைப் புலிகளில் இருவர் கொல்லப் பட்டால் பக்கத்தில் ஒரு பூஜ்யம் சேர்த்து 20 என்றார்கள். ஏப்ரல் 21-ம் தேதி எல்.டி.டி.ஈ. அறிவித்தது. யானையிறவு ராணுவ முகாம்களை முழுமுற்றாக அழித்துவிட்டோம். கிட்டத்தட்ட ஆயிரம் சிங்கள வீரர்கள் இறந்துவிட்டனர். யானையிறவு எங்க ளிடம். புலிகளின் செய்திகளைத் தணிக்கை செய்ய முடிந்தால் எவ்வளவு நன்றாக இருக்கும்?

டைம் பத்திரிகை இலங்கையின் கன்னத்தில் இடித்தது. மே 15-ம் தேதி வெளியான செய்தி அறிக்கையின் சாரம் இது. பத்தாயிரம் அரசாங்க வீரர்களால் வெறும் நான்காயிரம் விடுதலைப் புலி களைக் கட்டுப்படுத்தமுடியவில்லை. யானையிறவைத் தற் காத்துக்கொள்ள இலங்கைக்குத் தெரியவில்லை.

இலங்கை அரசின் ராணுவ பட்ஜெட் ராக்கெட்டில் பறந்து கொண்டிருந்தது. 880 மில்லியன் டாலர்.

•

சந்திரிகா தீவிரமாகச் சிந்தித்துக்கொண்டிருந்தார். எல்.டி.டி.ஈ. எப்படிச் செயல்படுகிறது? எப்படி ஆள்கள் சேர்க்கிறார்கள்? எங்கிருந்து வலை வீசிப் பிடிக்கிறார்கள் இத்தனை மூர்க்கமான வீரர்களை? எங்கே வைத்துப் பயிற்சிகள் கொடுக்கிறார்கள்? எங்கோ காட்டில், பொந்தில் வைத்து இத்தனை தீவிரமாகப் பயிற்சி அளிக்கமுடியுமா? ராணுவத்துடன் மோதவேண்டும் என்றவுடனே எப்படி எங்கிருந்து பிறக்கிறது இத்தனை வெறி? இத்தனை உத்வேகம்? தமிழர்கள் அனைவருமே இயல்பில் வீரமானவர்கள்தானா? எனில் ஏன் வடகிழக்குத் தமிழர்கள் வெகு சுலபத்தில் பலியாகிறார்கள்? மில்லியன் மில்லியனாகக் கொட்டிக்கொண்டிருக்கிறோம். அலைந்து திரிந்து நான்கு பேரிடம் கொட்டேஷன் வாங்கி உயர் அதிகாரிகளை அனுப்பிப் பரிசோதித்துப் பார்த்து ஆயுதங்கள் வாங்குகிறோம். போர்க் கப்பல்கள் வாங்குகிறோம். குண்டு வீசும் விமானம் வாங்கு கிறோம். என்ன பயன்?

எல்.டி.டி.ஈ. எப்படி எங்கிருந்து ஆயுதங்கள் வாங்குகிறது? ஒவ்வொரு முறை மோதிக்கொள்ளும்போது ராணுவம் வாயைப் பிளக்கிறது. நம்மைவிட அதி நவீன ஆயுதங்கள் வைத்திருக் கிறார்களாம். கப்பல் வைத்திருக்கிறார்களாம். ஏவுகணைகள் வைத்திருக்கிறார்களாம். மின்னல் வேகத்தில் இயக்குகிறார் களாம். நம்மைக் கவிழ்த்து நம் ஆயுதங்களைக் கைப்பற்றிக் கொள்கிறார்களாம். அதை விடுங்கள். கடை நிலை வீரன் முதல் கமாண்டர் வரை அத்தனை பேரிடமும் ஒரே மாதிரியான துடிதுடிப்பும் வேட்கையும் இருக்கிறது என்கிறார்கள். நம்மிடம் ஏன் இரண்டும் இல்லை?

ஆ, கரும்புலிகள். நினைத்தாலே உடல் கிடுகிடுக்கிறது. ஆயிரம் ஏவுகணைகள், நூறாயிரம் குண்டு வீசும் விமானங்கள் இருந் தாலும் அழிக்கமுடியாத பெரும்படை அது. அதில் பெண்களே அதிகம் இருக்கிறார்களாமே? எப்படி முடிகிறது அவர்களால்? எப்படி வீட்டிலிருந்து கிளம்புவார்கள்? இன்று நான் இறக்கப் போகிறேன் என்று தெரிந்தேவா? எனக்கு அளிக்கப்பட்ட வேலை முடிந்ததும் நானும் முடிந்துபோவேன் என்று

தெரிந்தேவா? நண்பர்களிடம் என்ன சொல்லி விடைபெற்றுக் கொள்வார்கள்? போய் வருகிறேன் என்றா? போகிறேன் என்றா? லேசுப்பட்ட மரணமா அது? மூளை சிதறி விழுமே. தரை முழுவதும் சதைத் துணுக்குகளாகச் சிதறுமே. எப்படி ஏற்றுக் கொள்கிறார்கள்?

பலவந்தப்படுத்தி செய்யவைக்கக்கூடிய வேலையா அது? போ அழித்துவிட்டு வா என்று சொன்னாலே முடியாமல் திரும்பு கிறார்களே. போ, அழித்துவிட்டு அழிந்துபோ என்று சொல்லி அனுப்புகிறதே எல்.டி.டி.ஈ. சரி என்று அவர்களும் கிளம்பிப் போகிறார்களே? எவ்வளவு பணம் கொட்டிக் கொடுத்தாலும் இதுபோன்ற வீரர்கள் கிடைக்கமாட்டார்களே? எல்.டி.டி.ஈ. அவர்களுக்கு என்ன கொடுக்கிறது? நிச்சயம் பணம் இல்லை. அது அவர்களுக்குத் தேவைப்படாது. வேறு ஏதோ.

அதைக் கண்டுபிடித்துவிட்டால் போதும்.

•

உலகில் தற்கொலைப் படையை பயங்கரமான ஆயுதமாகப் பயன்படுத்தும் மிகச்சிலருள் விடுதலைப் புலிகள் முக்கியமான வர்கள். தற்கொலைப் படையினர் கரும்புலிகள் என்று அழைக்கப்படுகிறார்கள். இலங்கை அரசின் ரத்த அழுத்தத்தை அதிகரிக்கும் பிரிவு இது. இவர்களுக்கு அளிக்கப்படும் பயிற்சி கள் மற்ற வீரர்களுக்கு அளிக்கப்படுவதைக் காட்டிலும் அதிக மானது. கடினமானதும்கூட.

ஆனால், வெறும் பயிற்சிகளால் மட்டும் ஒரு தற்கொலைப் போராளியை உருவாக்கிவிடமுடியாது. வலுவான ஒரு சித்தாந்தத்தால் அவர் கவரப்பட்டிருக்கவேண்டும். என் உயிர் பெரிதல்ல; நான் கொண்ட கனவே பெரிது என்று அவர் அழுத்தம் திருத்தமாக உணரவேண்டும். கட்டளையை ஏற்று நிறை வேற்றும் பக்குவமும் கீழ்ப்படியும் குணமும் வேண்டும். எப்போது வேண்டுமானாலும் எங்கே வேண்டுமானாலும் இயங்கத் தயாராக இருக்கவேண்டும்.

ஒரு கரும்புலியாக மாறுவது மிகவும் பெருமிதம் தரக்கூடிய விஷயம் என்னும் உணர்வு புலிகளுக்கு மத்தியிலும் தமிழர் களுக்கு மத்தியிலும் ஆழமாக வேரூன்றியுள்ளது. உயிரைத் துறந்த ஒரு கரும்புலியை ஆராதிக்கும், கொண்டாடும் வழக்கம்

அங்கே பிரசித்தமானது. பணிக்குப் போகுமுன், அதாவது வெடித்து உயிர் துறப்பதற்கு முன்னால், குறிப்பிட்ட கரும்புலியை பிரபாகரன் சந்திப்பார். அன்றைய உணவு அவருடன்தான். தலைவருடன் விருந்து என்பது புலிகள் மத்தியில் மிகவும் பெருமைக்குரிய விஷயம்.

முதல் தற்கொலைப்படைத் தாக்குதல் ஜூலை 5, 1987 அன்று வசந்தன் என்னும் கேப்டன் மில்லரால் நடத்தப்பட்டது. சிங்கள வீரர்களை யாழ்ப்பாணத்துக்குள் நுழையவிடாமல் தடுக்கச் செய்வதற்காக வண்டி முழுவதும் வெடிகுண்டுகளுடன் வெடித்துச் சிதறினார் அவர்.

பிறகு ராஜீவ் காந்தி, பிரேமதாசா. ஓயாத அலைகள்!

•

அவர்கள் மாவீரர் தினம் என்று ஒன்று வைத்திருக்கிறார்கள். நாமும் ஒன்று வைத்துக்கொள்வோமே. ஜூன் 7,2000 அன்று போர் வீரர்கள் தினத்தை ஆரம்பித்து வைத்தார் சந்திரிகா. அன்றைய தினம் தேவாலயத்தின் மணிகளும் கோவில் மணிகளும் ஒலிக்கும். எல்லோரும் அவரவர் வேலையை ஒதுக்கி வைத்துவிட்டு இரண்டு நிமிடங்கள் மௌனம் காக்கவேண்டும். இறந்துபோன சிங்கள வீரர்களின் நினைவுகளை ஆராதிக்க வேண்டும். தொலைக்காட்சியில் தோன்றி உருக்கமாகப் பேசினார் சந்திரிகா. சீக்கிரம் போரை முடிவுக்குக் கொண்டு வர விரும்புகிறோம். ஏற்கெனவே ஏராளமான பணத்தைப் போரில் கொட்டியாகிவிட்டது. தொடர்ந்து செலவு செய்துகொண்டே இருக்கமுடியாது. நம் வீரர்கள் நிச்சயம் எல்.டி.டி.ஈ.யை ஒழித்துக்கட்டுவார்கள் என்னும் நம்பிக்கை எனக்கு இருக்கிறது.

சந்திரிகா போர் வீரர்கள் தினத்தைக் கொண்டாடிக்கொண்டிருந்த அதே நாள், அதே நேரம், கேபினட் அமைச்சர் சி.வி. குணரத்னேவும் அவருடன் இருந்த 21 பேரும் வெடித்து விழுந்தார்கள்.

ஓயாத அலைகள் நான்காம் பாகம் இன்று முதல் ஆரம்பம் என்றது எல்.டி.டி.ஈ. செப்டெம்பர் 26, 2000. முகமலை கிளாலி பகுதியில் ஆரம்பித்து வைத்தார்கள். 150 ராணுவ வீரர்கள் கொல்லப்பட்டனர். ஐநூறு பேர் படுகாயம். மற்றொரு புறம், சந்திரிகா அக்டோபர் 10 தேர்தல் போரில் ஈடுபட்டுக்கொண்டிருந்தார். வெற்றிதான் என்றாலும் அது சிறுபான்மை வெற்றியே. சிக்கல்.

தவிரவும், பிரதமராக இருந்த சிரிமாவோ தேர்தல் தினத்தன்று வாக்களித்த கையோடு மாரடைப்பு ஏற்பட்டு இறந்துபோனார். புதிய அமைச்சரவையை அமைத்தார் சந்திரிகா. மகிந்த ராஜபக்சேவுக்கு மீனவளத்துறை கிடைத்தது.

அக்டோபர் 23-ம் தேதி கிழக்கு திருகோணமலைப் பகுதியில் தாக்குதலை ஆரம்பித்தது எல்.டி.டி.ஈ. கப்பல் படை, விமானப் படை இரண்டையும் வைத்துக்கொண்டு மிகுந்த ஆரவாரத்துடன் நடத்தப்பட்ட தாக்குதல் அது. அடுத்த இரு நாள்களில் பிந்துனுவேவா சிறைச்சாலை குரூரத்தின் அடையாளமாக மாறிப்போனது. சீர்திருத்தப் பகுதி என்று ஒன்று அங்கே உண்டு. இன்னும் பதின்வயதைக் கூட தாண்டாதவர்களை அங்கே அடைத்துவைத்திருந்தார்கள். சந்தேகக் கேஸ். அவர்களுள் சிலர் தாமாகவே முன்வந்து சரணடைந்தவர்கள். அதாவது, துப்பாக்கியைக் காட்டியபிறகு, தாமாக.

இவர்களை உள்ளே வைத்திருப்பதற்கு மற்றொரு காரணமும் உண்டு. பதின் வயது கூட தாண்டாத சிறுவர்களை எல்.டி.டி.ஈ. தனது படையில் இணைத்துக்கொண்டுள்ளது என்பதை சர்வதே அரங்கில் அம்பலப்படுத்தலாம். என்ன ஆதாரம் என்று கேட்டால் இவர்களைக் காட்டலாம். இவர்கள் எங்கள் வீரர் களைத் தாக்க வந்தார்கள் என்று சொல்லலாம். தகவல் தொடர்புக்கும் ஒற்றறிவதற்கும் எல்.டி.டி.ஈ. இந்தக் குழந்தை வீரர்களை உபயோகிக்கிறார்கள் என்று சொல்லலாம்.

உள்ளே தமிழ்க் கைதிகள் இருக்கிறார்கள் என்னும் செய்தி அனைவரும் அறிந்ததே. அக்டோபர் 25-ம் தேதி ஒரு கூட்டம் திபுதிபுவென்று உள்ளே நுழைந்தது. இரண்டாயிரத்துக்கும் அதிகமானவர்களைக் கொண்ட பெரும் கூட்டம் அது. கையில் கட்டை, கம்பு, பிச்சுவாவுடன் சிறைச்சாலைக்குள் நுழைந் தார்கள். எங்கே அந்தக் கொலைகாரத் தமிழர்கள்? சிறுவர்கள் பயத்துடன் எழுந்து நின்றிருக்கிறார்கள். ஹெட்மாஸ்டர் பிரம்புடன் வந்தால் எழுந்து நிற்கும் மாணவர்களைப் போல். அடுத்த நொடி, தாக்குதல் ஆரம்பமானது. சிறை அதிகாரிகள் தள்ளி நின்றுகொண்டார்கள். சிலர் கூட்டத்துடன் சேர்ந்துகொண் டார்கள். மொத்தம் 29 கைதிகள் இறந்துபோயிருந்தார்கள். கால்களால் மிதிப்பட்டு இறந்தவர்கள் எத்தனை பேர், தடியடிக்குப் பலியானவர்கள் எத்தனை பேர், அதிர்ச்சியில் உறைந்து இறந்தவர்கள் எத்தனை பேர் என்று தெரியவில்லை.

சந்திரிகா தனது முடிவை மாற்றியமைத்துக்கொண்டார். இஸ்ரேல், பாகிஸ்தான், அமெரிக்கா, இந்தியா. யாரும் வேண்டாம். கூப்பிடு நார்வேயை.

அதிகாரபூர்வமான பஞ்சாயத்து நாடாக நார்வேயை 1999-ல் சந்திரிகா தேர்ந்தெடுத்தார். ஏன் குறிப்பாக நார்வே? நான்கு முக்கியக் காரணங்களைச் சொல்லலாம். ஒன்று, இலங்கைப் பிரச்னையில் நார்வே யார் பக்கமும் சாயாது என்பது இலங்கையின் நம்பிக்கை. ஆளைப் பார்த்துத் தீர்ப்பு சொல்லும் ஜாதி அல்ல. தீர்ப்பு சொன்னால் என்ன தருவாய் என்று துப்பாக்கியைக் காட்டி மிரட்டாது. இரண்டாவது, நார்வே எல்லாருக்கும் நல்ல பிள்ளை. யாரையும் விரோதித்துக் கொண்டது கிடையாது. மூன்றாவது, நார்வேக்கும் இலங் கைக்கும் பல ஆண்டுகளாகவே நல்ல தோழமை. நான்காவது, உலக அங்கீகாரம். நார்வே சமர்த்துப் பிள்ளை என்று உலகமே அங்கீகரித்திருந்தது. கிழக்கு ஆசியா, கவுதமாலா, கொலம்பியா என்று பத்துப்பட்டியில் எங்கே தகராறு வந்தாலும், கையில் ஒரு செம்போடு கிளம்பி நல்ல பெரிய ஆலமரமாகப் பார்த்து உட்கார்ந்து தீர்ப்பு சொல்வது நார்வேயின் வழக்கம்.

1993-ல் நார்வே நடத்திக் காட்டிய ஆலமர சாதனை இஸ்ரேல்-பாலஸ்தீன ஒப்பந்தம். ஓஸ்லோ அமைதி ஒப்பந்தம் (Oslo Peace Accord) என்று இந்த ஒப்பந்தம் அழைக்கப்படுகிறது. முட்டி மோதிக்கொண்டிருந்த இந்த இரு பக்கங்களையும் கையைப் பிடித்து (சில சமயம் காதைத் திருகி) மேஜைக்கு இழுத்து வந்து கையெழுத்து போடவைத்தது நார்வே. இதுதவிர, உலகெங்கு முள்ள பெரும்பாலான அமைதி இயக்கங்களின் அட்டெண் டன்ஸில் நார்வேயின் பெயர் முதல் வரிசையில் இருக்கும்.

முயன்று பார்க்கலாம் என்று சந்திரிகாவுக்குத் தோன்றியது. ராணுவ ரீதியாக எல்.டி.டி.ஈ.யுடன் மல்லுக்கட்டமுடியாது என்னும் முடிவுக்கு அவர் வந்து சேர்ந்திருக்கலாம். செலவு கட்டுப்படியாகவில்லை. இருபத்து நான்கு மணி நேரமும் எல்.டி.டி.ஈ. இருபத்து நான்கு மணி நேரமும் பிரபாகரன். இருபத்து நான்கு மணி நேரமும் துக்கச் செய்திகள். அங்கே கைப்பற்றிவிட்டார்கள். இங்கே குண்டு வீசிவிட்டார்கள். நாளை கழிந்து மறு நாள் மற்றொரு பகுதியைச் சுற்றிவளைக்கப் போகிறார்கள். எரிச்சலாக இல்லை? ச்சே, என்ன பிழைப்பு இது?

நார்வேயை அனுப்பிப் பார்க்கலாம். அவர்கள் போய்ப் பேசட்டும். உருப்படியாக ஏதாவது தேறுகிறதா என்று பார்ப் போம். எல்.டி.டி.ஈ. இந்த ஏற்பாட்டுக்கு ஒப்புக்கொண்டது.

நார்வே தனது சிறப்பு தூதுவரை உடனடியாக இலங்கைக்கு அனுப்பி வைத்தது. அவர் பெயர் எரிக் சோல்ஹீம் (Eric Solheim). அக்டோபர் 31-ம் தேதி எரிக் சோல்ஹீம் வந்து சேர்ந்தார். ராணுவ ஹெலிகாப்டரில் அவரை அழைத்துச்சென்று வவுனியாவில் தரையிறக்கினார்கள். எரிக், நார்வே முக்கியஸ்தர்கள் சிலர், பிறகு ரெட் கிராஸ் ஆசாமிகள். அனைவரையும் ஒரு வாகனம் அனுப்பி எல்.டி.டி.ஈ. வரவேற்று அவர்கள் பகுதிக்கு அழைத்துச் சென்றது.

முதல் முறையாகப் பிரபாகரனைச் சந்தித்துப் பேசினார் எரிக். பிரபாகரனுடன் தமிழ்ச்செல்வன், சங்கர் இருவரும் இருந்தனர். எரிக் பேசுவதை பிரபாகரனுக்கும் பிரபாகரன் பேசுவதை எரிக்குக்கும் மொழிபெயர்த்துச் சொல்லவேண்டியது சங்கரின் வேலை. இரண்டு மணி நேரங்கள் விவாதம் நடைபெற்றது.

நேராக, சந்திரிகாவைச் சென்று சந்தித்தார் எரிக். பிரபாகரனிடம் பேசிய அத்தனை விஷயங்களையும் அவர் சந்திரிகாவிடம் சொல்லிவிடவில்லை. எரிக் மிகவும் தெளிவானவர். போட்டுக் கொடுக்கும் வேலை உதவாது. இரு தரப்பினரையும் பேச விட்டுக் கேட்கவேண்டும். எதையும் மறைக்காமல் வெளிப்படை யாக, தன் மனத்தில் பட்டதை அவர்கள் பேசட்டும். இரு தரப்புக்கும் பொதுவான அம்சங்கள் என்னென்ன இருக்கிறது என்று பார்க்கவேண்டும். இருவரும் ஏதாவதொரு புள்ளியில் இணைகிறார்களா என்று பார்க்கவேண்டும். இல்லையெனில், அப்படி ஒரு புள்ளியை உருவாக்கவேண்டும்.

எரிக்கின் வருகை சில முக்கிய மாற்றங்களைக் கொண்டு வந்தது. காலை வேளைகளில் சந்திரிகாவைச் சந்தித்தார். மாலை நேரங் களில் எதிர்க் கட்சித் தலைவர் ரணில் விக்கிரமசிங்கேயுடன் விவாதித்தார். மறுநாள் காலை எழுந்து காபி குடித்துவிட்டு புலிகளைச் சந்தித்துக் கதைத்தார். சு.ப. தமிழ்ச்செல்வனிடம் விவாதித்தார். சந்தித்த அனைவரையும் வசீகரித்தார்.

பலன் கிடைத்தது. டிசம்பர் 21, 2000 அன்று எல்.டி.டி.ஈ. போர் நிறுத்தத்தை அறிவித்தது.

சந்திரிகா இதை எதிர்பார்க்கவில்லை. அவர் எதிர்பார்த்திருந்தது பேச்சு வார்த்தையை. அப்படியே பேசிப் பேசி நேரம் வாங்கிக் கொள்ளலாம். ராணுவத்தைப் பலப்படுத்திக்கொள்ளலாம். பிறகு, தாக்கலாம். எல்.டி.டி.ஈ.யை ஒழிக்க முடியும் என்று இன்னமும் நம்பிக்கொண்டிருந்தார் சந்திரிகா. போர் நிறுத்தம் என்றதும் அவருக்குப் பகீர் என்றது. மில்லியன் கணக்கில் செலவு செய்து வாங்கி வைத்திருக்கும் ஏவுகணைகளை, விமானங்களை என்ன செய்வது? எல்.டி.டி.ஈ.யை ஒழிக்கிறேன் என்று சொல்லித்தான் தேர்தலில் ஜெயித்திருக்கிறேன்.

இப்பொழுது பார்த்து அமைதி, ஒப்பந்தம், போர் நிறுத்தம் என்று சொன்னால் சிங்களர்கள் ஏற்றுக்கொள்வார்களா? ஒரு பயல் நம்மை மதிப்பானா? பயந்தாங்கொள்ளி என்று நகைத்தால்? தற்சமயம் விலைவாசி உச்சத்தில் இருப்பதற்குக் காரணம் எல்.டி.டி.ஈ.யுடன் தொடுக்கும் யுத்தம்தான் என்று சொல்லி சமாளித்திருக்கிறோம். யுத்தம்தான் இல்லையே, விலையை குறைத்துக்கொள் என்று மக்கள் போர்க்கொடி உயர்த்தினால்?

எப்படிப் பார்த்தாலும் அமைதி சாத்தியமேயில்லை என்றுதான் தோன்றியது சந்திரிகாவுக்கு. போர் நிறுத்தம் அறிவித்திருக்கும் சமயம் பார்த்துத் தாக்கினால் எல்.டி.டி.ஈ.க்கு கணிசமான சேதத்தை ஏற்படுத்த முடியும் என்றது ராணுவம்.

சரி என்று சொன்னார் சந்திரிகா.

•

ஜனவரி 16, 2001 அன்று யானையிறவு பகுதியை கைப்பற்றும் முயற்சியில் இறங்கிய ராணுவத்தை எல்.டி.டி.ஈ. விரட்டி அடித்தது. மீண்டும் ஒரு வாய்ப்பு அளிக்கிறோம். இத்துடன் நிறுத்திக்கொள்ளுங்கள். மேலும் மூன்று மாதங்கள் போர் நிறுத்தத்தை நீட்டிக்கிறோம். ஒத்துழைப்பு தரவும்.

உலகம் முழுவதிலும் இருந்து இலங்கை அரசுக்கு நெருக்கடிகள் பெருக ஆரம்பித்தன. எல்.டி.டி.ஈ. நிறுத்திக்கொள்கிறேன் என்கிறது. இந்த வாய்ப்பை உடனே பயன்படுத்திக்கொள் ளுங்கள். பிரிட்டன், ஆஸ்திரேலியா, கனடா தொடங்கி ஐரோப்பிய நாடுகளில் இருந்தும் இலங்கை அரசுக்கு ஏகப்பட்ட அழுத்தம் கொடுத்தார்கள்.

மார்ச் 31 அன்று நடுக்கடலில் வைத்து புலிகளை வம்புக்கு இழுத்தது ராணுவம். போர் நிறுத்தம் அமலில் இருக்கும்போது நடத்தப்பட்ட வம்புத் தாக்குதல் அது. கடல் புலிகள் பதிலுக்குத் தாக்கினார்கள். 500 மில்லியன் ரூபாய் மதிப்புள்ள போர்க்கப்பல் (Dvora Fast Attack Craft) வெடித்துச் சிதறியது. ஐந்து பேரைக் காணவில்லை என்றது இலங்கை அரசு.

ஏப்ரல் 24. யானையிறவை விடமாட்டோம் என்று கங்கணம் கட்டிக்கொண்டு கிளம்பினார்கள். Operation Rod of Fire. நெருப்பை ஊதி அணைத்தது எல்.டி.டி.ஈ. புலிகளின் குரலில் அறிவிப்பும் செய்தது. முப்பது சிங்கள வீரர்களின் உடல்கள் எங்களிடம் உள்ளன. ரெட் கிராஸ் வந்து பெற்றுக்கொள்ளலாம்.

மே 4. அமெரிக்க வெளியுறவுத்துறை அமைச்சர் காலின் பவல் தன் திருவாய் மலர்ந்தருளினார். ம்ஹூம். இலங்கை விவகாரத்துக்கு ராணுவ ரீதியான தீர்வு கிடைக்கும் என்னும் நம்பிக்கை அமெரிக்காவுக்குக் கிடையாது.

ஜூலை 24. பண்டாரநாயகா சர்வதேச விமான நிலையத்தின் மீது தாக்குதல் நடத்தியது எல்.டி.டி.ஈ. பதிமூன்று பயணிகள் விமானங்கள். 400 மில்லியன் டாலர் நாசம். அருகில் இருந்த கடுநாயக விமானப்படைத் தளத்தின் மீது அடுத்த தாக்குதல். எட்டு போர் விமானங்கள். அதில் இரண்டு இஸ்ரேலிய Kfir Jet வகைகளும் அடங்கும். இது ஒரு 100 மில்லியன் டாலர். கிராண்ட் டோட்டல் 500 மில்லியன் டாலர்.

செப்டம்பர் 26-ம் தேதி எல்.டி.டி.ஈ. தனது மூத்த கமாண்டரான கர்னல் ஷங்கரை இழந்தது.

எரிக்குக்கு சுருக்கென்று கோபம். எல்.டி.டி.ஈ. போர்நிறுத்தம் அறிவித்திருக்கும்போது இலங்கை ஏன் முந்திரிக்கொட்டைத் தனமாக தாக்குதல் நடத்திக்கொண்டிருக்கிறது? பேசினார். இலங்கை அரசு தனது அணுகுமுறையை மாற்றிக்கொள்ள வேண்டும் என்று சொல்லிப் பார்த்தார். விடுதலைப் புலிகளை, தடைசெய்யப்பட்ட தீவிரவாத இயக்கமாக அறிவிப்பது சரியல்ல என்று வாதாடிப் பார்த்தார். அமெரிக்காவரை சென்று பேசிப் பார்த்தார். பயனில்லை.

இந்தச் சமயத்தில்தான் இலங்கை அரசுக்கு எரிக் சோல்ஹீம் மீது சந்தேகம் எழுந்தது. தீர்ப்பு சொல்லக் கூட்டி வந்தால்,

எல்.டி.டி.ஈ.க்கு ஆதரவாகக் குரல் கொடுக்கிறாரே என்று துடித்த சந்திரிகா, 'நாட்டாமை, தீர்ப்பை மாற்றிச் சொல்லு!' என்று கட்டளையிட்டது. எரிக் பணியவில்லை. கொஞ்சமும் அலட்டிக் கொள்ளாத இலங்கை, நார்வேக்கு தந்தி அடித்தது. 'தீர்ப்பை மாற்றாத நாட்டாமையை மாற்று.' நார்வே தனது வெளியுறவுத் துறை அமைச்சர், தோர்ஜோர்ன் ஜக்லாந்த் (Thorbjoern Jagland) என்பவரை அனுப்பி வைத்தது.

●

டிசம்பர் 7, 2001 அன்று UNP தலைமையிலான ஐக்கிய தேசிய முன்னணி நாடாளுமன்றத் தேர்தலில் அதிக இடங்களைப் பிடித்து வெற்றி பெற்றது. ஐம்பத்திரண்டு வயதான ரணில் விக்கிரமசிங்கே பிரதமர் ஆனார். ரணில் விச்கிரமசிங்கேவின் வருகை சில மாற்றங்களைக் கொண்டு வந்தது. சந்திரிகாவுக்குப் பிடிக்காது என்று தெரிந்தே சில காரியங்களைச் செய்தார் ரணில் விக்கிரமசிங்கே. பதவி கிடைத்துவிட்டது. கூடுதலாக, பாதுகாப்பு அமைச்சகம் அவர் பிடியில் வந்திருந்தது.

ஜனவரி 2002 அன்று வடகிழக்குப் பகுதிகளில் விதித்திருந்த தடைகளை அகற்றினார் ரணில் விக்கிரமசிங்கே. தமிழ்ச் செல்வன் புதிய பிரதமரின் இந்த முடிவை வரவேற்றார். அதே மாதம், பத்து போர்க் கைதிகளை எல்.டி.டி.ஈ. விடுவித்தது.

9/11 சம்பவத்தையடுத்து, தீவிரவாதத்துக்கு எதிராகப் போர் நடத்திக்கொண்டிருந்த அமெரிக்கா, எல்.டி.டி.ஈ.யைத் தீவிர வாத இயக்கமாக அறிவித்தது. பிரிட்டனும், கனடாவும்கூட இதேபோன்ற அறிவிப்புகளை வெளியிட்டன.

பிப்ரவரி 22, 2002 அன்று போர் நிறுத்த ஒப்பந்தத்தில் இலங்கை அரசு, எல்.டி.டி.ஈ இருவரும் கையெழுத்திட்டனர். வவுனியாவில் இருந்து கிளிநொச்சி நோக்கிச் செல்லும் ஏ9 பாதை திறந்து விடப்பட்டது. வடகிழக்குப் பகுதிகளில் பள்ளிகள், வழிபாட்டுத் தலங்கள், பொதுக் கட்டடங்கள் போன்ற பகுதிகளில் குவிந்து கிடந்த ராணுவ வீரர்கள் விலகிக் கொண்டனர். ஏப்ரல் 23ம் தேதி, ரணில் விக்கிரமசிங்கே பிரபாகரன் இருவரும் புரிந்துணர்வு ஒப்பந்தம் (MoU) தயாரித்து கையெழுத்திட்டுக்கொண்டனர்.

அதிபர் சந்திரிகா கொதித்துக்கொண்டிருந்தார். இந்த ரணில் என்ன நினைத்துக்கொண்டிருக்கிறார்? தி டெய்லி மிரர்

பத்திரைக்குப் பேட்டி அளித்தபோது (பிப்ரவரி 26) சீறினார். நான் ஒரு வார்த்தை ராணுவத்துக்குச் சொல்லிவிட்டால் எல்லா அமைதி ஒப்பந்தங்களும் தூள் தூளாகிவிடும்.

சஃபாரி உடை அணிந்திருந்தார் பிரபாகரன். முகத்தை நீட்டாக ஷேவ் செய்திருந்தார். உடன் ஆன்டன் பாலசிங்கம். மார்ச் மாத இறுதியில் ஆன்டன் பாலசிங்கம் தன் மனைவியுடன் வன்னி வந்து சேர்ந்தார். பிரபாகரனும் மதிவதனியும் அவர்களை வரவேற்று அழைத்துச்சென்றனர். தமிழ்ச்செல்வன், கருணா (கிழக்குப் பகுதி புலிகள் கமாண்டர்), அடேல் பாலசிங்கம், இந்திய பத்திரிகையாளர்கள் என்று பலரும் திரண்டிருந்தார்கள். பிரிட்டனில் இருந்தும் பல வெளி தேசங்களில் இருந்தும் பத்திரிகையாளர்கள் வந்திருந்தனர்.

பேட்டியே வேண்டாம் என்று கடந்த பதினைந்து ஆண்டுகளாக ஒதுங்கியிருந்த பிரபாகரன் முதல்முறையாக ஏப்ரல் 10, 2002 அன்று பத்திரிகையாளர்களைச் சந்திக்கிறார். வன்னியில் ஏகப்பட்ட பரபரப்பு. இந்தப் பேட்டியை நேரடியாக ஒளிபரப்ப லாமா என்று நேஷனல் டிவி ரூபவாஹினி யோசித்துக் கொண்டிருந்தது.

மிகவும் சுருக்கமாகப் பேசினார் பிரபாகரன். அமைதிப் பேச்சுவார்த்தை நடந்துகொண்டிருக்கிறது. ஏற்றுக்கொள்ளத் தக்க தீர்வை அரசாங்கம் முன்வைத்தால் தனி ஈழக் கோரிக்கையை விட்டுக்கொடுக்கவும் தயார். ஆனால், சுய நிர்ணய உரிமை எங்களுக்கு முக்கியம். பயங்கரவாத ஒழிப்புச் சட்டத்தை அரசு திரும்பப் பெறவேண்டும். எங்கள் இயக்கத்தின் மீதான தடையை விலக்கிக்கொள்ளவேண்டும்.

•

செப்டம்பர் 5, 2002. எல்.டி.டி.ஈ. மீது விதித்திருந்த தடையுத்தரவு திரும்பப்பெறப்பட்டது. நவம்பர் 27, தனது மாவீரர் உரையில் பிரபாகரன் தெளிவாகச் சொன்ன கருத்து இது. நாங்கள் ஆயுதங் களைக் கீழே வைத்துவிட்டோம். அமைதிப் பேச்சுவார்த்தையில் ஆர்வத்துடன் கலந்துகொள்கிறோம். சிங்களர்களும் தமிழர் களும் ஒன்றாக இருக்கப்போகிறார்களா அல்லது தமிழர்கள் தனியாகப் பிரிந்துபோகப் போகிறார்களா என்பதை இலங்கை அரசியல் களம்தான் முடிவுசெய்யவேண்டும்.

14. கனவு தேசம்

என்ன செய்யலாம் இந்த ரணில் விக்கிரம சிங்கேவை? எல்.டி.டி.ஈ. மீதான தடையை நீக்கி விட்டார். நார்வேயைப் பக்கத்தில் உட்கார வைத்துக் கொண்டு ஒப்பந்தம் போட்டிருக்கிறார். அந்தப் பக்கம் பிரபாகரன் கைச்சாத்திட்டாராம். இந்தப் பக்கம் ரணில் விக்கிரமசிங்கே. அடடா, அற்புதம்! இனி இலங்கையில் அமைதி திரும்பிவிடும். புலிகள் அத்தனைபேரும் பூனைக்குட்டிகளாகச் சுருண்டு விடுவார்கள். இனி எல்லாம் சுபமே. ஹா!

கண்களை மூடிக்கொண்டு வலது கண்ணை மட்டும் ஒரு முறை தொட்டுப்பார்த்துக்கொண்டார். என் உயிரைக் குடிக்க முயன்று அது முடியாமல் போகவே ஒரு கண்ணை மட்டுமே சேதப்படுத்தி இருக்கிறார்கள். இதோ இந்த நிமிடம்கூட அவர்கள் ஏதாவது திட்டமிட்டுக்கொண்டிருக்கலாம். எங்கே அடிக்கலாம்? யாரை? எப்போது? மார்பில் வெடிகுண்டைக் கட்டிக்கொண்டு யாராவது ஒரு பெண் புலி கடைத்தெருவில் உலாவிக்கொண் டிருக்கலாம்.

அப்பப்பா, எத்தனை எத்தனை சேதங்கள்! எத்தனை எத்தனை பலிகள்! இந்தியா உள்ளிட்ட உலக

நாடுகள் அனைத்தும் புலிகளைத் தடை செய்திருக்கின்றன. ஆனால், இந்த ரணில் விக்கிரமசிங்கே தடைகளை அகற்றி இருக்கிறார். எனக்கு எதிராகச் செயல்படுவதாக நினைத்துக் கொண்டு எல்லோருக்கும் எதிராகச் செயல்பட்டுக்கொண் டிருக்கிறார்.

பேசாமல், ரணில் விக்கிரமசிங்கேவை அகற்றிவிட்டால் என்ன? சொந்தப் பகை என்று சிலர் சொல்வார்கள். ஜனநாயக தேசத்தில் இப்படி ஒரு அநியாயமா என்று பத்திரிகைகள் புலம்பும். புலம்பட்டுமே!

சந்திரிகா காத்திருந்தார். நவம்பர் 4, 2003 அன்று ரணில் விக்கிரமசிங்கே அமெரிக்கா கிளம்பினார். ஒரு விநாடி கூட தாமதிக்கவில்லை சந்திரிகா. நாடாளுமன்றத்தைக் கலைத்தார். ராணுவத்தை அழைத்தார். துடிதுடிப்புடன் தேனீ போல் இயங்கிக்கொண்டிருந்த உங்களை இந்த ரணில் கட்டிப்போட்டு விட்டார். உங்கள் சுதந்தரத்தைப் பறித்துவிட்டார். எல்.டி.டி.ஈ.க்கு பயந்து ரணில், அணில்பிள்ளையாகி விட்டார். ஆனால், நீங்கள் சிங்கங்கள். யாருக்கும் அடிபணியவேண்டிய தில்லை. சந்திரிகா குமாரதுங்காவாகிய நான் கட்டளை யிடுகிறேன். சிலிர்த்துக்கொள்ளட்டும் உங்கள் பிடரி. படை களைத் திரட்டுங்கள். தேசத்தின் ஒட்டுமொத்த கண்ட்ரோலும் ராணுவத்திடம் வந்து சேரவேண்டும்.

எனில், எமர்ஜென்சியா? கிட்டத்தட்ட அப்படித்தான் என்றார் சந்திரிகா.

வேறு ஒரு கணக்கும் சந்திரிகாவின் மண்டைக்குள் ஓடிக்கொண் டிருந்தது. ஏப்ரல் 2004 தேர்தலில் வெற்றி கிடைக்கவேண்டும். எல்.டி.டி.ஈ. அமைதிப் புறாவாக மாறிப் பறக்க ஆரம்பித்து விட்டால் இங்கே அரசியல் நடத்தமுடியாது. சின்னச் சின்ன பிரச்னைகளைத் தீர்க்கலாம். ஆனால், ஒரே ஒரு பெரிய பிரச்னை எப்போதும் இருக்கும்படிப் பார்த்துக்கொள்ளவேண்டும். ஆகவே, எல்.டி.டி.ஈ. தேவைப்படுகிறது. சிங்களர்களே, தீவிரவாதத்தை எதிர்த்துப் போரிட்டு உங்கள் அனைவரையும் பாதுகாப்பேன் என்று மைக் செட் வைத்து தெருவுக்குத் தெரு முழங்கியாகவேண்டும்.

JVP-யுடன் இணைந்து, UPFA (United People's Freedom Alliance) என்னும் கூட்டணியை உருவாக்கினார். ஏப்ரல் 2, 2004 அன்று

தேர்தல் நடைபெற்றது. UPFA வெற்றி பெற்றது. சந்திரிகா புன்னகை செய்தார். ரணில் விக்கிரமசிங்கே இல்லாத அரசாங்கம். பிரதமர், மகிந்த ராஜபக்சே.

•

கருணா தன் குழுவினருடன் பேசிக்கொண்டிருந்தார். இனி மேலும் பிரபாகரனுடன் இணைந்திருக்கமுடியும் என்று எனக்குத் தோன்றவில்லை. நமக்கென்று ஓர் இயக்கம். நமக்கென்று ஒரு படை. நண்பர்களே, நாம் வளர்ந்துவிட்டோம். அதை மற்ற வர்களுக்கு நாம் உணர்த்தியாகவேண்டும். விருப்பமிருப்ப வர்கள் என்னுடன் வரலாம்.

மார்ச் 2004-ல் தமிழ் ஈழ மக்கள் விடுதலைப் புலிகள் (TMVP) இயக்கம் கருணா தலைமையில் ஆரம்பிக்கப்பட்டது. எல்.டி.டி.ஈ.யில் இருந்து விலகியதற்கு கருணா சொன்ன காரணம், கிழக்குப் பகுதியில் உள்ள தமிழர்களின் நலன் மீது எல்.டி.டி.ஈ. போதிய அளவுக்குக் கவனம் செலுத்தவில்லை என்பதுதான்.

எத்தனை எத்தனையோ போர்களில் புலிகள் சார்பில் உயிர் துறந்தது கிழக்கைச் சேர்ந்த தமிழ்ப் போராளிகள்தாம். ஆனால், அதிகாரம் அத்தனையும் வடக்கைச் சேர்ந்தவர்களுக்கு மட்டுமே என்பது கருணாவின் கோபத்துக்குக் காரணம்.

1983-ல் எல்.டி.டி.ஈ.யில் இணைந்துகொண்டார் கருணா. நான்கு கால்களில் அல்ல, எட்டுக் கால்களில் பாய்ந்து முன்னேறினார். டாப் கமாண்டராகப் பதவி உயர்வு. பிரபாகரனின் பிரத்தியேகப் பாதுகாவலராக இருந்திருக்கிறார். 2003-ம் ஆண்டு, கிழக்கில் இருந்த மட்டக்களப்பை-அம்பாரை மாவட்டங்கள் கருணா விடம் வந்து சேர்ந்தன. சிறப்பு கமாண்டர்.

கருணா, இயக்கத்தைவிட்டுப் பிரிந்ததற்கு விடுதலைப் புலிகள் ரணில் விக்ரமசிங்கே முதற்கொண்டு இந்திய உளவுத்துறைவரை பலரைக் குற்றம் சாட்டுகிறார்கள். பிறகு, கருணாவையும். இயக்கத்தின் விதிகளை கருணா மதிப்பதில்லை. தொடர்ந்து அத்துமீறல் செய்துகொண்டிருக்கிறார். தவிரவும், அவர் மீது ஏகப்பட்ட ஊழல் புகார்கள். சந்தேகம் தோன்றியதும் எங்கள் உளவுப்பிரிவு கருணாவை வேவு பார்த்தது. குற்றச்சாட்டு உண்மைதான் என்று தெரிந்தது.

ஆகவே, நடவடிக்கை எடுக்க ஆரம்பித்தது எல்.டி.டி.ஈ. கருணா இயக்கத்தில் இருந்தபோது நடந்த முறைகேடுகளையும் எல்.டி.டி.ஈ. பட்டியலிட்டது. 1990-ல் 400 முதல் 600 ராணுவ வீரர்கள் வரை எங்களிடம் சரணடைந்தார்கள். கருணாவின் குழு அவர்கள் அத்தனை பேரையும் கொன்றுவிட்டது. கிழக்குப் பகுதியில் உள்ள முஸ்லீம்களைக் கொன்றதிலும் கருணாவுக்குப் பெரும் பங்கு உண்டு.

●

டிசம்பர் 6, 2004. இது நாள் வரை யுத்தத்தால் மட்டும் சீரழிந்து கொண்டிருந்த இலங்கை, ஆழிப்பேரலையால் அலைக்கழிக்கப் பட்ட தினம் இது. சுனாமி இலங்கையைத் தலைகீழாகப் புரட்டிப் போட்டது. இந்தோனேஷியாவுக்கு அடுத்து அதிக அளவிலான உயிர் இழப்பு இலங்கையில்தான். எல்.டி.டி.ஈ தவிர இன்னொரு எதிரி கிடையவே கிடையாது என்று திடமாக நம்பிக்கொண்டு இருந்த சந்திரிகா சரிந்து போனார்.

மீனவர்கள் கடல் பகுதிக்குச் செல்லவேண்டாம் என்று அறி விக்கும் அவகாசம் எல்லாம் இல்லை. மீனவர்களைத் தேடிக் கடல் அலைகள் சீறி வந்தன. ஏழை, பணக்காரன், சிங்களன், தமிழன், முஸ்லிம் என்ற பாகுபாடு எதுவும் இல்லாமல் காட்டுத் தனமாகப் பாய்ந்தது சுனாமி. குண்டு வீச மட்டுமே பழக்கப் படுத்தியிருந்த ஹெலிகாப்டர்கள் முதல்முறையாக நிவாரணப் பணிகளுக்காகப் பறக்கத் தொடங்கின. ஆங்காங்கே லவுட் ஸ்பீக்கர் ஒலிபரப்புகள். எல்லோரும் கூரை மீது ஏறி நில்லுங்கள். படகுகள் உங்களைத் தேடி வரும்.

படகுகள் வந்து என்ன பிரயோஜனம்? பாயில் படுத்திருந்த தாத்தாவைக் காணோம். வெளியில் போன கணவர் வீடு திரும்ப வில்லை. எப்படி வீடு திரும்ப முடியும்? வீடு எப்போதோ அடித்துச் செல்லப்பட்டுவிட்டது. பாத்திரங்கள், துணிமணிகள் எதுவுமே இல்லை. தூளியில் உறங்கிக்கொண்டிருந்த குழந்தை களை எங்கே சென்று தேடுவது ஐயா?

படகுகள்கூட வரவில்லை. பாதி வழியில் அடித்துச் செல்லப் பட்டு இருக்கலாம். அல்லது அரசாங்கம் அனுப்பாமலேயே இருந்திருக்கலாம். சிங்களர்கள் வாழ் பிரதேசங்களுக்காவது ஒரு வேளை உணவுப் பொட்டலம் வீசப்பட்டது. வடகிழக்கு

வாசிகளைச் சீந்துவார் யாருமில்லை. இருக்கிறாயா? இரு. செத்தாயா? ஒழி. இலங்கை சந்தித்த மொத்த இழப்புகளில் சரிபாதி இழப்பு தமிழர்களுடையது. எல்லாம் முடிந்து அடங்கியபின், இழப்புக் கணக்கீடு செய்யப்பட்டது. இலங்கை மட்டுமல்ல உலகத்தையே உலுக்கியது உருண்டு திரண்ட அந்த எண்ணிக்கை. 30,000க்கும் அதிகமானவர்கள் இறந்துபோயிருந் தார்கள். பாதிக்குப் பாதி தமிழர்கள்.

சாலைகள் பெயர்ந்துவிட்டன என்று தமிழர்களால் சொல்ல முடியவில்லை. இருபது வருடத் தொடர் தாக்குதல்களைச் சந்தித்த சாலைகள். சைக்கிளைவிட, பீரங்கிகளே அதிகம் கடந்து சென்றிருக்கின்றன. எஞ்சியிருந்த வழித்தடங்கள் நீரில் முழுமையாக மூழ்கிப்போயின. வீட்டு வாசலில் இறந்த மீன்கள் குவியல் குவியலாக வந்து மோதின. எடுத்துப் பிடித்துப்போய் சாப்பிட்டார்கள். ஒரு முழுத் தெருவுக்கும் எங்கோ ஒரு மூலை யில் மட்டும் சிறு நெருப்பு அணைந்துகொண்டிருக்கும். அங்கே தான் எல்லோரும் சமைத்துக்கொள்ளவேண்டும். அங்கேயே காலை நீட்டி உறங்கவேண்டும். காணாமல் போனவர்கள் அனை வரும் இறந்துபோனவர்கள் என்னும் முடிவுக்கு அவர்களாகவே வந்து சேர்ந்திருந்தார்கள்.

திடீர், திடீரென்று சில குண்டுகள் ஆங்காங்கே வெடிக்க ஆரம் பித்ததும் தமிழர்கள் கிடுகிடுக்க ஆரம்பித்துவிட்டார்கள். சிங்களர்கள் குண்டு வேறு போட ஆரம்பித்துவிட்டார்களா? பிறகுதான் தெரிந்தது. விடுதலைப் புலிகள் சாலைகளில் புதைத்து வைத்திருந்த கண்ணி வெடிகள் அவை. சிங்கள ராணுவத்தினரை விரட்ட புதைக்கப்பட்டவை. நீர் புகுந்ததும், வெடிகள் வெளிக் கிளம்பி மிதக்க ஆரம்பித்திருந்தன. அவற்றுள் உயிரோடு இருந்தவை மட்டும் ஆங்காங்கே வெடித்துக்கொண்டிருந்தன.

கன்னத்தில் இருந்து கையை இறக்கி என்ன செய்யலாம் என்று சந்திரிகா அரசு யோசிப்பதற்கு முன்னால் முட்டிக்கால் வரை பாண்ட்டை மடித்துவிட்டுக்கொண்டு தண்ணீரில் இறங்கி இருந்தார்கள் விடுதலைப் புலிகள். மருத்தவ முகாம்கள் ஆங்காங்கே முளைத்திருந்தன. எப்போது அமைத்தார்கள், யார் அமைத்தார்கள், எங்கிருந்து மருந்து மாத்திரைகள் வந்தன என்று ஒருவருக்கும் தெரியாது.

சிங்களர்கள் அத்தனை பேரையும் கரை சேர்த்துவிட்டு அவகாசமும் மனமும் இருந்தால்தான் அரசாங்கம் இங்கே

எட்டிப் பார்க்கும் என்று எல்.டி.டி.ஈ.க்குத் தெரியும். குப்பை கூளங்களை அகற்ற, சிதிலங்களை அப்புறப்படுத்த கட்டட இயந்திரங்கள் தேவை. எங்கே போய் வாங்குவது? அள்ளிப் போடவேண்டியதுதான். நேற்று வரை ஏகே 47 சுமந்தவர்கள் துப்பாக்கியை சுவற்றின் ஓரம் வைத்துவிட்டு, முண்டாசு, பனியனுடன் குப்பை அள்ளிக்கொண்டிருந்தார்கள். பெருக்கி சுத்தப்படுத்தினார்கள். துப்பாக்கியைத் தூக்கும்போது இருந்த அதே துடிதுடிப்பு, அதே வேகம், அதே நெருப்புப் பொறி துடைப்பத்தைத் தொட்டபோதும் இருந்தது.

உதவிக்குத்தான் வரவில்லை. சும்மாவாவது இருந்திருக்கலாம் அரசாங்கம். உடனடியாக ராணுவத்தை அழைத்தார் சந்திரிகா. அதென்ன? நாமே இன்னும் நிவாரணப் பணிகளில் முழுமை யாக ஈடுபட ஆரம்பிக்கவில்லை. அதற்குள் இந்த எல்.டி.டி.ஈ. எப்படி களத்தில் இறங்கி பணியாற்ற ஆரம்பித்தது? உடனடியாக அவர்களைத் தொடர்பு கொள்ளுங்கள். அத்தனை முகாம் களையும் அவர்கள் நம்மிடம் ஒப்படைக்கவேண்டும். நாம் அவற்றை ஏற்று நடத்தலாம்.

இத்தாலிய தூதரகம் ஒன்று அங்கே இருந்தது. தமிழர்களுக்கு உதவுங்கள் என்று சொல்லி பல நல்ல உள்ளங்கள் அவர்களுக்கு நிதி அளித்திருந்தார்கள். அந்தத் தூதரகமும் பொறுப்புடன் எல்லாவற்றையும் சேகரித்து தமிழர்களிடம், அங்கே பணியில் ஈடுபட்டிருந்த புலிகளிடம் கொண்டு போய்ச் சேர்த்தது. சந்திரிகா வுக்கு இந்த விஷயம் பின்னர் தெரியவந்ததும், இத்தாலிய தூதரகத்தைக் கூப்பிட்டு கிழிகிழியென்று கிழித்துவிட்டார். இங்கே யார் அதிபர்? எங்கிருந்து எந்த நிதி வந்தாலும் அதை என்னிடம் மட்டுமே கொடுக்கவேண்டும். இன்னொரு முறை இப்படி ஏதாவது அசட்டுத்தனம் நடந்தால், தொலைத்து விடுவேன் தொலைத்து.

நிவாரணப் பணிகளை மேற்பார்வையிட ஐக்கிய நாடுகள் சபைத் தலைவர் கோஃபி அன்னான் ஜனவரி 8, 2005 அன்று இலங்கை வந்திருந்தபோது விடுதலைப் புலிகள் இருந்த திசை பக்கம்கூட அவரை அனுப்பவில்லை இலங்கை அரசு. உங்களுக்குத் தமிழர்களைப் பார்க்கவேண்டும், அவ்வளவுதானே? வாருங்கள் கூட்டிப்போகிறோம் என்று அரசின் கட்டுப்பாட்டுக்குள் இருக்கும் கிழக்குப் பகுதிகளுக்கு மட்டும் அழைத்துச் சென்றது.

உலகின் பல்வேறு திசைகளில் இருந்தும் இலங்கை அரசுக்கு நிதி குவிந்துகொண்டிருந்தது. இன்முகத்துடன் அவற்றைப் பெற்றுக் கொண்டதோடு அத்தனை பேருக்கும் நன்றியும் சொல்லிவிட்டு இந்த வாக்குறுதியும் அளித்தார் சந்திரிகா. கவலைப்படாதீர்கள் தோழர்களே, நீங்கள் அனுப்பும் நிதியின் பெரும் பகுதி தமிழர்களுக்குச் செல்கிறது. மிச்சம் மீது இருப்பதை சிங்களர் களுக்குப் பகிர்ந்தளிக்கிறோம்.

பொருளாதார இழப்பு என்று எடுத்துக்கொண்டால் அரசாங் கத்தைவிட எல்.டி.டி.ஈ.யே அதிகம் பாதிப்படைந்தது. ஈடு செய்ய முடியாத பெரும் இழப்பு அது. கையிருப்பில் இருந்த ஆயுதங்களும் போர்த்தளவாடங்களும் கணிசமான அளவுக்குச் சேதம் அடைந்தன. முல்லைத்தீவில் அமைந்திருந்த கப்பல் தளம் முற்றிலுமாக அழிந்துவிட்டதாக ராய்ட்டர்ஸ் தெரிவித்தது (டிசம்பர் 29, 2004). 1,200 முதல் 1,500 புலிகள் இறந்துவிட்டதாக சில செய்திகள் வெளிவந்தன.

நிவாரணப் பணிகளின் ஒவ்வொரு கட்டத்தையும் நேரடியாக வந்திருந்து பார்த்துக்கொண்டார் தமிழ்ச்செல்வன். பிரபாகரன்? பிரபாகரன், பொட்டு அம்மான் இருவரும் சுனாமியில் அடித்துக் கொண்டுபோய்விட்டார்கள். அவர்கள் உடல்கள் கிடைக்க வில்லை என்றது இலங்கை ஒலிபரப்புக் கூட்டுத்தாபனம். சென்னையில் இருந்து தி ஹிந்துவும் இரண்டாவது முறையாக பிரபாகரன் இறந்துவிட்டார் என்ற செய்தியை வெளியிட்டது. இலங்கைத் தமிழர்கள் யாரும் இந்தச் செய்திகளை நம்பியதாகத் தெரியவில்லை. அடப்போப்பா, தமிழ்ச்செல்வன் இறந்து விட்டார் என்று நேற்று சொன்னீர்கள். அதோ, அங்கேதான் நின்றுகொண்டிருக்கிறார் அவர். கொஞ்சம் கண்ணைத் திறந்து பாருங்கள்.

•

தனது வீட்டின் பின்பக்கம் உள்ள நீச்சல் குளத்தில் மிதந்து கொண்டிருந்தார் லஷ்மண் கதிர்காமர். நீச்சல் சோர்வை நீக்கும். புத்துணர்ச்சி அளிக்கும். நிறையப் பேர் சொல்லியிருக்கிறார்கள்.

1994 தேர்தலில் சந்திரிகா வெற்றி பெற்றபோது வெளியுறவுத் துறை அமைச்சராகத் தேர்ந்தெடுக்கப்பட்டவர். பிறப்பால் தமிழர். ஆனால் விடுதலைப் புலிகள் என்றால் ஆகாது.

சந்திரிகாவின் தீவிர ஆதரவாளர். எல்.டி.டி.ஈ.யைத் தடை செய்ய எவ்வளவு முடியுமோ அவ்வளவு முயன்றவர். எல்.டி.டி.ஈ.யை இவருக்குப் பிடிக்காது என்பதால் சந்திரிகாவுக்கு இவரைப் பிடிக்கும்.

ஒரு முறை பிபிசி இவரைப் பேட்டி கண்டது. தமிழராக இருந்து கொண்டு தமிழர்களுக்கு எதிராக இருக்கிறீர்களே. நீங்கள் உங்கள் இனத்துக்குச் செய்யும் துரோகமாக இது ஆகாதா? விடுதலைப் புலிகள் கேட்ட அதே கேள்வி. பதிலளித்தார் கதிர்காமர். அப்படி இல்லை. இலங்கையில் இருப்பவர்கள் அனைவரும் முதலில் இலங்கை மக்கள். பிற்பாடுதான் தமிழர்கள். இலங்கையில் இருக்கவேண்டுமானால் பிற இனங்களையும் நாம் சகித்துக் கொள்ளத்தான் வேண்டும்.

நீச்சல் தந்த புத்துணர்ச்சியுடன் குளத்தில் இருந்து எழுந்து கொண்டார் லஷ்மண் கதிர்காமர். முதல் குண்டு தலையில் பாய்ந்தது. இரண்டாவது குண்டும் தலையில். மூன்றாவது குண்டு மார்பில் பாய்ந்தது.

லக்ஷ்மண் கதிர்காமர் இறந்த அதே தினம் ஆகஸ்ட் 12, 2005 அன்று சந்திரிகா நெருக்கடி நிலையைப் பிரகடனம் செய்தார். அடுத் தடுத்த நாள்களில் சந்தேகத்தின் பேரில் 452 பேர் கைது செய்யப் பட்டனர். (372 தமிழர்கள், 61 சிங்களர்கள், 19 முஸ்லீம்கள்).

அதே சமயம் சந்திரிகாவின் பதவிக்காலம் முடிவுக்கு வந்தது. நவம்பர் 2005 சந்திரிகா விடைபெற்றுக்கொண்டார்.

இலங்கை அரசியலமைப்புச் சட்டத்தின்கீழ் ஒருவர் அடுத்தடுத்து இரண்டு முறை மட்டுமே அதிபராக இருக்கலாம். எனவே சந்திரிகா மீண்டும் தேர்தலில் போட்டியிட முடியாது. தனது தம்பி அனுர பண்டாரநாயகாவை நிறுத்தலாம் என்று முயன்றார் சந்திரிகா. ஆனால் பிரதமர் மகிந்த ராஜபக்சேவுக்கு கட்சியில் ஆதரவு அதிகம் இருந்தது. அவர்தான் SLFP கட்சியின் அதிபர் பதவிக்கான வேட்பாளர் என்று அறிவிக்கப்பட்டார்.

இம்முறை எப்படியும் அதிபர் பதவியைப் பெற்றுவிடுவது என்று களத்தில் குதித்தார் UNP-யின் ரணில் விக்ரமசிங்கே. ரணில்தான் விடுதலைப் புலிகளுடன் அமைதி ஒப்பந்தத்தில் கையெழுத் திட்டவர். இவர் ஒருவேளை அமைதியைக் கொடுக்கலாம் என்று தமிழர்கள் நினைத்தனர்.

ஆனால் எல்.டி.டி.ஈ கட்டளையிட்டது. தேர்தலில் யாரும் கலந்துகொள்ளவேண்டாம். யாருக்கும் வாக்களிக்கவேண்டாம். தமிழர் பகுதிகளில் யாரும் வாக்களிக்கவில்லை.

அத்தோடு ரணில் ஜெயிப்பது கடினமாகிவிட்டது. ராஜபக்சே சிங்களர்களின் பேராதரவைப் பெற்றவர். மிகக் குறுகிய வாக்கு வித்தியாசத்தில் ராஜபக்சே வெற்றிபெற்றார். விடுதலைப் புலிகள் நினைத்திருந்தால் ரணில் விக்ரமசிங்கே வென்று இருக்கலாம்.

நவம்பர் 19, 2005 அன்று ராஜபக்சே அதிபர் பொறுப்பை ஏற்றுக் கொண்டார்.

•

மகிந்த ராஜபக்சே தனது மாமாவைப் பார்த்துத்தான் அந்த அடர்த்தியான பழுப்பு நிறச் சால்வையை அணிய ஆரம்பித்தார். அவர் மாமா டி.எம். ராஜபக்சே, அந்தக் காலத்து கவுன்சிலர். மகிந்த ராஜபக்சேவின் தந்தை, டி.ஏ. ராஜபக்சே இலங்கை சுதந்தரக் கட்சியின் (SLFP) எம்.பி.யாக இருந்தவர். ராஜபக்சே SLFP கட்சியில் இணைந்தது 1970-ம் ஆண்டு. தொடக்ககாலத்தில், கொஞ்சம் இடதுசாரிச் சிந்தனை கொண்டவராக இருந்திருக் கிறார். சுதந்தர பாலஸ்தீன் உருவாகவேண்டும் என்று கனவு கண்டிருக்கிறார். சந்திரிகா ஆட்சிக்கு வந்தபோது, 1994-ல் தொழிலாளர் நலத்துறை கிடைத்தது. 1997-ல் சந்திரிகா அமைச் சரவையை மாற்றியமைத்தபோது மீன்வளத்துறை. பின்னர் பிரதமர்.

அதிபர் வேட்பாளர் ஆகத் தேர்வு செய்யப்பட்டதுமே, ராஜபக்சே இரண்டு கட்சிகளுடன் கூட்டு வைத்துக்கொண்டார். அவர்க ளுடன் ஒப்பந்தங்கள் போட்டுக்கொண்டார். ஒன்று ஜனதா விமுக்தி பெரமுனா - ஜேவிபி. இடதுசாரிச் சிந்தனையுடன், ஒரு காலத்தில் ஆயுதப் போராட்டத்தில் ஈடுபட்டு இலங்கை அரசாங்கத்தை எதிர்த்துப் போரிட்ட குழு. பிறகு இலங்கை ராணுவத்தால் வேட்டையாடப்பட்டு அழிக்கப்பட்டது. ஆயுதப் போராட்டத்தைக் கைவிட்டு, குடியாட்சி முறையை ஒப்புக் கொண்டு தேர்தலில் குதித்தது இந்தக் குழு.

ஜேவிபி, இடதுசாரிச் சிந்தனையிலிருந்து மாறி ஒரேயடியாக வலதுசாரிகளாக ஆகியிருந்தது. ஒரே நாடு. யூனிடரி ஸ்டேட்.

இங்கு ஃபெடரல் அமைப்புக்கு வழியே இல்லை. தனி நாடா! ம்ஹூம். விடுதலைப் புலிகள் அழிக்கப்பட வேண்டியவர்கள். அவர்களுடன் பேச்சுவார்த்தை கூடவே கூடாது. எனவே ஜேவிபி, ரணில் விக்கிரமசிங்கேவுக்கு எதிராகக் களமிறங்கியது. அவர்கள் மஹிந்தவிடம் கேட்டது ஒன்றுதான். இலங்கை ஒற்றையாட்சியின்கீழ் மட்டுமே இருக்கவேண்டும்.

அடுத்து மகிந்த ஒப்பந்தம் செய்துகொண்டது ஜாதிக ஹேல உருமையா என்னும் புத்த பிக்குக்கள் அடங்கிய கட்சியுடன் பல நாடுகளில் அரசியலைப் பின்னின்று செயல்படுத்துபவர்கள் மதகுருமார்களே. அது ஏன் பின்னின்று? முன்னின்றால் என்ன ஆகும்? புத்த பிக்குக்கள் ஒன்றுசேர்ந்து ஒரு கட்சி ஆரம்பித் தார்கள். ஜாதிக ஹேல உருமையா - ஜேஎச்யூ.

என்ன கேட்டிருப்பார்கள் மகிந்தவிடம்? என்ன வேண்டு மானாலும் செய்யுங்கள். ஆனால் நீங்கள் முன்னுரிமை கொடுக்க வேண்டியது புத்த மதத்துக்கும் சிங்கள மொழிக்கும் மட்டுமே. தலையாட்டிய மகிந்த, தன் கருத்துகளைத் தொகுத்து 'மகிந்த சிந்தனா' என்ற தேர்தல் அறிக்கையாக வெளியிட்டார். அதைப் படிப்பவருக்குப் புரிந்திருக்கும். இவர் விடுதலைப் புலிகளுடன் சமாதானமாகப் போகப்போவதில்லை.

இருந்தும் விடுதலைப் புலிகள் ரணில் விக்ரமசிங்கேவுக்கு ஆதரவைத் தரவில்லை.

ஆட்சிக்கு வந்ததும், பாதுகாப்புத்துறை, நிதித்துறை இரண்டை யும் தன் பொறுப்பில் எடுத்துக்கொண்டார் ராஜபக்சே.

புதிதாக வந்திருக்கும் அதிபருக்கு வரவேற்பு கொடுக்கவேண் டாமா? பட்டாசு வெடிக்கவேண்டாமா? எல்.டி.டி.ஈ. வெடித் தது. டிசம்பர் 2005 முழுக்க முழுக்கத் தாக்குதல் நடத்தினார்கள். அரசாங்கக் கட்டடங்கள் மீது. ராணுவ முகாம்கள் மீது. 150 ராணுவ வீரர்கள் அந்த ஒரு மாதத்தில் இறந்துபோனார்கள்.

சரி, பேச்சுவார்த்தைக்குப் போவோமா என்றார் மகிந்த ராஜபக்சே. பிப்ரவரி 2006 இறுதியில் ஜெனிவா போனார்கள். அடுத்த கட்ட பேச்சுவார்த்தை ஏப்ரல் மாதத்தில் என்றார் மகிந்த ராஜபக்சே. இது ஒரு கண்துடைப்பு என்று ராஜபக்சேவுக்கும் தெரியும், பிரபாகரனுக்கும் தெரியும்.

ஏப்ரல் 25, 2006. கொழும்பில் இருந்த அந்த ராணுவத் தலைமையக வளாகம் பரபரப்பாக இயங்கிக்கொண்டிருந்தது. தலைமைத் தளபதி, லெப்டினன்ட் ஜெனரல் சரத் ஃபொன்சேகா ஆழ்ந்த யோசனையுடன் காரிடாரில் நடந்து கொண்டிருந்தார்.

எப்படிப் பார்த்தாலும் எல்.டி.டி.ஈ. நாளுக்கு நாள் பலவீனமாக மாறிக்கொண்டிருப்பதாகவே அவருக்குத் தோன்றியது. பல்வேறு தாக்குதல் நடவடிக்கைகளில் விடுதலைப் புலிகளை நேருக்கு நேராகச் சந்தித்திருப்பவர் அவர். ராணுவம் புலிகளிடம் தோற்றதும் அவருக்குத் தெரியும். ஜெயித்ததும் அவருக்குத் தெரியும். எப்படியும் எல்.டி.டி.ஈ.யை ஒழித்துவிடமுடியும் என்றுதான் அவருக்குத் தோன்றியது. மகிந்த ராஜபக்சே அரசாங்கம் ராணுவத்துக்கு முழு ஒத்துழைப்பும் அளித்துக் கொண்டிருந்தது.

பார்ப்போம். ஏதாவது அதிரடியாகச் செய்யமுடிந்தால் நன்றாக இருக்கும். அவர்கள் சோர்ந்திருக்கும் சமயம் பார்த்து அடிப்பது தான் உசிதமானது. காரில் ஏறினார். மதிய உணவுக்காக ஆபீஸ் மெஸ்ஸை நோக்கி கார் செல்லத் தொடங்கியது. வழியில் ராணுவ மருத்துவமனை. அங்கே வயிற்றைச் சாய்த்தபடி ஒரு கர்ப்பவதி. வயிற்றில் குழந்தைக்குப் பதிலாக வெடிமருந்து. கண் இமைக்கும் நேரம். அல்லது அதைவிடக் குறைவாகவும் இருக்க லாம். அவர் தாவி வந்து ஃபொன்சேகாவின் கார்மேல் பாய முயன்றார். தளபதியின் கார் முன்னே செல்லும் பைலட் மோட்டார்பைக்காரர் அவளைத் தள்ளிவிட்டார். தடாலென வெடித்தது மனித வெடிகுண்டு. ஃபொன்சேகாவின் காருக்குச் சேதம். அவருக்கும் பயங்கரக் காயம்.

சைரன் ஒலிக்க ஆரம்பித்தது. ஃபொன்சேகாவை உடனடியாக ராணுவ மருத்துவமனைக்குத் தூக்கிச்சென்றார்கள். இங்கே வேண்டாம், கொழும்பு பொது மருத்துவமனைக்குக் கொண்டு செல்லுங்கள் என்றார்கள் மருத்துவர்கள். அங்கே கூட்டிப் போனார்கள். சிங்கப்பூர் அனுப்பிவைப்பது நல்லது என்றார்கள் அங்கே. ஃபொன்சேகாவைத் தூக்கிக்கொண்டு சிங்கப்பூர் சென்றார்கள்.

சரத் ஃபொன்சேகாவை மட்டுமே காப்பாற்ற முடிந்தது. உடன் இருந்த ஒன்பது பேரும் இறந்துபோனார்கள்.

எல்லோரும் தெரிந்துகொள்ள விரும்பியது இதைத்தான். ராணுவத் தலைமையகத்துக்குள் எப்படிப் புலிகளால் ஊடுருவ முடிந்தது?

•

தாக்கலாம் என்றார் மகிந்த ராஜபக்சே. மே 2006. வடகிழக்குப் பிரதேசங்கள் மீது ஹெலிகாப்டர்கள் பறக்க ஆரம்பித்தன. அண்ணாந்து பார்த்துவிட்டு உள்ளே ஓடினார்கள் தமிழர்கள். உயிரைக் கையில் பிடித்துக்கொண்டு ஓடும்போதுகூட அவர்களால் ஒரு விஷயத்தை யோசிக்காமல் இருக்கமுடியவில்லை. இலங்கை ஆட்சியாளர்களிடையே ஓர் ஒற்றுமை உண்டு. யார் ஆட்சியில் இருந்தாலும் சரி. புலிகள் மீது கோபமா? புலிகள் எங்காவது யாரையாவது தாக்கிவிட்டார்களா? தாக்கு தமிழர்களை.

பத்து பேர் இறந்துபோனார்கள். அதே மே மாதம், யாழ்ப்பாணத்தில் உள்ள கப்பல் தளத்தில் வரிசையாக நிறுத்தி வைக்கப்பட்டிருந்த கப்பல்கள் மீது விடுதலைப் புலிகள் தாக்குதல் நடத்தினார்கள். அதே மே மாதம், ஐரோப்பிய ஒன்றியம் (EU) எல்.டி.டி.ஈ.யைத் தீவிரவாத இயக்கமாக அறிவித்து மே 19 அன்று தடையுத்தரவு பிறப்பித்தது. எல்.டி.டி.ஈ. சமீப காலங்களில் சந்தித்த மிகப் பெரிய இழப்பு இது. ஐரோப்பிய ஒன்றியத்தில் பங்கேற்றுள்ள நாடுகள் அனைத்துக்கும் பொதுவான தடையுத்தரவு இது. எல்.டி.டி.ஈ.யின் வங்கிக் கணக்குகள் அனைத்தும் முடக்கப்பட்டன. ஜுன் மாதம், ஆஸ்லோ, நார்வேயில் நடக்க இருந்த அமைதிப் பேச்சுவார்த்தை முறிந்துபோனது.

ஜுன் 26, 2006. ஃபொன்சேகா இன்னமும் மருத்துவமனையில் உயிருக்குப் போராடிக்கொண்டிருந்தார். அவருக்குப் பதிலாக, அவருக்கு அடுத்த இடத்துக்கு அடுத்த இடத்தில் இருக்கும் மேஜர் ஜெனரல் பரமி குலதுங்க பொறுப்பை ஏற்றுக்கொண்டிருந்தார். வீட்டிலிருந்து கிளம்பி கொழும்புக்கு அருகில் இருந்த பானி பிட்டியா ராணுவ முகாமை நோக்கிச் சென்று கொண்டிருந்தது அவரது கார். குறுக்காகப் பாய்ந்து வந்தது ஒரு மோட்டார்பைக். வெடித்துச் சிதறினார் குலதுங்க.

இரண்டு ஜெனரல்களைக் கிட்டத்தட்ட ஒழித்தாகிவிட்டது. ராஜபக்சே புதியவர். அரசியலில் அவ்வளவாக அனுபவம்

இல்லாதவர். உட்கட்சித் தகராறு இன்னமும் தீர்ந்தபாடில்லை. சந்திரிகா முறைத்துக்கொண்டு நிற்கிறார். அவரது தம்பி அனுரா வுக்கு ராஜபக்சே சரியான பதவி தரவில்லை. டெக்னிகலாகப் பார்த்தால் இன்னமும் இலங்கை அரசுக்கும் விடுதலைப் புலி களுக்கும் இடையே போர் நிறுத்த ஒப்பந்தம் நடைமுறையில் இருந்தது. இதுதான் சரியான தருணம்.

மாவிலாறு. கிழக்கு மாகாணத்தில் இருக்கும் பகுதி. இங்குள்ள அணை மூலமாக பிரச்னை ஆரம்பமானது. தண்ணீரை யார் பகிர்ந்துகொள்வது? தமிழர்களா, சிங்களர்களா? தமிழர்கள் அணையைக் கைப்பற்றினர். விடுதலைப் புலிகளின் ஆதரவு அவர்களுக்கு இருந்தது.

தமிழர்களுக்குப் புலிகள். சிங்களர்களுக்கு யாருமே இல்லை? நான் இருக்கிறேன், சீறிப்பாய்ந்து வந்தார் ராஜபக்சே. இலங்கை விமானப்படை மாவிலாறைத் தாக்கின. ஆகஸ்ட் 8 அன்று அணையிலிருந்து தண்ணீர் விடுவிக்கப்பட்டது. ஆனால் என்ன? கொண்டு வந்த குண்டுகளை அப்படியே கொண்டு சென்றுவிட முடியுமா? இலங்கை விமானங்கள் தொடர்ந்து மக்களைத் தாக்கின. புலிகள் அந்த இடத்தை விட்டு அகல வேண்டி இருந்தது. இலங்கை ராணுவத்துக்கு வெகு நாள்களுக்குப் பிறகு ஒரு வெற்றி.

ஆகஸ்ட் 2006. திருகோணமலைத் துறைமுகத்தை எதிர்நோக்கும் சம்பூர் விடுதலைப் புலிகளின் கட்டுப்பாட்டில் இருந்தது. இலங்கைப் படைகள் வடக்கில் முஹமலை, கிழக்கில் மாவி லாறு முதற்கொண்டு பல இடங்களைத் தாக்கியதற்கு பதிலடி யாக சம்பூரில் இருந்து திருகோணமலையை நோக்கி புலிகள் தாக்குதல் தொடுத்தனர். இலங்கை ராணுவம் கடுமையான பதிலடியைக் கொடுத்தது. செப்டம்பர் 2006-ல் புலிகள் சம்பூரை இழந்தனர்.

தற்கொலைத் தாக்குதலில் கிட்டத்தட்ட உயிரை இழந்திருந்த ஃபொன்சேகா குணமாகி வந்திருந்தார். விடாமல் ராணுவத்தை விரட்டினார்.

இதில் கொடுமை என்னவென்றால் இந்த யுத்தங்கள் எல்லாமே போர்நிறுத்தம் அமலில் இருக்கும்போதே நடந்துகொண் டிருந்தன.

அக்டோபர் 16, 2006. திங்கள் கிழமை. ஹபரணை (Harbarana). கொழும்பிலிருந்து 120 கிலோமீட்டர் தள்ளி அமைந்துள்ள சிறு நகரம். ஒட்டுமொத்த இலங்கையும் பற்றி எரிந்துகொண்டிருந்த போதும், சிரமப்பட்டு அமைதி காத்த இடம். எப்போதும்போல் பரபரப்பாக இயங்கிக்கொண்டிருந்தது அந்தச் சாலை. ஓரத்தில் பதினைந்து வாகனங்கள் நிறுத்தப்பட்டிருந்தன. பெரும்பாலும் ராணுவ டிரக்குகள். ஒன்றிரண்டு பேருந்துகள். உள்ளே மொத்தம் 150 வீரர்கள் அமர்ந்து கதைத்துக்கொண்டிருந்தனர். எல்லோரும் லீவுக்காக ஊருக்குச் செல்ல தயாராக இருப்பவர்கள்.

சீரான வேகத்தில் இவர்களை நோக்கி வந்துக் கொண்டிருந்த அந்த லாரியை எவரும் ஒரு பொருட்டாக எடுத்துக்கொள்ள வில்லை. ஒரு விநாடிக்கும் குறைவான நேரம்தான். வேகத்தை அதிகப்படுத்தி குபீர் என்று இவர்கள் மீது மோதியது அந்த லாரி. உள்ளே முழுக்க முழுக்க வெடி மருந்துகள். கண் இமைக்கும் நேரத்தில் எல்லாம் முடிந்துவிட்டது. அந்தப் பிரதேசமே ரத்தக் களறியாக மாறிப்போனது. மனித உடல் பாகங்கள் சிதறி விழத் தொடங்கின. மொத்தம் 100 பேர். சின்னாபின்னமாக சிதைந்து போய் விழுந்தார்கள்.

இத்தனை தீவிரமான ஒரு தற்கொலைப்படைத் தாக்குதல் இலங்கையில் இதுநாள் வரை நடத்தப்பட்டது கிடையாது. ஒரு சில தினங்களுக்கு முன்புதான் (அக்டோபர் 12), என்றுமில்லாத அளவுக்குப் பெரும் சேதத்தை சந்தித்தது இலங்கை ராணுவம். யாழ்ப்பாணத்துக்கு அருகே விடுதலைப் புலிகளுக்கும் ராணுவத் துக்கும் நடந்த நேரடித் தாக்குதலில் மொத்தம் 129 ராணுவத்தினர் கொல்லப்பட்டனர். ஒரே நாளில் இத்தனை பெரிய சேதத்தை இலங்கை ராணுவம் சந்தித்தது அதுவே முதல் முறை.

•

அக்டோபர் 23, 1991-ல் பிரபாகரன் செஞ்சோலை என்னும் ஆதரவற்றோர் இல்லத்தை ஆரம்பித்து வைத்திருந்தார். பரந்தன்-முல்லைத்தீவு சாலையில் அமைந்திருக்கிறது இந்த இல்லம். போரால் அனாதைகளாக்கப்பட்ட குழந்தைகளை எல்.டி.டி.ஈ. ஒரு முகாமில் தங்க வைத்துக்கொண்டிருந்தார்கள். குழந்தைகளின் எண்ணிக்கை நாளுக்கு நாள் பெருக, அவர்கள் பராமரிப்புக்காக பிரத்தியேக அமைப்பு ஒன்று தேவைப்பட்டது. ஆகவே, செஞ்சோலை. போர்ச்சத்தங்களுக்கு மத்தியில் பிறந்து

போர்ச்சத்தங்களுக்கு மத்தியில் வாழ்க்கையைத் தொலைத்த 400 பள்ளிக் குழந்தைகள் அங்கே தங்கியிருந்தனர். சிறப்புப் பயிற்சிகளும் தனி கவனமும் அங்கே அவர்களுக்குக் கிடைத்தது.

ஆகஸ்ட் 16, 2006. குண்டு வீசும் ஜெட் விமானங்கள் நான்கு செஞ் சோலைக்கு மேலே வட்டமிட ஆரம்பித்தன. நின்று நிதானமாக ஒவ்வொரு குண்டாக வீசினார்கள். மொத்தம் பதினாறு குண்டு கள். அவ்வளவுதான் கொண்டு வந்திருந்தார்கள். மாணவி களுக்கு ஓடிப்போகும் அவகாசம் எல்லாம் இல்லை. அள்ளிப் போட்டு மருத்துவமனைக்குக் கொண்ட செல்வதற்குள் 61 மாணவிகள் இறந்துபோனார்கள்.

அக்டோபர் 16, 2006 அன்று முல்லைத்தீவிலுள்ள காந்தரூபன் அறிவுச்சோலை மீது தாக்குதல் தொடுத்தது இலங்கைப் படை. திங்கள் கிழமை மாலை 5.45 மணிக்கு முதல் குண்டு இங்கு வந்து விழுந்தது. விழுந்த இடம் பள்ளியின் குளியலறை. அடுத்த குண்டு விளையாட்டு மைதானத்தில். இங்கும் பல குழந்தைகள் இறந்தனர்.

இறந்தவர்கள் சாதாரணக் குழந்தைகள் கிடையாது. குழந்தைப் போராளிகள் என்றார்கள் இலங்கை ராணுவத்தினர்.

•

எல்.டி.டி.ஈ, 15 வயது நிரம்பாத குழந்தைகளைப் படையில் சேர்க்கிறார்கள் என்பது அவர்கள் மீதான ஒரு குற்றச்சாட்டு.

1948 ஜெனிவா ஒப்பந்தத்தின்படி, 15 வயதுக்குக் குறைவானவர் களை ஆயுதம் தாங்கிய மோதல்களில் ஈடுபட வைப்பது ஏற்றுக்கொள்ளப்படுவதில்லை. தாமாகவே முன்வந்து அவர்கள் கேட்டுக்கொண்டாலும் எந்த ஓர் அமைப்பும் நாடும் அவர்களைப் போரில் ஈடுபடுத்தக் கூடாது.

IPKF உடன் மோதிய காலகட்டத்தில்தான் முதன் முறையாக, குழந்தைகளை எல்.டி.டி.ஈ. பணியில் அமர்த்திக்கொண்டது என்கிறார்கள். ஏப்ரல் 2000 கணக்கெடுக்கின்படி, கிட்டத்தட்ட 2,000 குழந்தைகள் எல்.டி.டி.ஈ. போர்ப்பிரிவில் பணியாற்று கிறார்கள். அவர்களில் சிலருக்கு ஏழு வயதுதான்.

யூனிசெஃப் என்னும் ஐ.நா சபையின் கீழ் இயங்கும் அமைப்பு குழந்தைகள் நலனுக்கானது. இந்த அமைப்பு பலமுறை

எல்.டி.டி.ஈ குழந்தைப் போராளிகளை வைத்திருப்பதைக் கடுமையாகக் கண்டித்துள்ளது. ஏப்ரல் 2003-ல் யூனிசெஃப் வேண்டுகோளுக்கு இணங்கி எல்.டி.டி.ஈ 200-க்கும் மேற்பட்ட குழந்தைப் போராளிகளை விடுவித்தது. அவர்கள், பெற்றோர்களுடன் சேர்க்கப்பட்டனர். தொடர்ந்தும் யூனிசெஃப் விடுதலைப் புலிகளை இந்த விஷயத்தில் வற்புறுத்தியே வந்துள்ளது.

செஞ்சோலை சாவுகளைத் தொடர்ந்து யூனிசெஃப், இலங்கை வான்படையின் செயலைக் கண்டித்தது. கொலை செய்யப்பட்டது அப்பாவி மாணவிகள் என்று சொன்னது. ஆனால் இலங்கை அரசு அதை மறுத்து, அந்த இடம் குழந்தைப் போராளிகளைத் தயார் செய்யும் ஒரு முகாம் என்று சில வீடியோக்களை வெளியிட்டது.

நவம்பர் 7, 2006. வாகரை பற்றி எரிய ஆரம்பித்தது. வாகரை சிறு நகரம். வடக்கே மட்டக்களப்பு. தெற்கே திருகோணமலை நகரம். பிற்பகல் 3 மணி இருக்கும். ஏவுகணைகள் பாய ஆரம்பித்தன. பெரும் சத்தத்துடன் வீடுகள் சரிய ஆரம்பித்த அதே நேரம், புலிகள் திரள ஆரம்பித்தனர். உடனே பதில் தாக்குதல் ஆரம்பமானது. தாக்குதல், எதிர்த் தாக்குதல் இரண்டும் முடிந்த போது 43 பேர் இறந்துபோயிருந்தார்கள்.

வாகரைவாசிகளைத் தாக்க ஏவுகணைகள் அநாவசியம். காரணம், கிட்டத்தட்ட 60,000 தமிழர்கள் சாப்பாடு, தண்ணீர் இல்லாமல் அங்கே போராடிக்கொண்டிருந்தார்கள். யுத்தம் தொடங்கி இத்தனைப் பேர் ஒரே இடத்தில் இப்படி அல்லல் படுவது இதுவே முதல் முறை. கடைசியாக அவர்களுக்கு உணவு போய்ச் சேர்ந்தது அக்டோபர் 20 அன்று.

மொத்தம், 12,000 தமிழ்க் குடும்பங்கள் நடுத்தெருவில் இறங்கி நின்றன. இவர்களில் 3,500 பேர் வாகரை வாசிகள். மீதமுள்ளவர்கள் அக்கம் பக்கத்து ஊர்களிலிருந்து உயிருக்குப் பயந்து ஓடி வந்தவர்கள். இங்கு மேற்கூரை உள்ள வீடுகளைப் பார்ப்பது அபூர்வம். மழை பெய்தாலும் சரி, வெயிலடித்தாலும் சரி, திறந்தவெளியில்தான் வாழவேண்டும். சமையல் செய்ய அடுப்பு மூட்டினால், வானத்திலிருந்து குண்டு வந்து விழும்.

அகதிகள் முகாம்களில் தங்கியிருப்பவர்களின் நிலைமை இன்னமும் மோசம். ஒரே இடத்தில் எல்லோரும் அடைக்க

வைக்கப்பட்டிருப்பதால் தீப்பொறி போல தொற்று நோய் பரவிக்கொண்டிருந்தது. மருந்து, மாத்திரை என்ற பேச்சுக்கே இடமில்லை. உணவு இல்லாததால் குழந்தைகள் அருகில் இருக்கும் அசுத்தமான நீர்நிலைகளிலிருந்து மீன்களையும் நண்டுகளையும் பிடித்து, அப்படியே நெருப்பில் சுட்டுச் சாப்பிட ஆரம்பித்திருந்தார்கள். சாப்பிட்ட அத்தனைக் குழந்தைகளுக்கும் கடுமையான வயிற்றுக் கடுப்பு. மருத்துவமனைகளால் சமாளிக்க முடியவில்லை. மழை வேறு பாடாய் படுத்திக்கெண்டிருந்தது.

வாகரை மட்டுமல்ல, மட்டக்களப்பு, அம்பாறை பகுதிகளிலும் இதே கதிதான்.

•

சம்பூர், வாகரையைத் தொடர்ந்து, திருகோணமலைப் பகுதியில் இருந்து புலிகள் முற்றிலுமாகத் துரத்தப்பட்டனர்.

திருகோணமலையை மீட்டதில் ராணுவத்துக்கு மகா திருப்தி. காரணம் இலங்கையின் பொருளாதாரம் பெரிய அளவுக்கு திரு கோணமலை துறைமுகத்தை நம்பியிருக்கிறது. இலங்கையில் 40 சதவிகித எரிபொருள் நிலையங்கள் இலங்கை இந்தியன் ஆயில் கம்பெனியை (Lanka Indian Oil Company) சேர்ந்தவை. இந்தக் கம்பெனியின் எண்ணெய்க் கிணறுகள் (Oil Tank Farm) திருகோணமலை பகுதிக்கு அருகே உள்ள சீனன்குடாப் பகுதியில் அமைந்துள்ளது.

தவிரவும், திருகோணமலையை ஒரு சிங்களப் பிரதேசமாக மாற்றவேண்டும் என்பது இலங்கை அரசின் நீண்டகாலக் கனவு. தமிழர்களின் விகிதாசாரத்தை குறைத்து சிங்களர்களின் விகிதா சாரத்தை உயர்த்தினால் மட்டுமே இது சாத்தியம்.

திருகோணமலையிலுள்ள நான்கு முக்கியப் பிரதேசங்கள் இன்னமும் தங்களது கட்டுப்பாட்டில்தான் இருப்பதாகப் புலிகள் அறிவித்தார்கள். ஆனால் கொஞ்சம் கொஞ்சமாக கிழக்கில் ராணுவம் முன்னேற ஆரம்பித்தது.

9 ஜுன் 2007 அன்று இலங்கை ராணுவம் ஒட்டுமொத்தமாக கிழக்கு இலங்கையைத் தங்கள் கைவசம் கொண்டுவந்ததாக அறிவித்தனர். தொப்பிகலா என்ற இடத்தில் நடைபெற்ற சண்டைக்குப் பிறகு, சுமார் 15 ஆண்டுகளுக்குப் பிறகு கிழக்கு

இலங்கை முற்றிலுமாக இலங்கை ராணுவத்தின் வசம் வந்து உள்ளது. மாவிலாறு தொடங்கி, சம்பூர், வாகரை, திருகோண மலை வழியாக, தொப்பிகலாவை அடைந்தது இலங்கை ராணுவத்தின் வெற்றி.

ரணில் விக்ரமசிங்கேயுடன் 2001-ல் அமைதி ஒப்பந்தம் செய்து கொண்ட சமயம் விடுதலைப் புலிகள் வலிமையின் உச்சத்தில் இருந்தனர். ஆனால் அதற்குப் பின் தமது கட்டுப்பாட்டில் உள்ள பகுதியில் பெருமளவை விடுதலைப் புலிகள் இழந்தனர். பலம் குறைந்து பலவீனம் வெளிப்பட ஆரம்பித்துவிட்டது. என்ன செய்யலாம்?

•

கரும்புலி தாக்குதல் நடத்தியிருக்கிறோம். கப்பல்படை வலிமையை வேண்டிய மட்டும் நிரூபித்தாகிவிட்டது. தரைப் படை? கேட்கவே வேண்டியதில்லை. கரும்புலி ஒன்று போதும். பயத்திலேயே பலருக்கு அங்கே உயிர் பிரிந்துவிடும். விமானப் படை? அப்படி ஒன்று இருக்கிறதா என்றே திட்டவட்டமாகத் தெரியாத இலங்கை மீது அதிரடியாக ஒரு தாக்குதல் நடத்தினால் எப்படி இருக்கும்? கிளிநொச்சி, இரணைமடு ஆகிய பகுதிகளில் அமைத்திருக்கும் ஓடுதளங்களைப் பார்த்ததுமே இலங்கை அரசுக்குக் கிட்டத்தட்ட ஜன்னி பிறந்துவிட்டது. மீண்டும் மீண்டும் இந்தப் பகுதிகளைத் தாக்கினார்கள்.

உள்ளுக்குள் ஓர் அச்சவுணர்வு, ஓடுதளம் இருக்கிறது நிச்சயம் விமானமும் வைத்திருப்பார்கள். தெரியும். ஆனால் வெளியில் சொல்ல பயம். தவிரவும், கூச்சம். ஆகவே ஓடுதளங்களை மட்டும் தேடித்தேடி அழித்தார்கள். சீப்பை ஒளித்துவைத்து விட்டால் மாப்பிள்ளை தாலி கட்ட மாட்டாரா?

மார்ச் 26, 2007. திங்கள் கிழமை. நல்ல இருட்டு. இன்னமும் விடியவில்லை. கட்டுநாயகே சர்வதேச விமான நிலையத்துக்கு மிக அருகில் உள்ள இலங்கை விமானப் படையின் ராணுவத் தளத்தை தேர்ந்தெடுத்திருந்தது எல்.டி.டி.ஈ.

ஆரம்பம் அசத்தலாக இருக்கவேண்டும். அதிகம் சிரமம் வைக்கவில்லை வேலை. பறந்தார்கள். வீசினார்கள். கிளம்பி வந்து காத்திருந்தார்கள். பேப்பர் எப்பப்பா வரும்?

வந்தது. பிரித்துப் படிக்கும்போதே அவர்களுக்குத் தெரிந்து விட்டது. சந்தேகமேயில்லை. நடுங்கியிருக்கிறார்கள். எல்.டி.டி.ஈ. நடத்திய விமானப் படை தாக்குதலில் 3 அதிகாரிகள் பலி. 16 பேர் காயம். ஏதோவொரு என்கொயரி அமைக்கப் பட்டிருக்கிறது. எல்லாம் சீக்கிரத்தில் சரியாகிவிடும். விமானத் தைப் பற்றி ஏதாவது செய்தி வந்திருக்கிறதா என்று பார்த்தார்கள். வந்திருந்தது. ஓர் இலகுரக விமானம். கிட்டத்தட்ட கிளைடர் வகை. கிட்டத்தட்ட வீட்டில் இருந்தே செய்து முடித்துவிடக்கூடிய வகையறா.

விமானம் பறந்த உயரத்தைக் காட்டிலும் அதிக தூரம் மனத்தால் பறந்தார்கள் விடுதலைப் புலிகள். அவர்கள் கொண்டு சென் றிருந்தது இரண்டு விமானங்களை. 2-4 பயணிகள் பறக்கக்கூடிய விமானங்களில் சில சிறிய மாற்றங்களைச் செய்து குண்டுவீசும் விமானங்களாக மாற்றியிருந்தனர் புலிகள்.

அக்டோபர் 22, 2007. அதே அதிகாலை நேரம். இந்த முறை அனுராதபுரம் தளம். பூ தூவுவது போல் குண்டுகள் தூவிவிட்டு மறைந்து போனார்கள். மறுநாள் தலைப்புச் செய்தி இதுதான். ஐந்து பேர் மரணம். எட்டு பேர் பலத்த காயம். இரண்டு எம்ஐ 24 ரக ஹெலிகாப்டர்கள் சுக்கல்நூறாகச் சிதறி விழுந்தன. முன்னர் பார்த்த அதே இலகுரக விமானங்களைப் பயன்படுத்தி இருக்கிறார்கள். இப்போதைக்கு எமர்ஜென்ஸி டிக்ளேர் செய்திருக்கிறோம். மற்றபடி பயப்படும்படியாக ஒன்றுமில்லை.

இது போதும் என்றது எல்.டி.டி.ஈ.

புலிகளுக்கு எப்படிக் கிடைத்தது விமானங்கள் என்று உலக நாடுகள் அதிசயித்தன. செக் ரிபப்ளிக் நாட்டில் வாங்கி, எப்படியோ பார்ட் பார்ட்டாகப் பிரித்து, கடத்தி, ஈழப் பகுதிக்குக் கொண்டுவந்து சேர்த்து, வேண்டிய மாற்றங்களைச் செய்து, குண்டுவீசும் விமானங்களாக மாற்றியிருக்கிறார்கள்.

இதனால் இந்தியாவுக்கு ஆபத்து என்று சில இந்தியப் பத்திரிகை களும் அரசியல் நோக்கர்களும் அறிவித்தனர். ஆனால் இந்த இரண்டு விமானங்களால் இலங்கைக்குக்கூட பெரிய அளவில் ஆபத்தில்லை என்பதுதான் உண்மை.

சுனாமிக்குப் பிறகு எல்.டி.டி.ஈ. தொடர்ந்து சரிவை மட்டுமே சந்தித்துக்கொண்டிருப்பதாகச் சொல்கிறது இலங்கை அரசு.

யாழ்குடா நாட்டை இலங்கைத் தீவின் பிற பகுதியுடன் இணைக்கும் ஏ9 நெடுஞ்சாலை மூடப்பட்டு கிடக்கிறது. பொருளாதாரத் தடைகள் அமுலில் இருக்கின்றன.

இந்தத் தோல்விகள் ஒருபக்கம் என்றால் மறுபக்கம் எல்.டி.டி.ஈ. சமீபத்தில் இரு பெரும் இழப்புகளைச் சந்திக்க நேர்ந்துள்ளது. ஆன்டன் பாலசிங்கம் டிசம்பர் 14, 2006 அன்று புற்றுநோயால் பாதிக்கப்பட்டு, பிரிட்டனில் இறந்துபோனார்.

நவம்பர் 2, 2007 அன்று கிளிநொச்சியில் இலங்கை வான்படை நடத்திய தாக்குதலின்போது, அரசியல் பிரிவுத் தலைவர் சு.ப. தமிழ்ச்செல்வனும் அவருடன் இருந்த 5 புலிகளும் கொல்லப் பட்டனர். அதற்கடுத்த சில வான்படைத் தாக்குதல்களில் பிரபாகரனுமே காயம் பட்டிருக்கலாம் என்றது இலங்கை அரசு.

மொத்தத்தில், போர்நிறுத்த ஒப்பந்தம் குப்பையில். இலங்கை ராணுவம், அடுத்தடுத்துத் தான் பெற்ற வெற்றிகளால் மிகுந்த தைரியத்துடன் எல்.டி.டி.ஈயை ஒழித்துக் கட்டும் முயற்சியில் ஈடுபட்டுள்ளது.

•

ஒரேயொரு துருப்பிடித்த துப்பாக்கியுடன் தொடங்கப்பட்ட அமைப்பு. இன்று, கப்பல்படை, வான்படை இரண்டையும் வைத்திருக்கிறார்கள். ஐந்து பேர் கொண்ட இயக்கம் இன்று 25,000 வீரர்களைக் கொண்டிருக்கிறது. ஆகவே நம்பிக்கை இழக்காதீர்கள் தமிழர்களே என்கிறது எல்.டி.டி.ஈ.

வடகிழக்குப் பிரதேசங்களை இலங்கை அரசால் முழுமையாகக் கைப்பற்றமுடியவில்லை. எல்.டி.டி.ஈ.யின் பலத்தை அவ்வப் போது குறைக்க முடிந்தாலும் அவர்களைப் பெரிய அளவில் கட்டுப்படுத்தமுடியவில்லை. அதே நேரம், எல்.டி.டி.ஈ.யால் தனி ஈழக் கோரிக்கையை வெற்றிகரமாக முன்னெடுத்துச் செல்லவும் முடியவில்லை.

எல்.டி.டி.ஈ. முன்மொழியும் தனி ஈழம் கீழ்கண்ட பகுதிகளை உள்ளடக்கியது. கிளிநொச்சி, முல்லைத்தீவிலுள்ள பெரும் பாலான மாவட்டங்கள், மன்னாரில் சில பகுதிகள், வவுனியா, யாழ்ப்பாணம், அம்பாரை, திருகோணமலை, மட்டக்களப்பை மற்றும் புத்தளம்.

ஆனால், யாழ்ப்பாணம், அம்பாரை, திருகோணமலை, மட்டக் களப்பு, புத்தளம் ஆகிய பகுதிகள் இலங்கை அரசாங்கத்தின் கைவசம் உள்ளன.

தமிழீழம். கனவில் மட்டுமே மிதக்கும் இந்த தேசத்துக்கு உயிர் கொடுக்க வேண்டி உயிரைக் கொடுத்தவர்களின் எண்ணிக்கையை அறிய முடியாது. ஆனால், சுனாமி அந்தக் கனவுக்கு உயிர் கொடுத்துவிட்டது. பல கடுமையான விளைவுகளை ஏற்படுத்திய சுனாமி செய்த ஒரே நல்ல காரியம் இதுதான். சர்வதேச அங்கீகாரம் ஒன்றன்பின் ஒன்றாக உருண்டு வந்தது. ஒரே பாராட்டுகள். சால்வை போர்த்துக் கையில் பூச்செண்டு கொடுக்காத குறைதான். அடடா, எத்தனை பிரமாதமாக இயங்கினீர்கள்! அரசாங்கத்துக்கு முன்னால் சுதாரித்துக்கொண்டு பம்பரம் போல் சுற்றினீர்களே? உங்கள் நிர்வாகத் திறன் பிரமிப்பை ஏற்படுத்துகிறது.

எல்.டி.டி.ஈ. உற்சாகமடைந்தது. முற்றிலும் எதிர்பாராத அங்கீ காரம். உலகம் முழுவதும் உள்ள மக்கள் எங்களைப் பார்த்துக் கொண்டிருக்கிறார்கள். நாங்கள் தீவிரவாதிகள் அல்லர். சிறந்த நிர்வாகிகள் என்று அவர்கள் நிச்சயம் இந்நேரம் புரிந்து கொண்டிருப்பார்கள்.

இலங்கை அரசுக்கு இது மிகப் பெரிய பின்னடைவை ஏற்படுத் தியது. உதவித்தொகைக்காக இலங்கை அரசு காத்துக்கொண் டிருந்த சமயத்தில் அத்தனை சர்வதேச நிறுவனங்களும் திட்டவட்டமாகச் சொல்லிவிட்டார்கள். தருகிறோம். ஆனால், நீங்கள் அந்தத் தொகையை எல்.டி.டி.ஈ.யிடம் பகிர்ந்துகொள்ள வேண்டிவரும். தர்மசங்கடத்தின் உச்சம். முடியாது என்று சொன்னால் கொடுக்க வரும் கை பின்னுக்குப் போய்விடும். சரி என்றால் எல்.டி.டி.ஈ.யை அங்கீகரித்ததாக ஆகிவிடும். இன்னொரு விஷயத்தையும் சுனாமி வெளிச்சத்துக்குக் கொண்டு வந்தது. எல்.டி.டி.ஈ. நிர்வகிக்கும் பிரதேசங்களை இலங்கை அரசு கண்டுகொள்வதில்லை. அங்கே நடப்பது தனி ஆட்சி. தனி அரசாங்கம்.

எல்.டி.டி.ஈ. செயல்படுத்திக் காட்டிய புணர்நிர்மாணத் திட்டம் (Disaster Management System) ஒரு ரோல் மாடலாக பல நாடுகளால் ஏற்றுக்கொள்ளப்பட்டுள்ளது.

வன்னிப்பகுதிக்கு நேரில் சென்ற பத்திரிகையாளர்களால் இந்த வித்தியாசத்தை உணர முடிந்தது. அட, இங்கே புலிகளின் கொடி

பறந்துகொண்டிருக்கிறதே. இந்தியப் புலனாய்வுப் பத்திரிகை தெஹல்காவில் இருந்து சென்ற வி.கே. சசிகுமார் புலிகள் பகுதியில் மூன்று வாரம் தங்கியிருந்து, பல ஆச்சரியங்களைச் சுமந்தபடி ஊர் வந்து சேர்ந்தார். எல்.டி.டி.ஈ. தமிழீழத்தை அடைந்துவிட்டது என்று எழுதினார் (ஏப்ரல் 16, 2005).

•

உள்ளே காலடி எடுத்துவைக்கும்போதே உங்களால் உணர முடியும். நீங்கள் இப்போது இருப்பது ஈழத்தில். இலங்கையில் அல்ல.

வரிசையாக எல்லைப் பாதுகாப்பு வீரர்கள். உங்கள் அடையாள அட்டை பரிசோதிக்கப்படும். உங்கள் உடைமைகள் சோதனை செய்யப்படும். கஸ்டம்ஸ் தொகை வசூலிக்கப்படும். முதல் காரியமாக, உங்களுக்கு நுழைவுச் சீட்டுகள் அளிக்கப்படு கின்றன. செக்போஸ்ட்டில் யாராவது நிறுத்திக் கேட்டால் இந்தச் சீட்டை காண்பித்தால் போதுமானது.

கிளிநொச்சியை தங்கள் நிர்வாகத் தலைநகரமாக எல்.டி.டி.ஈ. கருதுகிறது. ஈழம் என்று அறியப்படும் பிரதேசத்துக்குள் வேற்று ஆள்கள் யாரும் அவ்வளவு சுலபத்தில் நுழைந்துவிடமுடியாது. எல்.டி.டி.ஈ.யின் அனுமதி இல்லாமல் அங்கே உள்ள மரத்தின் ஒரு கிளையைக்கூட வெட்டமுடியாது. இது எங்களுடையது இல்லை என்று இலங்கை அரசு ஈழத்தைக் கிட்டத்தட்ட கைகழுவிவிட்டது.

எல்.டி.டி.ஈ. நடத்தும் நீதி மன்றங்கள் அங்கே மிகவும் பிரபலம். கண்களைக் கட்டியபடி நீதிதேவதை. கையில் தராசு. கொஞ்சம் நெருங்கிப் பார்த்தால் வித்தியாசம் தெரியும். சோழர் காலத்து பார்வதிதான் தேவதையாக உருமாறியிருப்பார். சக்தி. நீதிமன்ற வளாகத்துக்குள் நுழைந்தால், மக்கள் கையில் புகார் மனுவுடன் காத்திருப்பதைக் காண முடியும். 'என்னுடைய ஆட்டுக்குட்டியை நேத்தில இருந்து காணோம் ஐயா' வரை, 'என் புருஷன் குடிச் சுட்டு வந்து அடிக்கிறார்' வரை எல்லா வழக்குகளும் இங்கே வந்து சேர்கின்றன.

இலங்கை அரசு இந்த நீதிமன்றத்தை அனுமதிக்கிறது என்பது மட்டுமல்ல விஷயம். இலங்கையின் பிற பகுதிகளில் வசிக்கும் தமிழர்கள் ஏதாவது புகாரைக் கொண்டு வந்து நீட்டினால்,

கிளிநொச்சிக்குப் போங்கப்பா, அங்கேதான் சீக்கிரம் வழக்கு முடியும் என்று சொல்லி அனுப்புவிடுகிறார்களாம். ஏன் அங்கே அனுப்பவேண்டும்? இந்த ஏரியா எங்கள் கட்டுப்பாட்டில் இல்லை என்பதுதான் பதில்.

1993-ல் விடுதலைப் புலிகள் இந்த நீதிமன்றத்தை ஆரம்பித் தார்கள். எந்தக் குற்றத்துக்கு என்ன தண்டனை? உட்கார்ந்து பேசி, யோசித்து, மண்டையை உடைத்து ஒரு நீதி சாசனத்தை உருவாக்கும் அளவுக்கு பொறுமையோ அவகாசமோ ஒரு வருக்கும் அங்கே இல்லை. இந்தியாவில் இருந்து சட்டப் புத்தகங்களை வாங்கி ஒரு பிரதி எடுத்து வைத்துக்கொண்டு விட்டார்கள். சட்டக் கல்லூரியும் உண்டு. வந்து சேரும் மாணவர்களுக்கு இந்திய சட்டக் கல்லூரி மாணவர்கள் படிக்கும் அதே புத்தகங்கள் அளிக்கப்படுகின்றன. அதே பீனல் கோட் நம்பர். அதே அண்டர் செக்ஷன் ஸோ அண்டு ஸோ. அதே நீதிபதி நியமனம். அதே சிறப்பு நீதிமன்றம். அதே லொட்டு லொட்டு சுத்தியல். அதே கனம் கோர்ட்டார் அவர்களே.

மொத்தம் இரண்டு உயர் நீதிமன்றங்கள். கிளிநொச்சியில் ஒன்று. முல்லைத்தீவில் ஒன்று. ஒவ்வொன்றின் கீழும் ஏழு மாவட்ட நீதிமன்றங்கள். எல்.டி.டி.ஈ.யால் எப்படி நீதி அளிக்க முடியும்? தொட்டதற்கெல்லாம் அங்கே மரண தண்டனைதான், எதிர்த்துப் பேசினால் முட்டிக்காலுக்குக் கீழே சுட்டுவிடுவார்கள் என்றெல்லாம் சில சிங்களர்கள் அங்கலாய்த்துக்கொண்டாலும் உண்மை அதுவல்ல. பாலியல் பலாத்காரம் செய்பவர்களுக்கும் கொலை புரிபவர்களுக்கும் மட்டுமே மரண தண்டனை. மற்றபடி, குற்றத்துக்கு ஏற்றவாறு தண்டனைக் காலம் அமையும்.

கடந்த பன்னிரண்டு ஆண்டுகளில் கடுமையான குற்றங்கள் என்று பதிவானவை 150 மட்டுமே. இன்னோர் ஆச்சரியம், இங்கே குற்றவாளிகள் ஒருவருக்கும் கைவிலங்கு மாட்டப்படு வதில்லை. குற்றம் சாட்டப்பட்ட இன்னார் இந்தக் குற்றத்தைச் செய்திருக்கிறார் என்று ஒரு வழக்கறிஞர் வாதாடிக் கொண்டிருக்கும்போது அந்த இன்னார் புகைத்துக்கொண்டு உட்கார்ந்திருக்கலாம்.

நீதிமன்றங்கள் அமைக்கப்படுவதற்கு முன்னால் ஊர்ப் பெரியவர்கள், பள்ளி ஆசிரியர்கள் ஆகியோரை வைத்து

நாட்டாமை பாணி அமைப்புகளை நடத்தினார்கள். ஆனால், அது சரிவரவில்லை.

ஆங்காங்கே ஜீப்பில் (அல்லது காரில்) காவல் துறையைச் சார்ந்தவர்கள் ரோந்து வருவார்கள். காவல்துறை அமைக்கப் பட்டது 1991-ம் ஆண்டில். தலைமைக் காவல் நிலையம் கிளிநொச்சியில் இருக்கிறது. மற்றபடி, எல்.டி.டி.ஈ.யின் ஆளுகைக்கு உட்பட்ட பிரதேசங்களில் சங்கிலி வரிசையாகக் காவல் நிலையங்கள் நீண்டுள்ளன. குற்றங்களைக் கண்டு பிடிப்பது, குற்றவாளிகளை நீதிமன்றத்துக்கு அழைத்து வருவது என்று தொடங்கி சட்டஒழுங்கை நிலைநாட்டும் முழுப் பொறுப்பும் அவர்களுடையதுதான். பெண் காவலாளிகளும் உண்டு.

எல்.டி.டி.ஈ ஆளுகைக்கு உட்பட்ட பிரதேசங்களில் பள்ளிக் கூடங்கள், கல்லூரிகள் இயங்குகின்றன. விவசாயம், நெசவு போன்ற அடிப்படைத் தொழில்கள் உள்ளன. தொலைதொடர்பு ஓரளவுக்கு உள்ளது. செயற்கைக்கோள் வழியாக அனைத்து நாடுகளிலிருந்தும் தொலைபேசிமூலம் தொடர்பு கொள்ளலாம். இணைய வசதி உள்ளது. விடுதலைப் புலிகளின் இணையத்தளம் இங்கிருந்தே இயக்கப்படுகிறது. புலிகளின் ஒலி, ஒளிபரப்பு, இப்போது இணையத்திலும் கிடைக்கிறது.

ஆனால் பல போதாமைகளும் உள்ளன. மின்சாரம் முழுக்க முழுக்க டீசல், பெட்ரோல் ஜெனரேட்டர்மூலம்தான் கிடைக் கும். மின் உற்பத்தி நிலையங்கள் எதும் கிடையாது. பெட்ரோல், டீசல், மண்ணெண்ணெய் விலை மிக அதிகம். சமையல் எரிவாயு என்று எதுவும் கிடையாது. இந்தப் பொருள்களையும் இலங்கை அரசின் கட்டுப்பாட்டில் உள்ள பகுதிகளிலிருந்தோ அல்லது தமிழ்நாட்டிலிருந்தோ கடத்தினால்தான் உண்டு.

அத்தியாவசிய உணவுப்பொருள்கள் விலை அதிகம்தான். அரிசி ஒரு கிலோ 180 ரூபாய். சர்க்கரை ஒரு கிலோ 400 ரூபாய். பெட்ரோல் ஒரு லிட்டர் 650 ரூபாய். வெள்ளைப் பூண்டு ஒரு கிலோ 1000 ரூபாய். எதைத் தொட்டாலும் யானை விலை, குதிரை விலை.

எப்பொழுது வேண்டுமானாலும் குண்டு மேலே விழலாம் என்ற பயம். சரியான வருமானம் கிடையாது. வெளிநாடுகளில்

வசிக்கும் உறவினர்கள் அல்லது கொழும்பில் வேலைபார்க்கும் உறவினர்கள் பணம் சேர்த்து அனுப்பினால்தான் உண்டு. அதிலும்கூட உணவுப் பொருள்களை வாங்கக் கஷ்டம்தான்.

மருத்துவ வசதி போதாது. அடிப்படை மருத்துவத்துக்கு மேலாக, அறுவை சிகிச்சை போன்றவற்றுக்கு கொழும்பு இல்லாவிட்டால் தமிழ்நாட்டுக்குத்தான் வரவேண்டியிருக்கும்.

•

ஒரு தேசத்தைக் கட்டியெழுப்ப அரசுக்குப் பணம் தேவை. இறையாண்மை பொருந்திய நாடுகளுக்கு இந்தப் பணம் வரியாக வரும். வருமானமாக வரும். வெளிநாட்டு உதவியாக வரும்.

எல்.டி.டி.ஈ ஒரு தனி அரசல்ல. எந்த நாடும் எல்.டி.டி.ஈக்கு பண உதவி செய்வதில்லை. அப்படி இருக்கும்போது தங்கள் பகுதியில் கட்டமைப்புகளை உருவாக்க, போரை நடத்த, அவர்களுக்கு எங்கிருந்து பணம் வருகிறது?

அரசாங்கப் பணியில் இருப்பவர்கள் தங்கள் சம்பளத்தில் இருந்து ஒரு பகுதியை எல்.டி.டி.ஈக்கு அளிக்கவேண்டும். வரி. உற்பத்தித் தொழிலில் இருப்பவர்களுக்கும் இது பொருந்தும். மீனவர்களும் விவசாயிகளும் தங்கள் வருவாயில் இருந்த ஒரு பகுதியை வரியாகச் செலுத்தவேண்டும். பணமாகவோ, பொருளாகவோ. மறைமுக விதிகளும் உள்ளன. எல்.டி.டி.ஈ.யின் ஆட்சிக்கு உட்பட்ட பிரேதங்களுக்குள் கொண்டு செல்லும் உடைமை களுக்கு வரி செலுத்தவேண்டும். வண்டிகளை ரிஜிஸ்டர் செய்ய வரி. நிலம், வீடு, வாங்கும்போதும் விற்கும்போதும் வரி.

ஒரு கட்டத்தில் எல்.டி.டி.ஈ, தபால் தலைகளையும் நாணயங் களையும்கூட அச்சடித்தனர். ஆனால் இப்போது அங்கு இலங்கை அரசின் பணமும் அந்நிய நாட்டுப் பணமுமே புழக்கத்தில் உள்ளன.

எல்.டி.டி.ஈ, ஆரம்ப காலம் முதற்கொண்டே கப்பல்களின் தேவையைப் புரிந்துகொண்டார்கள். ஆயுதங்களைக் கடத்த கப்பல் அவசியம் தேவை. வடக்குப் பகுதியிலிருந்து கிழக்குக்குப் போக கப்பல்களும் அதிவேக விசைப்படகுகளும் தேவை. சீக்கிரமே பொருளாதாரம் பிரிவு ஒன்றைத் தொடங் கினர். இந்தப் பிரிவின் நோக்கம் பல கப்பல்களை வாங்கி,

அவற்றை உலக அளவில் சரக்குகளை நகர்த்தப் பயன்படுத்து வதுதான் இன்று எல்.டி.டி.ஈக்கு சொந்தமான பல கப்பல்கள் சர்வதேச கார்கோ போக்குவரத்தில் ஈடுபட்டுவருகின்றன.

இந்த இடத்தில் ஒரு குற்றச்சாட்டு முளைக்கிறது. சாதாரண சரக்குகள் மட்டுமல்ல, ஆயுதங்களையும் இவர்கள் கடத்து கிறார்கள். எல்.டி.டி.ஈ. தங்கள் சரக்குக் கப்பல்களை போதை மருந்துக் கடத்தலுக்குப் பயன்படுத்துகிறது. போதை மருந்து கடத்தல், ஆயுதக் கொள்முதல் இரண்டுக்கும் நிறைய தொடர்பு உண்டு. ஆயுதம் வாங்குவதற்குத் தேவையான நிதியை போதை மருந்துக் கடத்தல் மூலமாக மட்டுமே பெற முடியும்.

இதுபோன்ற குற்றச்சாட்டுகளுக்கு எல்.டி.டி.ஈ. பொதுவாக பதிலளிப்பதில்லை.

•

எல்லாவற்றையும்விடப் புலம் பெயர்ந்து வாழும் தமிழர்கள் கொடுக்கும் நன்கொடையிலிருந்துதான் அதிக நிதி கிடைக்கிறது என்கிறார்கள் வேறு சிலர்.

பெயர், உலகத் தமிழர் இயக்கம் (World Tamil Movement - WTM). நற்பணி மன்றம். லாபநோக்கம் கிடையாது. தமிழர்கள் வாழ்வில் மறுமலர்ச்சி ஏற்படுத்துவதே இவர்கள் நோக்கம். கனடாவில் மொத்தம் மூன்று கிளைகள் வைத்திருக்கிறார்கள். டொராண்டோவில். மாண்ட்ரியலில். வான்கோவரில்.

ஆனால், ஜூலை 2002 முதலே கனடாவுக்கு இந்த இயக்கத்தின் மீது சந்தேகம்.

ஏப்ரல் 8, 2006 அன்று கனடா, விடுதலைப் புலிகள் இயக்கத்தின் மீது தடையுத்தரவு பிறப்பித்தது. உடனே உலகத் தமிழர் இயக்கம்மீதான விசாரணையையும் முடுக்கிவிட்டது. அலு வலகங்களைச் சோதனைபோடு. ஆள்களைக் கவனி. கணக்கு வழக்குகளைப் பார். வரவு எங்கிருந்து? செலவு எதற்கெல்லாம்?

ஜூலை 19, 2006 அன்று 58 பக்கங்கள் கொண்ட ஒரு தடிமனான அறிக்கையை ஒண்டாரியோ நீதிமன்றம் வெளியிட்டது. WTM தமிழ்ச்சேவை என்ற பெயரில் செய்வதெல்லாம் புலிச்சேவை மட்டுமே. அங்கே இங்கே என்று பணம் சேர்க்கிறார்கள்.

கணிசமாகத் தேறியதும் எல்.டி.டி.ஈ.க்கு அனுப்பிவிடு கிறார்கள். ஆயுதம் வாங்குவதற்கென்றே எல்.டி.டி.ஈ. இது போன்ற அமைப்புகளை நடத்திவருகிறது.

WTM-ன் அலுவலகங்களைச் சோதனையிட்டபோது விடுதலைப் புலிகள் பிரசுரங்கள் பல சிக்கின. சில ஆவணங்களை அழிக்க அவர்கள் முயற்சி செய்திருக்கின்றனர். நீங்கள் எல்.டி.டி.ஈ. ஆதரவாளர்களா? ஆம். அவர்களுக்காக நிதி திரட்டுகிறீர்களா? கிடையாது. தமிழீழத்தை ஆதரிக்கிறீர்களா? ஆம். உங்களைப் பொறுத்தவரை எல்.டி.டி.ஈ. யார்? விடுதலைப் போராட்ட வீரர்கள்.

•

எல்.டி.டி.ஈ.க்கு இலங்கையைத் தாண்டி பரவலான ஆதரவு வட்டம் உண்டு. இலங்கையில் இருந்து புலம் பெயர்ந்த தமிழர்கள் எங்கெல்லாம் பரவியிருக்கிறார்களோ அங்கெல்லாம் எல்.டி.டி.ஈ. ஆதவாளர்களும் பரவியிருக்கிறார்கள். விடுதலைப் புலிகள் நடத்தும் போராட்டங்களுக்கு இவர்களிடம் பெருத்த ஆதரவு உண்டு. எல்.டி.டி.ஈ. தனது போரைத் தொடர்ந்து முன்னெடுத்துச் செல்வதற்குத் தேவையான நிதியுதவியை இவர்களில் பலர் சுய விருப்பத்துடன் வழங்கி வருகிறார்கள்.

அது நிற்க. 2005 அக்டோபர் மாதம் முதல் பிப்ரவரி 2006 வரை கனடா, பிரிட்டன் ஆகிய நாடுகளில் நடத்தப்பட்ட ஆய்வின் அடிப்படையில் மனித உரிமைகள் கண்காணிப்பு மையம் (Human Rights Watch) என்ற லாபநோக்கற்ற சர்வதேச அமைப்பு ஓர் அறிக்கையை வெளியிட்டது.

அதில், விடுதலைப் புலிகளின் ஆள்கள், கனடா, பிரிட்டன் போன்ற தேசங்களில் உள்ள புலம்பெயர்ந்த ஈழத்தமிழர்களை அச்சுறுத்தி, பணம் பறித்து அந்தப் பணத்தை எல்.டி.டி.ஈக்கு அனுப்புகிறார்கள் என்று குற்றம் சாட்டியது. அவ்வாறு பணம் தராதவர்கள் அல்லது எல்.டி.டி.ஈ அமைப்புக்கு எதிரானவர்கள் மீது உடல்ரீதியிலான தாக்குதல்களும் நடைபெறுவதாக இந்த அறிக்கை குற்றம் சாட்டியது.

கனடாவில் வாழும் குடும்பங்கள் பலவும் 2,500 முதல் 5,000 கனடா டாலர்கள் வரை அளிக்கவேண்டியிருக்கிறது. வர்த்தக நிறுவனங்கள் குறைந்தது 1,00,000 கனடா டாலர்கள்

அளிக்கும்படிக் கட்டாயப்படுத்தப்படுகிறார்கள். நிதி அளிக்க மறுப்பவர்கள் தங்கள் குடும்பங்களைக் காண இலங்கையில் விடுதலைப் புலிகளின் கட்டுப்பாட்டில் இருக்கும் பகுதிகளுக்குத் திரும்ப முடியாது. ஈழத்தமிழர்கள் யார் யார் எங்கெங்கே குடிபெயர்கிறார்கள் என்பதை கணக்கு வைத்துக்கொண்டு, அவர்கள் முகவரிகளைப் பெற்றுக்கொண்டு, அவர்கள் வெளிநாடுகளில் தங்கியிருந்த காலத்துக்கு ஏற்றவாறு கட்டாய நிதி பெறப்படுகிறது.

புலிகள் தங்கள் ராணுவச் செலவுகளில் 80 முதல் 90 சதவிகிதத்தைப் புலம் பெயர்ந்த சமூகத்தின் நிதியைப் பெற்றே சமாளிக்கிறார்கள். 1990-களின் பிற்பகுதியில் கனடாவில் இருந்து மட்டும் 1 மில்லியன் முதல் 12 மில்லியன் கனடா டாலர்களை எல்.டி.டி.ஈ. பெற்றுக்கொண்டதாகச் சொல்கிறார்கள்.

•

தமிழர் மறுவாழ்வு மையம் (Tamil Rehabilitation Organization - TRO) என்ற அமைப்பு 1985-ல் தொடங்கப்பட்டது. தேசம் கடந்து இதன் கிளைகள் விரிந்திருக்கின்றன. எங்கிருந்தெல்லாம் முடியுமோ அங்கிருந்தெல்லாம் நிதி திரட்டுவதுதான் இவர்கள் பிரதானப் பணி. பிறகு, அந்த நிதியைக் கொண்டு சேவை.

தலைமை அலுவலகம் கிளிநொச்சியில். தென் இந்தியாவில் உள்ள அகதிகளுக்கு உதவவேண்டும் என்பதுதான் ஆரம்பகாலத் திட்டம். போரால் பாதிக்கப்பட்டவர்களுக்கு உதவி செய்ய வேண்டும். கல்வி. வீடுகள் புணர் நிர்மானம். ஆதரவற்றோருக்கு உணவு. பெண்கள், குழந்தைகள் பாதுகாப்பு. இன்னமும் பல. ஆஸ்திரேலியா, டென்மார்க், பிரான்ஸ், கனடா, ஜெர்மனி, இத்தாலி, அமெரிக்கா, நார்வே, ஸ்வீடன், ஸ்விட்சர்லாந்து என்று மறுவாழ்வு மையங்கள் பரவியுள்ளன.

2002-ல் அரசாங்கம் சாரா இயக்கம் என்னும் வகையராவின் கீழ் TRO இலங்கை அரசாங்கத்தால் பதிவு செய்யப்பட்டது. 2004 சுனாமி நிவாரணப் பணிகளில் சிறப்பாக செயல்பட்டதற்காக சந்திரிகாவிடம் இருந்து பரிசு பெற்றிருக்கிறது TRO. ஆனால், கனடா, அமெரிக்கா, ஆஸ்திரேலியா, பிரிட்டன் ஆகிய நாடுகளில் TRO தீவிர கண்காணிப்புக்கும் விசாரணைக்கும் உள்ளாகிக்கொண்டிருக்கிறது. எல்.டி.டி.ஈ. இந்த நாடுகளில்

தடை செய்யப்பட்ட இயக்கம் என்பதாலும், TRO அவர்களுக்கு நிதியுதவி அளிக்கின்றன என்ற சந்தேகத்தாலும்.

TROவுக்கும் எல்.டி.டி.ஈ.க்கும் இடையிலான உறவு எத்தகையது? அல்லது, அப்படி ஓர் உறவு உண்மையில் உள்ளதா என்பது சர்ச்சைக்குரியது. எல்.டி.டி.ஈ. இந்த மையங்களை தங்களுடையது என்று ஏற்றுக்கொள்வதில்லை. அதே சமயம், தமிழர்கள் நல வாழ்வுக்காக அவர்கள் அளிக்கும் நிதியுதவியை யும் அவர்கள் மறுப்பதில்லை.

15 நவம்பர் 2007 அன்று அமெரிக்க அரசு, TROவைத் தடை செய்தது. அவர்களது வங்கிக் கணக்கை முடக்கியது. அமெரிக்கா வில் வசிக்கும் எவரும் இந்த அமைப்புக்கு நிதி உதவி செய்யக் கூடாது என்று ஆணையிட்டது. விடுதலைப் புலிகளுக்கு நிதி வழங்குவதற்காகவே இந்த அமைப்பு ஏற்படுத்தப்பட்டுள்ளது என்றது அமெரிக்கா. நிதி மட்டுமின்றி, ஆயுதங்கள் வாங்கு வதிலும் TRO ஈடுபட்டுள்ளது என்ற குற்றச்சாட்டை அமெரிக்க அரசு முன்வைத்தது.

இதற்காகவே காத்திருந்ததுபோல, இலங்கை அரசும் 22 நவம்பர் 2007 அன்று TROவைத் தடை செய்தது.

உலக நாடுகள் பலவும் விடுதலைப் புலிகளை நேரடியாகவும், அந்த அமைப்புடன் தொடர்புடையவை என்று சந்தேகிக்கும் தமிழர் அமைப்புகளையும் தடை செய்யத் தொடங்கியுள்ளனர். இதனால் விடுதலைப் புலிகளுக்கு இதுவரையில் கிடைத்துவந்த பணம் வெகுவாகக் குறையும். இதன் விளைவுகள் இப்போது நடக்கும் யுத்தத்திலும் சரி, இந்த யுத்தத்தால் பாதிக்கப்படும் தமிழ் மக்களது வாழ்விலும் சரி, பெருத்த பாதிப்புகளை ஏற்படுத்தும்.

•

இலங்கை அரசு பேச்சுவார்த்தைக்கோ அமைதிக்கோ அல்ல, போருக்குத் தன்னை ஆயத்தப்படுத்திக்கொண்டிருக்கிறது. இலங்கை அரசின் தற்போதைய (2007 டிசம்பர்) ராணுவ இலக்கு வன்னிப் பகுதி. பெரும் போர் ஒன்றைத் தொடுத்து அதைக் கைப்பற்றிவிடவேண்டும் என்னும் துடிதுடிப்பு அதிகம் காணப் படுகிறது. 2008-ம் ஆண்டு பட்ஜெட்டில் இதுவரை இல்லாத

அளவுக்குப் பெரும் பங்கை ராணுவச் செலவுகளுக்காக ஒதுக்கியிருக்கிறது.

நவம்பர் 27, 2007 மாவீரன் உரையில் பிரபாகரன் குறிப்பாக வலியுறுத்திய செய்தி இது. இந்தியா உள்பட எந்தவொரு வெளி தேசமும் (அவர் குறிப்பிட்டுச் சொல்ல விரும்பியது அமெரிக்காவை) இலங்கை அரசுக்கு உதவக்கூடாது. நீங்கள் அளிக்கும் நிதியுதவியைக் கொண்டு ஓர் இனம் இங்கு அழிக்கப் பட்டுக்கொண்டிருக்கிறது.

பின்னிணைப்பு - 1

இறுதிப் போர்?

ஜூலை 26, 2006 அன்று நடைபெற்ற மாவிலாறு அணை தாக்குதல் நான்காம் ஈழப்போரைத் தொடங்கிவைத்தது. சம்பூர், வாகரை தொடங்கி கிழக்குப் பகுதி முழுவதையும் தன் கட்டுப்பாட்டின் கீழ் கொண்டுவந்தது இலங்கை ராணுவம். கையிருப்பில் உள்ள பிரதேசங்கள் ஒவ்வொன்றாக நழுவிய போதும், விடுதலைப் புலிகள் தரப்பில் இருந்து பெரிய எதிர்தாக்குதல் எதுவும் நடைபெறவில்லை. தற்காப்பு நடவடிக்கைகளில் மட்டுமே ஈடுபட்டனர். இது ஏன் என்னும் ஆச்சரியக் கேள்வியுடன் நான்காம் ஈழப்போர் தொடர்ந்தது.

நவம்பர் 23, 2008 அன்று கிளிநொச்சி மீது தாக்குதல் தொடுத்தது இலங்கை. ஜனவரி 2, 2009 அன்று கிளிநொச்சியும் பரந்தனும் இலங்கையின் கட்டுப்பாட்டின் கீழ் வந்து சேர்ந்தது. கொண்டாட்டத்தில் மூழ்கிப்போனது இலங்கை. இது சமர்களுக்கெல்லாம் தாய்ச்சமர் என்று சொல்லிச்சொல்லி மாய்ந்துபோனது.

கிளிநொச்சி வெறும் நிலப்பரப்பாக மட்டுமே இருந்திருந்தால் அதன் வீழ்ச்சி பெரிதாக இருந்திருக்காது. ஆனால், விடுதலைப் புலிகள் கிளிநொச்சியைத் தங்கள் தலைமையகமாகக் கருதினர். நிதி, நீதி, நிர்வாகம், காவல் உள்ளிட்ட அனைத்தையும்

இங்கிருந்து மேற்கொண்டனர். அந்த வகையில், இந்த இழப்பு புலிகளை உளவியல்பூர்வமாக தாக்கியிருக்கலாம்.

வெற்றியைக் கொண்டாடுவதற்கான உள்ளே நுழைந்த ராணுவத்துக்கு மிகப் பெரிய பொட்டல் வெளியே கண்ணில் பட்டது. எந்தப் பக்கம் திரும்பினாலும் சூனியம். கட்டடங்கள் இல்லை. தளங்கள் இல்லை. ஆயுதங்கள் இல்லை. ஆள்கள் இல்லை. இது எப்படிச் சாத்தியமானது? கதவுகள், குடியிருப்பு கள் முதற்கொண்டு அனைத்தையும் அப்புறப்படுத்த வேண்டுமானால் குறைந்தது இரண்டு மாதங்களாவது ஆகும்? எனில், கிளிநொச்சியைக் கைவிடவேண்டிவரலாம் என்று முன்கூட்டியே அவர்களுக்குத் தெரிந்துவிட்டதா?

விடுதலைப் புலிகளின் அடுத்த திட்டம் என்னவாக இருக்கும் என்பது பற்றி பல்வேறு அலசல்கள் மேற்கொள்ளப்பட்டன. இனி பிராந்தியத்தைக் கைப்பற்றும் முயற்சிகளில் புலிகள் ஈடுபடமாட்டார்கள். நடந்து முடிந்த போரில் புலிகள் தற்காப்பு வீரர்களை மட்டுமே பயன்படுத்தியுள்ளனர். ஆகவே, படைகள் வேறு ஒரு பகுதியில் குவிக்கப்பட்டிருக்கவேண்டும். விசுவமடு, முல்லைத்தீவு, புதுக்குடியிருப்பு ஆகிய பகுதிகளில் அவர்கள் குவிந்திருக்கவேண்டும். புதிய தாக்குதல் திட்டத்துக்கு அவர்கள் தயாராகிக்கொண்டிருக்கவேண்டும்.

கிளிநொச்சி வீழ்ச்சியை புலிகளின் வீழ்ச்சியாகக் கொள்ள வேண்டாம் என்று ஆதரவாளர்கள் நம்பிக்கையளித்தனர். 1996ம் ஆண்டு கிளிநொச்சி இலங்கையால் கைப்பற்றப்பட்டது. இரண்டு ஆண்டுகள் கழித்து அதை புலிகள் மீட்டெடுத்தனர். கிளிநொச்சி, பரந்தன் இரண்டையும் மீட்கும்போது ஆனையிற வும் புலிகள் கட்டுப்பாட்டில் வந்தது.

ஆகவே, கிளிநொச்சியைப் புலிகள் விட்டுக்கொடுத்தது முல்லைத்தீவைக் காப்பாற்றத்தான் என்று சொல்லப்பட்டது. முல்லைத்தீவை நோக்கியும் ராணுவம் நகர்ந்துகொண்டிருந்த சமயம் அது. முள்ளியவளை, தண்ணீரூற்று, சிலாவத்தை போன்ற முல்லைத்தீவுக்கு அருகிலுள்ள இடங்களை ராணுவம் சுற்றிவளைத்து தாக்குதல் தொடக்க ஆரம்பித்திருந்தது. முல்லைத்தீவைப் பலப்படுத்தவேண்டுமானால் கிளிநொச்சியைக் கைவிடவேண்டும்.

இலங்கை ராணுவம் இந்த ஊசலாட்டத்தைத் தனக்குச் சாதக மாகப் பயன்படுத்திக்கொண்டது.

பரந்தன், கிளிநொச்சியைத் தொடர்ந்து ஆனையிரவு வீழ்த்தப் பட்டபோது விடுதலைப் புலிகள் முல்லைத்தீவில் ஒன்றுகுவிந் தனர். தனிஈழக் கனவுடன் போராட்டத்தை ஆரம்பித்த இயக்கத்திடம் இப்போது 350 முதல் 450 சதுர கிலோ மீட்டர் அளவுள்ள நிலப்பரப்பே எஞ்சியிருந்தது. முல்லைத்தீவு. அதுமட்டும்தான். கிளிநொச்சியில் இருந்து வெளியேறிய லட்சக்கணக்கான தமிழர்கள் புலிகளின் பின்னால் அணி வகுத்திருந்தனர். மக்களைத் தங்கவைக்கவேண்டும். குடியிருப்பு கள் ஏற்படுத்தவேண்டும். தடையில்லாமல் உணவு கிடைக்க வேண்டும். இந்த ஏற்பாடுகள் ஒருபக்கம் நடந்துகொண்டிருக்கும் போதே மற்றொரு பக்கம் படை பலத்தைக் கூட்டவேண்டும். தகுந்த போர் வியூகம் அமைக்கவேண்டும்.

ஆனால் எதற்கும் அவகாசம் இருக்கவில்லை. புயல்வேகத்தில் முல்லைத்தீவை ஆக்கிரமித்தது இலங்கை. ஜனவரி மாதம் முடிவடைவதற்குள் முல்லைத்தீவையும் இலங்கையிடம் பறிகொடுத்தனர் விடுதலைப் புலிகள். மகிழ்ச்சியும் பெருமித மும் பொங்கும் முகத்துடன் அறிவித்தார் சரத் ஃபொன்சேகா. விடுதலைப் புலிகளுடனான எங்கள் போர் 95 சதவிகிதம் முடிந்துவிட்டது.

இலங்கை ராணுவத்துக்குக் கிடைத்த மாபெரும் முதல் வெற்றி இது. மிகவும் பிரயத்தனம் செய்து அங்கொன்றும் இங்கொன்று மாக ஒரு சில பிரதேசங்களை மட்டுமே புலிகளிடம் இருந்து இலங்கை இதற்கு முன்னால் கைப்பற்றியிருந்தது.

இலங்கை ராணுவத்தின் இந்த ராணுவ வெற்றிக்குப் பல காரணங்களை அடுக்கமுடியும். அதிகரித்திருக்கும் ராணுவ பலம். மகிந்த ராஜபக்ஷே, சரத் ஃபொன்சேகா வெளிப்படுத்திய தீவிரம். விடுதலைப் புலிகள் கடும் எதிர்தாக்குதல்கள் எதுவும் மேற்கொள்ளாதது. இன்னபிற. அனைத்தையும்விட முக்கிய மானது, சேதத்தைப் பற்றிய கவலை துளியும் இல்லாமல் இலங்கை ராணுவம் மேற்கொண்ட போர் கொள்கை.

எங்கள் யுத்தம் புலிகளிடம் மட்டும்தான் என்று இலங்கை பல்வேறு சந்தர்பங்களில் சொல்லிவந்தாலும், தமிழர்கள்,

புலிகள் என்று அவர்கள் எந்நேரமும் பிரித்துப் பார்த்ததில்லை. கனரக ஆயுதங்களை, பீரங்கிகளை, போர் விமானங்களை மிகவும் அநாயசமாக ராணுவம் பயன்படுத்தியது. எத்தனை ஆயிரம் தமிழர்கள் பாதிக்கப்பட்டாலும் பரவாயில்லை, புலிகள் ஒழியவேண்டும் என்று மட்டுமே கருதினர்.

மிகச் சிறிய நிலப்பரப்பில்தான் மக்களும் விடுதலைப் புலிகளும் குவிந்திருக்கிறார்கள் என்பது தெரிந்தபின்பும் இடைவிடாமல் தாக்குதல் தொடுத்தது இலங்கை. அவ்வாறு தாக்குமாறு ராணுவத்தினர் பணிக்கப்பட்டிருந்தனர். சிவிலியன் இழப்பு பற்றி கவலையே படவேண்டாம். முடிந்தவரை தாக்கியழியுங்கள். அவர்களை இன்னும் இன்னும் பின்னால் நகர்த்திச்சென்று ஓரிடத்தில் முடக்குங்கள். வாகாக, மேலே போர்விமானங்களைச் சுழலவிட்டு குண்டு வீசுங்கள்.

உலகத்தின் பார்வையில் இருந்து இலங்கையை மறைத்து வைக்கும் பணி மும்முரமாக மேற்கொள்ளப்பட்டது. மன்னிக்கவும், மிக முக்கிய ஆபரேஷன் ஒன்றை நடத்திக் கொண்டிருக்கிறோம். சர்வதேச ஊடகவியலாளர்கள் யாரும் உள்ளே நுழையவேண்டாம். ஆட்டம் முடிந்ததும் நாங்களே அறிவிக்கிறோம்.

இலங்கை தாக்குதலைத் தொடங்கியபோது உலகம் முழுவதும் உள்ள தமிழர்கள் ஆங்காங்கே தன்னிச்சையாகப் பொங்கி எழுந்தனர். தமிழகத்தில் குறிப்பிடத்தக்க ஒரு எதிர்ப்பலை கிளம்பியது. சிக்கிக்கொண்ட இலங்கைத் தமிழர்கள் இந்த எதிர்ப்பலைகளை நம்பினார்கள். தமிழகத்தில் உள்ள அரசியல் கட்சிகள் நம்மை உன்னிப்பாகவும் அக்கறையுடனும் கவனித்துக் கொண்டிருக்கின்றன. நிச்சயம் இவர்கள் இந்திய அரசாங்கத்துக்கு நெருக்கடியை ஏற்படுத்துவார்கள். புது தில்லி இலங்கையை உடனடியாகத் தொடர்புகொண்டு போர் நிறுத்தத்தைக் கொண்டுவரும். காத்துக்கிடந்தார்கள் இலங்கைத் தமிழர்கள். குண்டுகள்தான் வந்தன.

இலங்கைத் தமிழர்கள் மட்டுமல்ல, பிரபாகரனும் இந்தியாவை நம்பியிருந்தார் என்கிறார்கள். பிரபாகரன் செய்த இரு பெரும் தவறுகளில் இது ஒன்று என்பது சிலருடைய கருத்து. தமிழகத்தில் புலிகள் இயக்கத்தின் மீது அனுசரணை காட்டக் கூடியவர்கள் இருக்கிறார்கள் என்பது உண்மை. தமிழக அரசியல்

களத்திலும் பல ஈழ ஆதரவாளர்கள் இருப்பது உண்மை. ஆனால், இவர்கள் வாயிலாக ஒரு மாற்றம் வரும், இந்தியா போரை நிறுத்தும் என்று பிரபாகரன் நம்பியிருந்தால் அது முதல் தவறு. இரண்டாவது தவறு, இலங்கை ராணுவத்தை குறைத்து மதிப்பிட்டது. இந்தியா மட்டுமல்ல, அமெரிக்கா உள்பட எந்தவொரு மேற்குலக நாடு இடைபுகுந்தாலும் இலங்கை தன் கொள்கையை மாற்றிக்கொள்ளப்போவதில்லை. இது அவர்களுக்கு அற்புதமான ஒரு வாய்ப்பு. இறுதிப் போரை நடத்தி முடிக்கும்வரை இலங்கை ஓயப்போவதில்லை. இதை பிரபாகரன் உணராதது தவறு.

இலங்கை தன் நிலையைத் தெளிவுபடுத்தியது. யுத்தத்தின் இறுதிக்கட்டத்தை நோக்கி நகர்ந்துகொண்டிருக்கிறோம். போர் நிறுத்தம் என்னும் பேச்சுக்கே இடமில்லை. பதுங்கு குழிகள் சவக்குழிகளாக மாறின. குழந்தைகளும் வயதானவர்களும் ஆண்களும் பெண்களும் சிதறி விழுந்து மடிந்தனர். பலர் வெடிகுண்டுகளால். பலர் பசியால், உணவில்லை. குழந்தைகளுக்கு பால் இல்லை. அணிந்திருந்த ஆடைகளோடு ஓடிவந்த பல லட்சக்கணக்கான மக்கள் பயந்து பயந்தே செத்துக்கொண்டிருந்தனர். பிரபாகரன் தப்பிச்சென்றுவிட்டார் என்னும் வதந்தி கிளம்பியது. இல்லை அவர் மக்களுடன்தான் கலந்து இருக்கிறார் என்று மறுப்புகள் வெளிவந்தன. புதுக்குடியிருப்புப் பகுதியில் குவிந்துள்ள ராணுத்தை முறியடிக்கும் திட்டம் ஒன்றை அவர் மேற்கொண்டுவருகிறார் என்றனர் சிலர்.

பொதுமக்கள் மீது குண்டுகள் வீசுவதை நியாயப்படுத்தும் வகையில் சில அறிக்கைகளை அடுத்தடுத்து வெளியிட ஆரம்பித்தது இலங்கை அரசாங்கம். சர்வதேச அளவில் கிளம்பிய சில புகைச்சல்களை சமாளிக்கும் விதத்தில் அந்த அறிக்கைகள் அமைக்கப்பட்டிருந்தன. விடுதலைப் புலிகள் பொதுமக்களை கேடயமாகப் பயன்படுத்துகிறார்கள். துப்பாக்கி முனையில் பல லட்சக்கணக்கான மக்களை மிரட்டி தடுத்து நிறுத்திவைத்திருக்கிறார்கள். இதனால் சில சிவிலியன் உயிரிழப்புகள் எதிர்பாரா வண்ணம் ஏற்பட்டுவிடுகின்றன. விடுதலைப் புலிகளை ஒழிப்பதோடு நின்றுவிடாமல் அவர்கள் பிடியில் உள்ள பிணைக்கைதிகளை மீட்கவேண்டிய கட்டாயத்தில் நாங்கள் இருக்கிறோம்.

இந்தியா இலங்கைக்கு ராணுவ, உளவு மற்றும் தொழில்நுட்ப உதவிகள் செய்துவருவது ஆதாரபூர்வமாக அம்பலப்படுத்தப் பட்டதை அடுத்து தமிழகத்தில் எதிர்ப்பலைகள் பரவ ஆரம்பித்தன. தேர்தல் நெருங்கிகொண்டிருந்த சூழலில் அரசியல்வாதிகள் இதை வெவ்வேறு விதமாகப் பயன்படுத்திக் கொண்டனர். காங்கிரஸை இறுதிவரை விட்டுக் கொடுக்க வில்லை தி.மு.க. பிரணாப் முகர்ஜி இலங்கை சென்று திரும்பியிருக்கிறார். விரைவில் போர் நிறுத்தம் அறிவிக்கப் படும். திடீர் ஈழ ஆதரவாளராக உருவெடுத்தார் ஜெயலலிதா. நான் ஆட்சிக்கு வந்தால் தனி ஈழம் பெற்றுத்தருவேன் என்று அதிரடியாக அறிவித்து பரபரப்பூட்டினார். இந்திய நாடாளு மன்ற தேர்தல் முடிவுகள் மே 16ம் தேதி வெளிவந்தன. மத்தியில் காங்கிரஸ். தமிழகத்தில் திமுக. இரண்டையுமே இலங்கைத் தமிழர்கள் எதிர்பார்க்கவில்லை என்பதால் பெரும் அதிர்ச்சி அடைந்தனர்.

மே 18, 2009 அன்று அந்த அறிவிப்பு வந்தது. பிரபாகரனை நேற்று முடித்துவிட்டோம். பல நூற்றுக்கணக்கான புலிகளோடு சேர்த்து அவரும் கொல்லப்பட்டுவிட்டார். பிரபாகரனின் மகன் சார்லஸ் ஆண்டனியின் உடல் கரியமுள்ளிவாய்க்கால் பகுதியில் கண்டெடுக்கப்பட்டதாக அறிவிக்கப்பட்டது. அரசியல் பிரிவுத் தலைவர் நடேசன், அமைதி பேச்சுவார்த்தைப் பிரிவு பொறுப்பாளர் புலித்தேவன், கமாண்டர் ரமேஷ், காவல்துறை தலைவர் இளங்கோ, கடற்படைத் தளபதி சூசை, புலனாய்வுத் துறைப் பொறுப்பாளர் பொட்டு அம்மான், உளவுப்பிரிவைச் சேர்ந்த கபில், சார்லஸ் ஆண்டனியின் நண்பர் சகா (எனப்படும் சுதர்மன்) என்று இறந்துபோனவர்களின் பட்டியலை இலங்கை அடுத்தடுத்து வெளியிட்டது.

சர்ச்சைகளும் விவாதங்களும் தொடங்கின. காண்பிக்கப்பட்டது பிரபாகரனின் உடல் அல்ல என்பதை அங்க அடையாளங்கள் கொண்டு பலர் மறுத்தனர். இலங்கை அரசு அளித்த விவரங்கள் முன்னுக்குப் பின் முரணாக இருந்தது சுட்டிக்காட்டப்பட்டது. ஆம்புலன்ஸில் ஏறி தப்பிச்செல்லும்போது சுடப்பட்டார் என்று முதலில் சொன்னவர்கள் பிறகு, நந்திக்கடல் ஏரியில் இருந்து பிரபாகரனின் உடலை மீட்டதாக அறிவித்தார்கள். மனைவி மதிவதனி, மகள் துவாரகா, இளைய மகன் பாலச்சந்திரன் ஆகியோரின் உடல்கள் கண்டெடுக்கப்பட்டதாக முன்பு

அறிவித்த இலங்கை பிறகு இந்த செய்தியை ஊர்ஜிதப்படுத்த வில்லை.

பிரபாகரனின் மரணத்தை முதலில் மறுத்த குமரன் பத்மநாதன் (என்னும் கே.பி), பின்னர் தன் கருத்தை மாற்றிக்கொண்டார். ஆயுதக்கொள்முதல் பிரிவின் தலைவர். சர்வதேச தொடர்பு களைக் கவனித்து வருபவர். மே 22ம் தேதி, விடுதலைப் புலிகளின் அதிகாரபூர்வமான இணையத்தளமான தமிழ்நெட் பிரபாகரனின் மரணத்தை மறுத்து ஓர் அறிக்கை வெளியிட்டது. தமிழகத்தில் பழ. நெடுமாறன் போன்றோர் பிரபாகரன் உயிருடன் இருப்பதாகத் தொடர்ந்து பேசி வருகின்றனர். நவம்பர் 2009 மாவீரர் தின உரையை பிரபாகரன் ஆற்றுவார் என்னும் நம்பிக்கை பலரிடமும் உள்ளது.

இலங்கை அளித்துள்ள புள்ளிவிவரம் இது. நான்காம் ஈழப்போர் தொடங்கி 9,100 விடுதலைப் புலிகள் சரணடைந்துள்ளனர். 22,000 புலிகள் ராணுவத்தினரால் கொல்லப்பட்டிருக்கிறார்கள். இலங்கை ராணுவத்தின் இழப்பு 6261. பாதிக்கப்பட்ட தமிழர் களின் எண்ணிக்கை என்ன என்பது குறித்து தகவல் இல்லை. இலங்கையின் மக்கள் தொகை, 20 மில்லியன் (200 லட்சம்) பேர். பதினெட்டு சதவீதம் பேர் தமிழர்கள். லட்சக்கணக்கான தமிழர்கள் அடிப்படை வசதிகள்கூட இல்லாமல் முகாம்களில் அடைக்கப்பட்டிருக்கிறார்கள். பசியாலும் தாகத்தாலும் இறந்து கொண்டிருக்கிறார்கள். இவர்கள் எப்போது குடியமர்த்தப்படு வார்கள் என்று தெரியாது. புலிகளும் மக்களோடு மக்களாகக் கலந்திருக்கலாம் என்னும் சந்தேகத்தில் ஸ்க்ரீனிங் தீவிரமாக நடந்துகொண்டிருக்கிறது.

மே 23ம் தேதி ஐ.நா.வின் பொதுச்செயலாளர் பான் கீ மூன் வந்திருந்தபோது, அவருக்கு ஒரு மினி டூர் ஏற்பாடு செய்தார்கள். இருபத்து நான்கு மணி நேரங்கள். பத்திரிகையாளர்களுக்கு ஒரு பஸ். அனுமதிக்கப்பட்ட பகுதிகள் மட்டுமே காண்பிக்கப் பட்டன. அனுமதிக்கப்பட்ட நேரத்துக்கு மட்டும்.

மே 25ம் தேதி ஐ.நா.வின் மனித உரிமைக் கவுன்ஸிலில் இலங்கை குறித்த விவாதம் நடைபெற்றது. போர்க்குற்றங்களுக் காக இலங்கை மீது விசாரணை நடத்தப்படவேண்டுமா வேண்டாமா என்பதுதான் விவாதம். பங்கேற்ற 47 உறுப்பினர் களில் 18 பேர் விசாரணை வேண்டும் என்றும் 18 பேர் வேண்டாம்

என்றும் கருதியிருக்கிறார்கள். இந்தியா, பாகிஸ்தான், ரஷ்யா, சீனா, எகிப்து, சவுதி அரேபியா, க்யூபா, நிகாரகுவா, பொலிவியா போன்ற நாடுகள் இலங்கை பக்கம் நிற்கின்றன. எதிரணியில், அமெரிக்கா, பிரிட்டன், கனடா, ஃபிரான்ஸ், ஜெர்மனி, இத்தாலி ஆகிய நாடுகள்.

இலங்கை தன் தரப்பு வாதத்தை தன் நண்பர்களின் துணையுடன் ஐ.நா.வில் சமர்ப்பித்திருக்கிறது. போர்க்குற்றம், தண்டனை என்ற பேச்சுக்கே இடமில்லை. உண்மையில், நாங்கள் செய் திருப்பது சாதனை. லட்சக்கணக்கான மக்களை தீவிரவாதிகளின் பிடியில் இருந்து மீட்டிருக்கிறோம். நியாயப்படி பார்த்தால், ஐ.நா. எங்களைப் பாராட்டவேண்டும். மேற்கொண்டு உதவியும் செய்யவேண்டும்.

விசாரணை மட்டுமல்ல, இந்த விவாதமே தேவையற்றது என்று இந்தியா, பாகிஸ்தான், மலேஷியா ஆகிய நாடுகள் சொன்ன போது ஐ.நா. அதை மறுத்துள்ளது. உடனே இந்தியாயும் சீனாவும் அவையைவிட்டு வெளியேறிவிட்டன. இனப் படுகொலைக்கான ஆயுதங்களை வழங்கியதே இந்தியாவும் சீனாவும்தான் என்னும்போது இலங்கைக்கு எதிராக எப்படி அவர்களால் வாக்களிக்கமுடியும்? எப்படி இலங்கை மீது குற்றம் சுமத்தமுடியும்?

போர் முடிவடைந்துவிட்டது என்று இலங்கை அறிவித்து விட்டாலும், உளவியல் ரீதியான போர் இன்னமும் தொடர்ந்து கொண்டுதான் இருக்கிறது. இனி விடுதலைப் புலிகளால் தலைதூக்கமுடியாது என்று ஒரு சாராரும், அழிவில் இருந்து மீள்வது புலிகளுக்குப் புதிதல்ல என்பதால் நிச்சயம் இயக்கம் மீண்டும் வளரும் என்று ஒரு சாராரும் கூறிவருகிறார்கள். விடுதலைப் புலிகள் இயக்கம் மாபெரும் பின்னடைவைச் சந்தித்துள்ளது என்பது உண்மை. ஆனால், அது முற்றிலுமாக வீழ்ச்சியடைந்துவிட்டது என்னும் வாதம் ஏற்றுக்கொள்ளத்தக்க தல்ல. இயக்கத்தின் ஒரு பகுதியினர் தாற்காலிகமாகப் பிரிந்தும் கலைந்தும் சென்றுவிட்டதாக செய்திகள் வருகின்றன.

புலிகள் இல்லாமலே போனாலும்கூடத் தனி ஈழக் கனவு என்பதும் அதற்கான போராட்டம் என்பதும் அழிக்க முடியாதது என்பதில் சந்தேகமில்லை.

பின்னிணைப்பு - 2

காலவரிசை

கி.மு. 3-ம் நூற்றாண்டு	-	இந்தியாவில் இருந்து தமிழர்கள் இலங்கையில் குடியேற ஆரம்பிக்கிறார்கள்.
1505	-	போர்த்துகீசியர்கள் வருகை.
1815	-	சிலோன் என்று அப்போது அறியப்பட்ட தீவு பிரிட்டனின் ஆதிக்கத்துக்குள் வந்து சேர்கிறது. தேயிலை, காபி தோட்டத்தில் பணிபுரிய இந்தியாவில் இருந்து தமிழர்களைக் கொண்டு வருகிறார்கள்.
1833	-	ஆட்சி மொழியாக ஆங்கிலம் மாற்றப்படுகிறது.
1931	-	வோட்டு போடும் உரிமையை பிரிட்டன் அளிக்கிறது. அதிகார பகிர்வை அறிமுகப்படுத்துகிறது.
1948	-	சிலோனுக்கு பரிபூரண விடுதலை அளிக்கப்படுகிறது.
1949	-	இந்தியத் தேயிலை தோட்டத் தொழிலாளர்களின் வாக்குரிமை பறிக்கப்படுகிறது.

செல்வநாயகத்தின் தலைமையில் ஃபெடரல் கட்சி தொடங்கப்படுகிறது.

1951 - இலங்கை சுதந்தரக் கட்சி (SLFP) உதயம்.

1956 - சாலமன் பண்டாரநாயகா அதிபராகத் தேர்ந்தெடுக்கப்படுகிறார். சிங்களம் அரசாங்க மொழியாக சட்டபூர்வமாக அங்கீகரிக்கப்படுகிறது. அரசாணையை எதிர்த்து தமிழர்கள் போராட ஆரம்பிக்கிறார்கள்.

1957 - பண்டாரநாயகா-செல்வநாயகம் ஒப்பந்தம்.

1958 - சிங்கள மொழி அரசாணையை எதிர்த்ததால் தமிழர்கள் மீது தாக்குதல். 200 பேர் கொல்லப்படுகிறார்கள்.

1959 - பண்டாராநாயகா ஒரு பவுத்த துறவியால் கொல்லப்படுகிறார். அவர் மனைவி, சிரிமாவோ பண்டாரநயகா ஆட்சியைக் கைப்பற்றுகிறார்.

1970 - மீண்டும் சிரிமாவோ பண்டாரநாயகாவின் ஆட்சி. Tamil New Tigers (TNT) தொடக்கம்.

1972 - சிலோனின் பெயர் ஸ்ரீலங்காவாக மாற்றப்படுகிறது. அரசாங்க மதமாக பவுத்தம் முன்னிறுத்தப்படுகிறது. Tamil United Liberation Front (TULF) தொடக்கம்.

1974 - தமிழ் ஈழ விடுதலை இயக்கம் (TELO) தொடக்கம்.

1975 - புரட்சிகர மாணவர் விடுதலை இயக்கம் (EROS) தொடக்கம்.

1976 - டி.என்.டி. தனது பெயரை எல்.டி.டி.ஈ. (LTTE) என்று மாற்றியமைத்துக்கொள்கிறது.

1977 - தமிழர்கள் வாழ் பகுதிகளில் TULF கட்சி வெற்றி பெறுகிறது. தமிழர்களுக்கு எதிரான கலவரம். 100 தமிழர்கள் கொல்லப்படுகிறார்கள்.

1979 - தமீழழ மக்கள் சுதந்தர அமைப்பு (PLOTE) தொடங்கப்படுகிறது.

1980 - ஈழ மக்கள் புரட்சிகர விடுதலை முன்னணி (EPRLF) உருவாக்கம்.

1981 - யாழ்ப்பாண நூலகம் கொளுத்தப்படுகிறது.

1983 - கறுப்பு ஜுலை கலவரம். நிலைமையைக் கட்டுக்குள் கொண்டுவர அந்நிய உதவியை நாடுகிறார் ஜெயவர்த்தனே. நரசிம்ம ராவ் கொழும்பு வருகை. தில்லியில், இந்திரா காந்தி ஜெயவர்த்தனே சந்திப்பு.

1984 - யாழ்ப்பாணத்தின் மீது பொருளாதாரத் தடை விதிக்கிறது இலங்கை அரசு.

1985 - இந்தியாவுக்கும் இலங்கை அரசுக்கும் இடையே திம்புவில் பேச்சுவார்த்தைகள். ஈரோஸ், ஈ.பி.ஆர்.எல்.எஃப் இணைந்து ஈழ தேசிய சுதந்தர முன்னணியை (ENLF) உருவாக்குகின்றன.

1987 - இந்தியா-இலங்கை ஒப்பந்தம். இந்திய அமைதி காக்கும் படை (IPKP) இலங்கை வருகை.

1988 - பிரேமதாசா அதிபராகத் தேர்ந்தெடுக்கப் படுகிறார்.

1990 - கடுமையான எதிர்ப்புகளைச் சந்தித்த IPFK இலங்கையில் இருந்து வெளியேறுகிறது. விடுதலைப் புலிகளுக்கும் இலங்கைக்கும் இடையிலான பேச்சுவார்த்தை முறிவு.

1991 - ரஞ்சன் விஜெரத்னே படுகொலை. ராஜீவ் காந்தி படுகொலை.

1993 - இலங்கை பிரதமர் பிரேமதாசா படுகொலை.

1994 - சந்திரிகா குமாரதுங்காவின் வருகை. எல்.டி.டி.ஈ.யிடம் பேச்சுவார்த்தை ஆரம்பம்.

1995 - எல்.டி.டி.ஈ.க்கும் இலங்கை அரசுக்கும் இடையே நடைபெற்ற நான்கு கட்டப் பேச்சு வார்த்தை பலனின்றி முறிந்துபோகிறது.

1999 - சந்திரிகா மீண்டும் அதிபர் ஆகிறார்.

2000 - அமைதிப் பேச்சுவார்த்தையில் நார்வே பங்கு பெறுகிறது. போர் நிறுத்த ஒப்பந்தத்தில் எல்.டி.டி.ஈ. கையெழுத்திடுகிறது.

2002 - பிரதம மந்திரியாக ரணில் விக்கிரமசிங்கே பொறுப்பேற்கிறார். இலங்கை அரசுக்கும் எல்.டி.டி.ஈ.க்கும் இடையே போர் நிறுத்த ஒப்பந்தம் (MoU) கையெழுத்தாகிறது. யாழ்ப் பாணத்தை இலங்கையோடு இணைக்கும் ஏ9 பாதை பன்னிரண்டு ஆண்டுகளுக்குப் பிறகு திறக்கப்படுகிறது.

2003 - எல்.டி.டி.ஈ. பேச்சுவார்த்தையில் இருந்து விலகிக்கொள்கிறது. போர்நிறுத்தம் அமலில் உள்ளது.

2004 - கருணா எல்.டி.டி.ஈ.யில் இருந்து பிரிந்து செல்கிறார். கிழக்கில் மோதல்கள். தற் கொலைப் படைத் தாக்குதல்.

2004 - டிசம்பர் மாதம் சுனாமி இலங்கையைத் தாக்குகிறது. இதற்கு முன் சந்தித்திராத பெரும் இழப்பைச் சந்திக்கிறது இலங்கை. தமிழர்வாழ் பகுதிகள் அதிக சேதத்தைச் சந்திக்கின்றன. பல்லாயிரக்கணக்கானவர்கள் பாதிப்பு.

2005 - நிவாரணப் பணிகள். சர்வதேச அமைப்புகள் எல்.டி.டி.ஈ.க்கு உதவிக்கரம் அளிக்கின்றன.

2005 - மகிந்த ராஜபக்சே அதிபர் பதவி ஏற்கிறார்.

2006 - அனுராதபுரத்தில் நடந்த பேருந்து தாக்கு தலில் 64 பேர் கொல்லப்படுகிறார்கள். இலங்கை ராணுவம் - எல்.டி.டி.ஈ. மோதல் தீவிரமடைகிறது. திருகோணமலை

இலங்கை அரசின் கட்டுப்பாட்டுக்குள் வந்து சேர்கிறது. டிசம்பர் மாதம், ஆன்டன் பாலசிங்கம் மாரடைப்பால் மரணம்.

2007 - மாவிலாறு தொடங்கி சம்பூர், வாகரை, திருகோணமலை வழியாக தொப்பிகலாவை அடைகிற ராணுவம். கிழக்கு இலங்கை தங்கள் கைவசம் இருப்பதாக இலங்கை அரசு அறிவிப்பு. எல்.டி.டி.ஈ.யின் முதல் விமானத் தாக்குதல். கட்டுநாயகே சர்வதேச விமான நிலையத்துக்கு அருகில் உள்ள ராணுவத் தளம் தாக்கப்படுகிறது. நவம்பர் மாதம், சு.ப. தமிழ்ச்செல்வனும் அவருடன் இருந்த 5 புலிகளும் மரணமடைந்தனர்.

பின்னிணைப்பு - 3

உதவிய நூல்கள்

1. Sri Lanka: Witness to History - A Journalist's Memoirs, 1930-2004, S. Sivanayagam.
2. Towards Peace in Sri Lanka, ORF Series on Contemporary South Asia, Rupa & Co.
3. ஈழப்போராட்டத்தில் எனது சாட்சியம், சி. புஸ்பராஜா, அடையாளம்
4. மகா வம்சம், தமிழில் : ஆர்.பி. சாரதி, கிழக்கு பதிப்பகம்
5. ராஜீவ் காந்தி படுகொலை - புலனாய்வு, டி.ஆர். கார்த்திகேயன், ராதா விநோத் ராஜு, தமிழில்: எஸ். சந்திரமௌலி, ராஜராஜன் பதிப்பகம்
6. இலங்கையில் தமிழர் கல்வி, சோ. சந்திரசேகரன், கொழும்புத் தமிழ்ச் சங்கம்
7. தேதிய இனப் பிரச்னையும் முஸ்லிம் மக்களும், வ.ஐ.ச. ஜெயபாலன், அலை வெளியீடு
8. இன ஒடுக்கலும் விடுதலைப் போராட்டமும், இமய வரம்பன், புதியபூமி வெளியீட்டகம்
9. யாழ்ப்பாணச்சரித்திரம், ஆ. முத்துத்தம்பிப்பிள்ளை, நாவலர் பதிப்பகம்

10. நாம் தமிழர், பொ. சங்கரைப்பிள்ளை, கொழும்புத் தமிழ்ச் சங்கம்

11. பண்டைய இலங்கையில் தமிழும் தமிழரும், பரமு புஷ்பரட்ணம், கொழும்புத் தமிழ்ச் சங்கம்

இணையத்தளங்கள்

http://www.tamilnation.org

http://www.eelam.com/

http://www.thenee.com/

http://www.ltteps.org/

http://sankathi.org/news/

http://www.colombopage.com/

http://www.uthayan.com/

http://www.tamilwin.net/

http://www.nitharsanam.com/

http://www.eezhanaadu.com/

http://www.pulikalinkural.com/

http://news.webtamilan.com/

http://www.defence.lk/

http://www.nationalsecurity.lk/

http://www.slmm.lk/

http://www.worldpress.org/link.cfm?http://www.sundayobserver.lk/

http://www.frontlineonnet.com/fl2313/stories/20060714004001700.htm

http://www.atimes.com/ind-pak/DF01Df02.html

http://hrw.org/reports/2007/srilanka0807/1.htm

http://www.spur.asn.au/chronology_of_suicide_bomb_attacks_by_Tamil_ Tigers_in_sri_Lanka.htm

http://www.battieezhanatham.com/newsite/

http://www.nationalsecurity.lk/fullnews.php?id=893

http://www.ltteps.org/?view=2063&folder=9

http://www.india-seminar.com/1999/479/479%20mehta.htm

http://www.nationalpost.com/news/story.html?id=1cbb6443-71e5-42dc-b185-055b9fef59a9&k=84775

http://thoughtsintamil.blogspot.com/2005/04/blog-post_12.html

http://hrw.org/reports/2006/ltte0306/ltte0306taweb.pdf

http://www.tamilnet.com/img/publish/2006/02/Building_the_state_1.pdf

http://thoughtsintamil.blogspot.com/2005/04/blog-post_12.html

http://hrw.org/reports/2006/ltte0306/ltte0306taweb.pdf

http://muthamilmantram.com/viewtopic.php?p=195690&sid=ce0d47d32422a2f65c0c033e2e6bbb1f

http://tamilcanadian.com/news/tamil/index.php?action=full_news&id=1070

http://www.lines-magazine.org/Art_Nov04/SLDF_Eviction.htm

http://www.asiantribune.com/index.php?q=node/5333

http://www.hindu.com/2007/03/27/stories/2007032712010100.htm

www.ingramcontent.com/pod-product-compliance
Lightning Source LLC
LaVergne TN
LVHW100323181026
850499LV00039B/968
* 9 7 8 8 1 8 3 6 8 6 3 8 9 *